வெண்ணிறக் கோட்டை

வெண்ணிறக் கோட்டை

ஜி. குப்புசாமி (பி. 1962)
மொழிபெயர்ப்பாளர்

அயல் மொழி இலக்கிய மொழிபெயர்ப்பில் ஈடுபட்டுவரும் இவர் முக்கியமான சமகால எழுத்தாளர்கள் பலரின் எழுத்துக்களைத் தொடர்ந்து தமிழாக்கம் செய்துவருகிறார்.

'என் பெயர் சிவப்பு' மொழிபெயர்ப்புக்காக கனடா இலக்கியத் தோட்டம் விருதும், எஸ்.ஆர்.எம். பல்கலைக்கழகத்தின் தமிழ்ப்பேராய விருதும் (2012) பெற்றுள்ளார். மேலும் 'கடல்' நாவல் மொழிபெயர்ப்புக்காக அயர்லாந்து அரசின் இலக்கிய நல்கையும் 2018ஆம் ஆண்டிற்கான தமிழக அரசின் சிறந்த மொழிபெயர்ப்பாளர் விருதையும் பெற்றுள்ளார்.

முகவரி   : 74/26, பிள்ளையார் கோவில் தெரு
             ஆரணிப் பாளையம், ஆரணி
             திருவண்ணாமலை மாவட்டம் 632 301

தொலைபேசி: 9791561654, 9443305456

மின்னஞ்சல் : gkuppuswamy62@yahoo.com

ஜி. குப்புசாமியின் மொழிபெயர்ப்பில் வெளிவந்திருக்கும் பிற நூல்கள்

- சேகுவேராவின் தென்அமெரிக்க பயணக் குறிப்புகள் – அல்பர்டோ கிரனாடோ (2003)
- பேர் லாகர்க்விஸ்ட் சிறுகதைகள் (2005)
- நூறு சதவீதப் பொருத்தமான ஒரு யுவதியை ஓர் அழகிய ஏப்ரல் காலையில் பார்த்தபோது – ஹாருகி முரகாமி (2006)
- நாளை வெகுதூரம் (2007)
- என் பெயர் சிவப்பு – ஓரான் பாமுக் (2009)
- கடல் – ஜான் பான்வில் (2010)
- அயல்மகரந்தச்சேர்க்கை (2011)
- கனவுகளுடன் பகடையாடுபவர் (2011)
- சின்ன விஷயங்களின் கடவுள் – அருந்ததி ராய் (2012)
- பனி – ஓரான் பாமுக் (2013)
- இஸ்தான்புல் – ஓரான் பாமுக் (2014)
- உடைந்த குடை – தாக் ஸூல்ஸ்தாத் (2017)
- பெருமகிழ்வின் பேரவை – அருந்ததி ராய் (2021)
- ஆஸாதி – அருந்ததி ராய் (2022)

ஓரான் பாமுக்

வெண்ணிறக் கோட்டை

ஆங்கிலம் வழி
தமிழில்
ஜி. குப்புசாமி

காலச்சுவடு பதிப்பகம்

அன்பார்ந்த வாசகருக்கு,

வணக்கம்.

காலச்சுவடு நூலை வாங்கியமைக்கு நன்றி.

நூலின் உள்ளடக்கம், உருவாக்கம், அட்டைப்படம் இன்ன பிற அம்சங்கள் பற்றிய உங்கள் கருத்துகளையும் ஆலோசனைகளையும் காலச்சுவடு வரவேற்கிறது. தகவல், எழுத்து, வாக்கியப் பிழைகள் தென்பட்டால் கட்டாயம் தெரிவித்து உதவுங்கள். நூல் தயாரிப்பில் கடும் குறைபாடு இருப்பின் மாற்றுப் பிரதி உங்களுக்குக் கிடைக்கக் காலச்சுவடு ஏற்பாடு செய்யும்.

மின்னஞ்சல்: publisher@kalachuvadu.com

காலச்சுவடு நாகர்கோவில் தலைமையகத்துக்கும் கடிதம் அனுப்பலாம்.

தங்கள்
எஸ்.ஆர். சுந்தரம் (கண்ணன்)
பதிப்பாளர் – நிர்வாக இயக்குநர்

BEYAZ KALE
Copyright © Can Yayin Lari Ltd, 1979
All rights reserved

வெண்ணிறக் கோட்டை ❖ துருக்கி நாவல் ❖ ஆசிரியர்: ஓரான் பாமுக் ❖ ஆங்கிலத்தில்: விக்டோரியா ஹோல்ப்ரூக் ❖ தமிழில்: ஜி. குப்புசாமி ❖ முதல் பதிப்பு: ஆகஸ்ட் 2015, ஆறாம் (குறும்) பதிப்பு: பிப்ரவரி 2021, எட்டாம் (குறும்) பதிப்பு: டிசம்பர் 2022 ❖ வெளியீடு: காலச்சுவடு பப்ளிகேஷன்ஸ் (பி) லிட்., 669, கே.பி. சாலை, நாகர்கோவில் 629001

veNNiRak kooTTai ❖ Turkish Novel ❖ Author: Orhan Pamuk ❖ Translated by G. Kuppuswamy ❖ Language: Tamil ❖ First Edition: August 2015, Sixth (Short) Edition: February 2021, Eighth (Short) Edition: December 2022 ❖ Size: Royal ❖ Paper: 18.6 kg maplitho ❖ Pages: 176

Published by Kalachuvadu Publications Pvt. Ltd., 669, K.P. Road, Nagercoil 629001, India ❖ Phone: 91-4652-278525 ❖ e-mail: publications@kalachuvadu.com ❖ Printed at Clicto Print, Jaleel Towers, 42 KB Dasan Road, Teynampet Chennai 600018

ISBN: 978-93-84641-26-9

12/2022/S.No. 661, kcp 4263,18.6 (8) rss

அன்புச் சகோதரி
நில்குன் தார்வினோல்வுக்கு
(1961 – 1980)

நம்முள்ளே பெருங்கிளர்ச்சியைத் தூண்டும் ஒரு மனிதரிடம் நாமறியாததும் அதன் மர்மத்தாலேயே ஈர்ப்புமிக்கதாகவும் உள்ள வாழ்க்கை முறைக்கான வழி இருப்பதாகக் கற்பனை செய்து கொள்வதும் அம்மனிதரின் அன்பினால் மட்டுமே வாழத்தொடங்கப் போகிறோமென்று நம்புவதும் – ஒரு மகத்தான பக்தியின் ஆரம்பமன்றி வேறென்ன?

ஒய்.கே. காரா உஸ்மானோலுவின்
தப்பான மொழிபெயர்ப்பில்
மார்செல் ப்ரூஸ்ட்

முகவுரை

இந்தக் கையெழுத்துப் பிரதியை 1982இல் கெப்ஸியின் ஆளுநர் அலுவலகத்தோடு இணைந்திருந்த புறக்கணிக்கப்பட்ட 'ஆவணக் காப்பக'த்தில் கண்டுபிடித்தேன். ஒவ்வொரு வருடமும் கோடைக்காலங்களில் அங்கிருக்கும் புழுதி மண்டிய அலமாரிகளில் அடைத்து வைக்கப்பட்டிருக்கும் சாம்ராஜ்ஜிய ஆணைகள், உரிமைப் பத்திரங்கள், அரசவைப் பதிவேடுகள், வரிப்பட்டியல்களை ஒரு வாரகாலத்திற்குக் கிளறிக்கொண்டிருப்பது என் வழக்கம். இந்த அடுக்குகளின் அடியில்தான் அந்தக் கையெழுத்துப்படி கிடைத்தது. அதன் மெலிதான பளபளக்கும் புத்தகக்கட்டின் சொப்பன நீலநிறமும், பளிச்சென்ற எழுத்தோவியங்களும், அந்த மங்கலான அரசாங்கப் பதிவேடுகளின் நடுவே என் கவனத்தை ஈர்த்தன. புரட்டிப்பார்க்கையில், முதல் பக்கத்தில் தலைப்பாக 'மெத்தை தைப்பவனின் வளர்ப்பு மகன்' என்று எழுதியிருந்த கையெழுத்து, அந்நூலை எழுதிய எழுத்தோவியனின் கையெழுத்தல்லவென்று புலப்பட்டது. என் ஆர்வத்தைக் கிளறவே அப்படி எழுதியிருந்ததாகப் பட்டது. வேறு எந்த துணைத் தலைப்புகளும் இல்லை. பக்க விளிம்புகளிலும் வெற்றுப் பக்கங்களிலும் சிறிய தலைகளோடு, பொத்தான்களிட்ட உடையணிந்த மனிதர்களின் படங்கள் சிறுபிள்ளைத்தனமாக வரையப்பட்டிருந்தன. பெருமகிழ்ச்சியோடு அதனை உடனே படித்தேன். மொத்தப் பிரதியையும் படியெடுக்கச் சோம்பலுற்று, அங்கிருந்து அதைத் திருடினேன். இந்தக் குப்பைக்கூடத்தை 'ஆவணக் காப்பகம்' என்று அதன் சொந்தக்காரரான அந்த இளம் ஆளுநர்கூட அழைக்கமாட்டார். காப்பகப் பொறுப்பாளருக்கு என்மேல் மிகுந்த நம்பிக்கை. என்னை அவர் கண்காணிப்பதே இல்லை. அதைப் பயன்படுத்திக்கொண்டு கண்ணிமைக்கும் நேரத்தில் என் பெட்டிக்குள் அதை வைத்து மூடிக்கொண்டேன்.

இந்தப் புத்தகத்தைத் திரும்பத் திரும்பப் படிப்பதைத்தவிர இதை வைத்துக்கொண்டு வேறென்ன செய்வதென்று முதலில்

எனக்குப் புரியவில்லை. வரலாறு என்று சொல்லப்படுவதன் மீதான அவநம்பிக்கை அப்போது எனக்குப் பலமாக இருந்தது. இந்தப் புத்தகத்தின் அறிவியல், கலாச்சார மானுடவியல் அல்லது 'வரலாற்று' மதிப்புக்காக அல்லாமல் இதில் உள்ள கதையில் கவனத்தைச் செலுத்தலாம் என்பதே என் விருப்பமாக இருந்தது. இதை எழுதிய ஆசிரியர் என்னை உடனடியாக ஈர்த்துக் கொண்டார். நானும் என் நண்பர்களும் பல்கலைக்கழகத்திலிருந்து வெளியேற்றப்பட்டிருந்ததால், என் பாட்டனாரின் 'கலைக் களஞ்சியவிய லாளர்' பணியை நான் ஏற்றுக்கொண்டிருந்தேன். அதனால்தான் இந் நூலின் ஆசிரியர் பெயரைக் கலைக்களஞ்சியத்தின் வரலாற்றுப் பிரிவில் புகழ்பெற்ற மனிதர்களில் ஒருவராகச் சேர்க்கலாமென்று அப்போது தோன்றியது. அது என் கடமை என்றும் நினைத்தேன்.

எனது கலைக்களஞ்சிய தயாரிப்புப் பணிக்கும் மது அருந்தலுக்குமான நேரம்போக மிச்ச நேரத்தை இந்நூலின் வாசிப்புக்கும் ஆய்வுக்கும் செலவழித்தேன். அந்தக் காலகட்டத்திற்கான அடிப்படை ஆதாரங்களை ஆய்வு செய்தபோது, கதையில் குறிப்பிட்டிருந்த சில சம்பவங்கள் உண்மைக்குத் தொடர்பில்லாதவையாக இருந்ததை எடுத்த எடுப்பிலேயே கண்டேன். கொப்ரூலு தலைமையமைச்சராக இருந்த ஐந்தாண்டு காலத்தில் இஸ்தான்புல்லைச் சேதப்படுத்திய மிகப்பெரிய தீவிபத்து ஒருமுறை நடந்திருக்கிறது என்பதற்கு ஆதாரங்கள் இருந்தாலும், இப்புத்தகத்தில் வருவதைப்போல பிளேக் நோய் பயங்கரமாகப் பரவித் தாக்கியதாக ஒரேயொரு குறிப்பைக்கூடக் காணமுடியவில்லை. அக்காலத்திய சில அமைச்சர்களின் பெயர்கள் பிழையாக எழுதப்பட்டிருந்தன, சிலருடைய பெயர்கள் மற்றவர்களோடு சேர்ந்து குழம்பியிருந்தன, சில முற்றிலும் வேறாக இருந்தன. அரசவைச் சோதிடர்களின் பெயர்கள் அரண்மனை ஆவணங்களில் இருப்பவற்றோடு பொருந்தவில்லை. ஆனால் இந்தப் பிறழ்வுகள் கதையில் முக்கிய பங்கை வகிப்பதால், அதற்குள் நான் ஆழமாகச் செல்லவில்லை. ஆனால் நமது வரலாறு குறித்த 'அறிவு' புத்தகத்தின் பெரும்பாலான சம்பவங்களை உறுதி செய்வதாக இருந்தது. இந்த 'யதார்த்தம்' சின்னஞ்சிறு விவரங்களில்கூட இருப்பதை சில நேரங்களில் பார்க்கமுடிந்தது: உதாரணத்திற்கு பேரரசின் சோதிடர் ஹுசைன் எஃபெண்டியின் மரணதண்டனையையும் மிராஹர் அரண்மனை யில் நான்காம் மெஹ்மூத் நடத்திய முயல் வேட்டையையும் இக்கதையில் வர்ணித்திருப்பதைப் போலவே வரலாற்றாசிரியர் நைமாவும் எழுதியிருக்கிறார். இதை எழுதிய ஆசிரியருக்கு வாசிப்பிலும், புனைவாக்கலிலும் மிகுந்த விருப்பம் இருந்ததை அறிய முடிந்தது. நான் குறிப்பிட்ட ஆதாரங்களைத் தவிர, ஐரோப்பிய யாத்திரீகர்கள், விடுதலை செய்யப்பட்ட அடிமைகள் எழுதிய நினைவுக் குறிப்புகள் என்று அவருக்குப் பரிச்சயமாகியிருந்த பல்வேறு புத்தகங்களிலிருந்து அவர் எழுதிய கதைக்குத் தகவல்களைச் சேகரித்துக் கொண்டிருக்க வேண்டும். தனக்குத் தெரிந்திருப்பதாகச் சொல்லியிருக்கும் எவ்லியா செபியின் பயணத் தொடர்களையும் அவர் படித்திருக்கக்கூடும். வேறு சில உதாரணங்கள் நிரூபிப்பதைப்போல, இதற்கு நேரெதிராகவும் நடந்திருக்கக்கூடுமென்று நினைத்து இக்கதையின் ஆசிரியரைத் தேடத் தொடங்கினேன். ஆனால் இஸ்தான்புல் நூலகங்களில்

நடத்திய எனது ஆய்வுகள் நம்பிக்கையை அனேகமாகக் குலைத்துவிட்டன. 1652லிருந்து 1680 வரை நான்காம் மெஹமூத்திற்கு அளிக்கப்பட்ட ஆய்வறிக்கைகள், புத்தகங்களில் ஒன்றுகூட தோப்காபி அரண்மனை நூலகத்திலோ அல்லது இடம் மாறிச் சென்றிருக்கக்கூடுமென்று நினைத்த மற்ற சில பொது, தனியார் நூலகங்களிலோ கிடைக்கவில்லை. ஒரேயொரு துப்பு மட்டும் அகப்பட்டது: இக்கதையில் குறிப்பிட்டிருந்த 'இடதுகை எழுத்தோவிய'னின் வேறுசில நூல்களும் நூலகத்தில் இருந்தன. கொஞ்ச நாட்களுக்கு அவற்றைத் தேடி அலைந்துகொண்டிருந்தேன். சளைக்காமல் எழுதி அனுப்பிக்கொண்டிருந்த எனது எல்லா கடிதங்களுக்கும் இத்தாலியப் பல்கலைக்கழகத்திலிருந்து அவநம்பிக்கையூட்டும் பதில்களே வந்துகொண்டிருந்தன. கெப்ஸி, ஜென்னெதிஸார், உஸ்குதார் மயானங்களில் அந்த ஆசிரியரின் பெயர் தாங்கிய கல்லறையைத் தேடியலைந்ததும் பலனளிக்கவில்லை (ஆசிரியரின் பெயர் முதல் பக்கத்தில் இல்லாவிட்டாலும்கூட உள்ளே பொதிந்திருக்கிறது) இதற்கு மேல் தொடர்வதற்கு முடியாமல் தோற்று, முயற்சியைக் கைவிட்டேன். அந்தக் கதையை மட்டும் ஆதாரமாகக் கொண்டு எனது கலைக்களஞ்சியத்திற்கான பதிவை எழுதி முடித்தேன். பயந்ததுபோலவே இப்பதிவு அச்சேறவில்லை. அறிவியல்பூர்வமான ஆதாரங்கள் இல்லையென்பதற்காக அல்லாமல், இந்த விஷயம் முக்கிமானதாகப் படவில்லை என்பதற்காகத் தேர்வு செய்யப்படவில்லையென்று சொல்லப்பட்டது.

இந்தக் காரணத்திற்காகவே கதையின் மீது எனக்கு இருந்த கவர்ச்சி ஒருவேளை அதிகரித்திருக்கக்கூடுமென்று நினைக்கிறேன். முதலில் என் எதிர்ப்பைத் தெரிவித்து ராஜிநாமா செய்துவிடலாமாவென்றும் யோசித்தேன். ஆனால் இந்த வேலையும், கூட இருந்த நண்பர்களும் மிகப் பிடித்தமானதாக இருந்ததால் அந்த முடிவுக்குச் செல்லவில்லை. நானும் கொஞ்சநாட்களுக்கு இந்தக் கதையைக் கண்டுபிடித்ததாக அல்லாமல் ஏதோ நானே எழுதியதைப்போல நண்பர்களிடம் உணர்ச்சிப் பெருக்குடன் சொல்லிக்கொண்டிருந்தேன். அந்தக் கதைக்கு சுவாரஸ்ய பலம் சேர்ப்பதற்காக அதன் குறியீட்டு மதிப்பைப்பற்றி, நமது சமகால யதார்த்தத்தில் அதற்கிருக்கும் ஆதாரத் தொடர்பைப் பற்றி, இக்கதையை வாசித்ததன் மூலமாக நான் எவ்வாறு நமது நிகழ்காலத்தைப் புரிந்துகொள்ள முடிந்தது என்பது பற்றியெல்லாம் பேசினேன். இவ்வாறெல்லாம் நான் சொல்வதைக் கேட்டு, அரசியல், புரட்சிசெயல்பாடுகள், கிழக்கு–மேற்கு உறவு, ஜனநாயகம் போன்ற விஷயங்களில் வழக்கமாக ஈடுபாடு கொண்டிருந்த இளம் வயதினர் முதலில் ஆர்வம் காட்டினர் ஆனால் என் குடி மேசை நண்பர்களைப் போலவே அவர்களும் என் கதையைப் பற்றி உடனே மறந்தும் போயினர். பேராசிரிய நண்பர் என் வற்புறுத்தலுக்காக இக் கையெழுத்துப் பிரதியைப் புரட்டிப் பார்த்துவிட்டு, இஸ்தான்புல்லின் சந்துபொந்துகளில் உள்ள பழைய மரவீடுகளில் இதைப்போல ஆயிரக் கணக்கான கையெழுத்துப் பிரதிகள் கிடைக்கும் என்றார். புராதன ஆட்டமன் எழுத்துருக்களில் இருக்கும் இவற்றை அராபிய குர்ஆன் பிரதிகள் என்று நினைத்து, அலமாரிகளின் மேல் தட்டுகளில் இவற்றைப் பத்திரமாக அடுக்கி வைத்திருப்பார்கள் என்றார். அவ்வாறு நினைக்காதவர்கள்

அவற்றைப் பக்கம் பக்கமாகக் கிழித்து அடுப்பெரித்திருப்பார்கள் என்றும் சொன்னார்.

எனவே, கண்ணாடி அணிந்த, எந்நேரமும் கையில் சிகரெட்டை வைத்திருந்த ஒரு பெண் அளித்த ஊக்கத்தில் இக்கதையை நானே வெளியிடுவது என்று முடிவெடுத்து, அதனைத் திரும்பத் திரும்ப வாசிக்கத் தொடங்கினேன். இந்நூலைத் தற்காலத் துருக்கிய மொழிக்குத் திருத்தி யெழுதும்போது எந்தவொரு நடையழகிற்காகவும் பிரயத்தனப்படவில்லை என்பதை என் வாசகர்கள் அறிந்துகொள்வார்கள்: இந்நூலை மேசைமேல் விரித்து வைத்துவிட்டு, இரண்டு வாக்கியங்களை வாசிப்பேன். பின், அடுத்த அறைக்குச் சென்று என் மனதில் பதிந்திருக்கும் அதன் அர்த்தத்தை இன்றைய மரபுத் தொடர்களைப் பயன்படுத்தி எழுதி முடிப்பேன். இந்நூலுக்கான தலைப்பை இதனை அச்சிட்டு வெளியிட இசைந்த பதிப்பகம்தான் வைத்தது, நான் அல்ல. ஆரம்பத்தில் காணப்படும் சமர்ப்பணத்தைப் பார்த்துவிட்டு வாசகர்கள் இதற்கு ஏதேனும் தனிப்பட்ட முக்கியத்துவம் இருக்கிறதா என்று கேட்கலாம். எல்லாவற்றையும் எல்லாவற்றோடும் தொடர்புபடுத்திக்கொள்வது இன்றைய காலத்தின் கெட்டபழக்கமாக இருக்கிறது. இந்த வியாதிக்கு நானும் ஆட்பட்டிருப்பதால்தான் இக்கதையை இப்போது வெளியிடுகிறேன்.

ஃபரூக் தார்வினோலு

1

வெனிஸ் நகரிலிருந்து நேப்பிள்ஸுக்கு எங்கள் கப்பல் பணித்துக்கொண்டிருந்தபோது, அந்தத் துருக்கியக் கப்பற் படைவரிசை குறுக்கிட்டது. நாங்கள் மூன்று கப்பல்களில் இருந்தோம். ஆனால் பனிமூட்டத்திலிருந்து ஒவ்வொன்றாக வெளிப்பட்ட அவர்களுடைய கப்பல்களின் வரிசையோ முடிவற்றதாகத் தெரிந்தது. எங்கள் மனவுறுதி குலைந்தது. அச்சமும் குழப்பமும் சடுதியில் பீடித்தன. எங்கள் கப்பலில் நாங்கள் பிணைக் கைதிகளாக பிடித்து, துடுப்பிட வைத்துக்கொண்டிருந்த துருக்கியர்களும் மூர் இனத்தவரும் சந்தோஷமாகக் கூச்சலிட ஆரம்பித்தனர். எங்களோடு வந்த மற்ற இரு கப்பல்களும் உடனடியாக செயல்பட்டு, அவசர அவசரமாக மேற்கு நோக்கி வந்த வழியே திரும்பின. எங்கள் கப்பலும் திரும்பினாலும் வேகத்தைக் கூட்ட முடியவில்லை. எங்கள் கப்பல் தலைவர், அகப்பட்டவுடன் தண்டிக்கப்படுவோமென்ற பயத்தில், கப்பலை வேகமாகச் செலுத்த வைக்க துடுப்பிட்டுக்கொண்டிருந்த கைதிகளை சவுக்கால் அடிக்கவும் தயங்கி, குழப்பத்தோடு நின்றிருந்தார். இந்தக் கோழைத்தனம்தான் என் மொத்த வாழ்க்கையையுமே மாற்றிவிட்டதாக என் பிந்தைய வருடங்களில் அடிக்கடி நினைத்திருக்கிறேன்.

எங்கள் கப்பல்தலைவர் திடீரென பயத்தால் ஆட்கொள்ளப்படாமல் இருந்திருந்தால் என் வாழ்க்கை முற்றிலுமாக மாறியிருக்குமென்று இப்போதுதான் எனக்குத் தோன்றுகிறது. யாருடைய வாழ்க்கையும் முன்கூட்டியே தீர்மானிக்கப்படுவதில்லையென்றும், எல்லோருடைய கதைகளுக்கும் ஆதாரமாகத் தற்செயல் நிகழ்வுகளின் வரிசைதான் இருக்கிறது என்றும் நம்புகிறவர்கள் பலர் உண்டு. இருந்தாலும், இவ்வாறு நம்புகிறவர்கள்கூட, வாழ்க்கையைத் திரும்பிப் பார்க்கும்போது, தற்செயலாக நடந்த விஷயங்கள்கூட தவிர்க்க முடியாமல் நடந்தவைதான் என்ற முடிவுக்கு வருகிறார்கள். அப்படியானதொரு தருணத்தைத்தான்,

ஒரு பழைய மேசையில் அமர்ந்து எனது நூலை எழுதிக்கொண்டு, பனிப்புகைமூட்டத்திலிருந்து பேயுருவாக வெளிவரும் துருக்கியக் கப்பல்களின் நிறங்களை மனக்கண்ணில் தரிசித்துக் கொண்டிருக்கும் இக்கணத்தில் அடைந்திருக்கிறேன். கதை ஒன்றைச் சொல்வதற்கு இதுதான் சரியான நேரம் என்று தோன்றுகிறது.

மற்ற இரண்டு கப்பல்களும் துருக்கியக் கலங்களிலிருந்து தப்பித்து, பனிமூட்டத்துக்குள் மறைவதைப் பார்த்து எங்கள் தலைவருக்கு நிம்மதியும் நம்பிக்கையும் ஏற்பட்டு, கடைசியாக துடுப்புக்காரர்களை தைரியமாக அடிக்கத்தொடங்கினார். காலம் கடந்த முயற்சி. விடுதலையாகப் போகும் உற்சாகத்தில் எழுச்சியுற்றிருந்த அவர்களிடம் சாட்டையடிகள் எந்த விளைவையும் ஏற்படுத்தவில்லை. மருட்டும்படி கவிந்திருந்த பனிச்சுவரை வெட்டிக்கொண்டு வண்ண அலைகளாக பத்து துருக்கிய கப்பல்கள் வெளிவந்து எங்களைச் சூழ்ந்துகொள்ள, எங்கள் கப்பற் தலைவர் இப்போது போராட முடிவு செய்துவிட்டார் – எதிரியை வெல்ல அல்ல; அவரது அச்சத்தையும் அவமானத்தையும். அடிமைகளை இரக்கமின்றி விளாசினார். பீரங்கிகளைத் தயாராக்கும்படி உத்தரவிட்டார். ஆனால் தாமதமாக எழும்பத்தொடங்கிய போராட்டத் தீ, வந்த வேகத்தில் அணைந்தும்விட்டது. எங்கள் கப்பல்மீது சரமாரியாக பீரங்கிக் குண்டுகள் தாக்கத்தொடங்கின. உடனே சரணடையாவிட்டால் நிச்சயம் எங்கள் கப்பல் மூழ்கிவிடும் என்ற கட்டத்தில் சரணாகதிக் கொடியை உயர்த்தினோம்.

துருக்கிய கப்பல்கள் எங்களை வந்தடைவதற்காகக் காத்திருந்தோம். சுற்றிலும் கடல் நிச்சலனமான அமைதியில் பரந்து விரிந்திருந்தது. எனது அறைக்குத் திரும்பினேன். என் மொத்த வாழ்க்கையையும் மாற்றப்போகும் ஜென்ம எதிரிகளுக்காக அல்லாமல், என்னைச் சந்திக்க வரும் நண்பர்களுக்காகக் காத்திருப்பதைப்போல, எனது உன்மைகளை ஒழுங்குசெய்து அடுக்கினேன். எனது சிறிய இரும்புப்பெட்டியைத் திறந்து புத்தகங்களை எடுத்துப் பார்த்தபடி சிந்தனையில் மூழ்கினேன். ஃபிளாரென்ஸில் பெரும் தொகை கொடுத்து வாங்கிய புத்தகத்தை எடுத்துப் புரட்டும்போது கண்களில் நீர் நிரம்பியது. அறைக்கு வெளியே வீறிடல்களும், அங்குமிங்கும் ஓடுகிற காலடிச்சத்தங்களும், பெருங்கூச்சல்களும் கேட்டன. எந்த நேரத்திலும் புத்தகம் என் கையிலிருந்து பிடுங்கப்படலாம்; ஆனாலும் அதைப்பற்றி யோசிக்காமல், அதன் பக்கங்களில் இருப்பவற்றை மனதில் நிறைத்துக்கொள்ளவேண்டுமென்று விரும்பினேன். நான் இழக்கப்போவதாக பயந்துகொண்டிருக்கும் என் கடந்தகால வாழ்க்கை முழுவதும் அந்தப்புத்தகத்தின் சிந்தனை வயப்பாடுகளிலும், வாக்கியங்களிலும், சமன்பாட்டுக் குறியீடுகளிலும் பொதிந்திருப்பதாகத் தோன்றியது. பிரார்த்தனை வசனங்களைப்போல அந்நூலின் பல்வேறு சொற்றொடர்களைக் கள்ளக்குரலில் முணுமுணுத்தபடி வாசித்தேன். மொத்த நூலையும் என் ஞாபகத்தில் முழுதாகப் பொறித்து வைத்துக்கொள்ள வேண்டுமென ஒரு தவிப்பு மூண்டது. அவர்கள் கடைசியில் என்னிடம் வரும்போது, அவர்களைப் பற்றியோ, என்னை எப்படியெல்லாம் துன்புறுத்துவார்கள் என்றோ கவலைப்படாமல், மனப்பாடம் செய்து வைத்திருக்கும் இந்நூலின் மகத்தான வாசகங்களை

நினைவுகூர்ந்தபடி என் கடந்தகால வாழ்வின் வண்ணங்களில் மகிழ்ச்சியோடு திளைத்திருக்க வேண்டும்.

அந்த நாட்களில் நான் வேறொரு மனிதனாக இருந்தேன். அம்மாவும், வருங்கால மனைவியும், நண்பர்களும் கூட என்னை வேறொரு பெயரில்தான் அழைத்தார்கள். நானாக இருந்த அம்மனிதன் – அவன் நான்தான் என்று இப்போது நம்பிக்கொண்டிருக்கிறேனே, அவன் – அவ்வப்போது என்கனவுகளில் பிரவேசித்துக்கொண்டுதான் இருக்கிறான். கனவிலேயே மௌனமாக அலறி, வியர்வையில் தொப்பலாக நனைந்து விழித்தெழுகிறேன். ஒருபோதும் நிஜத்தில் இருந்திராத அந்த நிலங்களின் சாயமிழந்த நிறங்களை, கனவைப் போன்ற சாயல்களை, இதுவரை பூமியில் தோன்றியிருக்காத விலங்குகளை, அதன் பின்னர் ஒவ்வொரு வருடமும் நாங்கள் கண்டுபிடித்து உருவாக்கிய ஆயுதங்களை ஞாபகத்திற்கு மீட்டெடுத்துவரும் அந்த மனிதன் அப்போது இருபத்திமூன்று வயதினனாக இருந்தான். ஃபிளாரென்ஸிலும் வெனிஸிலும் 'அறிவியலும் கலையும்' படித்திருந்தான். வானவியல், கணிதம், இயற்பியல், ஓவியம் போன்றவற்றை கொஞ்சம் அறிந்திருப்பதாக நம்பியிருந்தான். ஆம் அவனுக்கு இறுமாப்பு அதிகம்தான்: அவனுடைய காலத்திற்கு முன் சாதிக்கப்பட்டிருந்தவற்றில் பெரும்பாலானவற்றை கரைத்துக் குடித்திருந்ததால், அவன் எல்லாவற்றிலும் மூக்கை நுழைத்துக்கொண்டிருந்தான். எல்லாவற்றையும் தன்னால் மேலதிக சிறப்பாகச் செய்துவிட முடியுமென்ற நம்பிக்கை அவனுக்கு இருந்தது. தனக்கு யாரும் நிகரில்லை, வேறு எவரையும்விட தான் மிகவும் அறிவாளி, படைப்பாற்றல் மிக்கவன் என்று அவன் நம்பியிருந்தான். சுருக்கமாகச் சொன்னால் அவன் ஒரு சராசரி இளைஞன். எனக்கென்று ஒரு கடந்த காலத்தைக் கண்டுபிடிக்க வேண்டியிருக்கும்போது, தன்னுடைய அன்புக்குரிய காதலியிடம் தனது ஆர்வங்களையும், தனது திட்டங்களையும், உலகவிஷயங்களையும், அறிவியல் நுட்பங்களையும் பேசிப்பேசி, அவள் உள்ளத்தைக் கொள்ளை கொண்டிருந்த அவன்தான் உண்மையில் நான் என்று நினைக்கும்போது வேதனையளிக்கிறது. ஆனால் ஒருநாள், இக்கதையை ஒருசிலராவது பொறுமையோடு கடைசிவரை படித்துவிட்டு, நான் அந்த இளைஞன் அல்லவென்று புரிந்துகொள்வார்கள் என்று என்னை நானே தேற்றிக்கொள்கிறேன். பெருமதிப்புவாய்ந்த நூல்களை வாசித்துக்கொண்டிருக்கும்போதே தனது வாழ்க்கையைத் தொலைத்துவிட்ட அந்த இளைஞனின் கதை எங்கே அறுபட்டதோ, அங்கிருந்தே பின்னர் தொடர்ந்திருக்கிறது என்பதை இப்போது நான் அறிந்திருப்பதைப்போலவே அந்தப் பொறுமைசாலி வாசகர்களும் நினைக்கக்கூடும்.

அந்தத் துருக்கிய கடலோடிகள் சாய்ப்பிடைகளைப் போட்டு எங்கள் கப்பலுக்குள் ஏறிவர, நான் எனது புத்தகங்களைப் பெட்டியில் வைத்துவிட்டு வெளியே எட்டிப்பார்த்தேன். மேற்தளத்தில் அமளி வெடித்திருந்தது. அங்கு எல்லோரையும் ஒன்றுதிரட்டி அவர்களின் உடைகளைக் கிழித்தெறிந்து நிர்வாணமாக நிற்க வைத்திருந்தார்கள். இந்தக் குழப்பத்தில் திருட்டுத்தனமாக நழுவி கடலில் குதித்துவிடலாமாவென்று ஒரு கணம் தோன்றிற்று. நிச்சயமாகக் கடலிலேயே என்னை சுட்டுத் தள்ளி விடுவார்கள், இல்லாவிட்டால் சுலபமாகப் பிடித்து மேலே

கொண்டுவந்து அடித்தே சாகடித்துவிடுவார்கள் என்று மறுகணமே உறைத்தது. மேலும் கடற்கரை எவ்வளவு அருகில் இருக்கிறது என்றும் தெரியவில்லை. முதலில் யாரும் என்னைக் கண்டுகொள்ளவில்லை. விலங்குகள் அவிழ்க்கப்பட்ட முஸ்லிம் அடிமைகள் சந்தோஷத்தில் குதித்துக் கொண்டிருந்தார்கள். அவர்களில் ஒரு சிலர் சேர்ந்துகொண்டு, தங்களை சவுக்கால் அடித்தவர்களைப் பழிதீர்த்துக் கொண்டிருந்தார்கள். கொஞ்ச நேரத்திலேயே என்னைக் கண்டுபிடித்து, அறைக்குள் நுழைந்து என் உடைமைகளைக் கொள்ளையடிக்கத் தொடங்கினர். பெட்டிகளைத் திறந்து தங்கம் ஏதாவது இருக்கிறதாவென்று எல்லாவற்றையும் எடுத்துப் போட்டுத் தேடினர். சில புத்தகங்களையும், எல்லா உடைகளையும் கவர்ந்துகொண்டு அவர்கள் கிளம்ப, மிச்சமிருந்த ஒன்றிரண்டு புத்தகங்களை நான் சேகரித்து எடுப்பதைக் கண்ட ஒருவன் திரும்பி வந்து என்னைத் தரதரவென்று இழுத்துக்கொண்டு அவர்களுடைய தலைமை மாலுமிகளில் ஒருவனிடம் கொண்டு சேர்த்தான்.

அந்தத் தலைமை மாலுமி என்னை ஒழுங்காகவே நடத்தினான். அவன் ஜெனோவைச் சேர்ந்த ஒரு மதம்மாறி என்று பின்னர் அறிந்துகொண்டேன். அவன் எனது தொழில் என்னவென்று கேட்டான். என்னையும் துடுப்பு இழுக்க வைத்துவிடுவானோ என்ற பயத்தில், எடுத்த எடுப்பிலேயே நான் ஒரு வானவியல் வல்லுனன், இரவு நேர கடற்பயண நெறிமுறை அறிந்தவன் என்று பெருமையாகச் சொன்னேன். அது அங்கிருந்தவர்கள் எவரிடமும் எந்தச் சலனத்தையும் ஏற்படுத்தவில்லை. என்னை இழுத்து வந்தபோது கையில் வைத்திருந்த உடற்கூறியல் புத்தகம் நினைவுக்கு வர, நான் ஒரு மருத்துவனும்கூட என்றேன். அவர்கள் உடனே கையிழந்த ஒருவனைக் காட்டி சிகிச்சையளிக்கச் சொன்னார்கள். நான் அறுவை சிகிச்சையாளன் அல்ல என்றேன். அது அவர்களைக் கோபப்படுத்தியது. மற்றவர்களோடு என்னையும் துடுப்பிழுக்க உத்தரவிட இருந்தார்கள். அந்நேரத்தில் அந்தத் தலைமை மாலுமி என்னிடமிருந்த புத்தகங்களை கவனித்துவிட்டு, என்னை அழைத்தான். சிறுநீர், நாடித்துடிப்பு பற்றிய வைத்திய முறைகள் தெரியுமாவென்று கேட்டான். தெரியுமென்றதும் துடுப்பிழுக்கும் கும்பலிலிருந்து என்னை விடுவிக்க உத்தரவிட்டான். சந்தர்ப்பத்தைப் பயன்படுத்திக்கொண்டு, என்னிடமிருந்து கவர்ந்துகொண்ட புத்தகங்கள் சிலவற்றை மீட்டெடுத்துக்கொண்டேன்.

ஆனால் இந்தச் சலுகையால் எனக்குத் தொல்லைகள்தான் அதிகரித்தன. துடுப்பிழுக்க அனுப்பப்பட்டிருந்த மற்ற கிருத்துவர்கள் என்னை உடனே வெறுத்தொதுக்கத் தொடங்கினர். துருக்கிய எஜமானர்களோடு அதற்குள் நான் நெருக்கமாகி விட்டிருந்ததால்தான் பயந்துகொண்டு, எங்களை ஒன்றாக அடைத்து வைத்திருந்த இடத்தில் வைத்துத் தூங்கும்போது என்னை அவர்கள் கொல்லவில்லையென்று நினைக்கிறேன். எங்களுடைய கோழைத்தனமான கேப்டனைத் துருக்கியர்கள் அதற்குள் கொன்றுவிட்டிருந்தனர். மீதமிருந்த மற்றவர்களையும் பயமுறுத்தி எச்சரிப்பதற்காக, முன்பு எங்கள் கப்பலில் துருக்கிய அடிமைகளை யார்யாரெல்லாம் அடித்தார்களோ, அவர்களின் மூக்குகளையும் காதுகளையும் அறுத்தெறிந்துவிட்டு, ஒரு மிதவையில் ஏற்றினர். அவர்களை

நடுக்கடலில் அநாதரவாக விட்டுவிட்டு எங்கள் கப்பல் நகர்ந்தது. காயமுற்றிருந்த துருக்கியர்கள் சிலர் நான் அளித்த சிகிச்சையில் பூரண குணமடைந்தனர். எந்த உடற்கூறியல் நிபுணத்துவத்தையும் செலுத்தி அளித்த சிகிச்சைகள் அல்ல அவை. சிலருக்கு எனது விவேகத்தைப் பயன்படுத்தி எளிமையான சிகிச்சைகள் செய்திருந்தேன். மற்றவர்களுக்குத் தானாக குணமாகியிருந்தன. ஆனால் எல்லோரும் என்னை மருத்துவன் என்று நம்பத்தொடங்கிவிட்டனர். பொறாமையால் நான் மருத்துவன் அல்லவென்று துருக்கியர்களிடம் கோள் சொன்னவர்கள்கூட இரவு தங்குமிடத்தில் என்னிடம் வந்து காயங்களுக்கு சிகிச்சை பெற்றுக் கொண்டனர்.

இஸ்தான்புல்லை அடைந்ததும் கோலாகலமான கொண்டாட்டங்கள் எங்களை வரவேற்றன. சுல்தான் ஓர் இளம் பாலகன். கொண்டாட்டங்களை அவர் பார்த்துக்கொண்டிருப்பதாகச் சொன்னார்கள். கப்பலின் கொடிக்கம்பங்கள் எல்லாவற்றிலும் துருக்கியர்கள் தமது பதாகைகளை ஏற்றிவிட்டு, கம்பங்களின் அடியில் எங்கள் கொடிகளையும், கன்னிமேரி, சிலுவைச் சின்னங்களையும் தலைகீழாகத் தொங்கவிட்டனர். இஸ்தான்புல்லின் மதவெறியர்கள் சிலர் கப்பலுக்குள் ஏறி, எங்கள் சின்னங்களை இழிவுபடுத்தியதைக்கூட அவர்கள் தடுக்கவில்லை. பீரங்கிகள் வானோக்கி முழங்கின. எதிர்காலத்தில் இதைப்போன்ற கொண்டாட்டங்களைச் சோகமும் வெறுப்பும் சந்தோஷமுமாக நிறைய பார்க்கப்போகிறேனென்றாலும், இம்முறை இது நெடுநேரத்திற்குச் சென்றதாகத் தோன்றியது. பார்வையாளர்களில் சிலர் வெயிலில் மயங்கி விழுந்தனர். மாலை நெருங்கும் சமயத்தில் காஸிம்பாஷாவில் நங்கூரம் பாய்ச்சினோம். சுல்தானிடம் எங்களை அழைத்துச் செல்வதற்குமுன் எங்கள் எல்லோருக்கும் விலங்கிட்டனர். எங்கள் படைவீரர்களை அவமானப்படுத்துவதற்காகக் கவச உடைகளை முதுகுப்புறம் முன்புறம் இருக்குமாறு அணியவைத்தனர். எங்கள் அதிகாரிகளுக்குக் கழுத்தில் இரும்பு வளையங்களை மாட்டினர். எங்கள் கப்பலிலிருந்து கைப்பற்றிய ஊதுகொம்புகளையும், எக்காளங்களையும் இரைச்சலாக ஒலித்தபடி அரண்மனைக்கு வெற்றி ஊர்வலமாக எங்களை இழுத்துச் சென்றனர். நகரமக்கள் தெருவோரங்களில் வரிசையாக நின்று ஆர்வமாக வேடிக்கை பார்த்தார்கள். எங்கள் பார்வைக்குப்படாமல் அமர்ந்திருந்த சுல்தான், தனக்குத் தேவைப்படுகின்ற அடிமைகளைச் சுட்டிக்காட்ட, அவர்கள் எங்களிடமிருந்து தனியே பிரிக்கப்பட்டனர். மீதமிருந்த எங்களை சின்னச்சின்னப் படகுகளில் ஏற்றி 'தங்கக்கொம்பு' என்ற பொருள்கொண்ட அல்டூன் பொய்நூஸ் ஜலசந்தி வழியாக காலதாவுக்குக் கொண்டுசென்று, சாதிக்பாஷா சிறையில் அடைத்தார்கள்.

சகித்துக்கொள்ள முடியாத இடம் அந்தச் சிறைச்சாலை. மிகச்சிறிய, ஈரமான அறைகளுக்குள் நூற்றுக்கணக்கான கைதிகள் அடைக்கப்பட்டு, அந்த ஓதத்தில் அழுகிக் கொண்டிருந்தனர். எனது புதிய தொழிலை சோதித்துப்பார்க்க நிறையப்பேர் கிடைத்தார்கள். சிலருக்கு குணமும் ஆனது. காவலர்களின் முதுகு, கால் வலிக்கு மருந்துகள் பரிந்துரைத்தேன். இங்கும் மற்றவர்களிடமிருந்து என்னைத் தனியாக நடத்தினார்கள். சூரியவெளிச்சம்

வரும்படியான அறை கிடைத்தது. எனக்கு வாய்த்த சந்தர்ப்பங்களுக்கு நான் நன்றி சொல்லவேண்டுமென்று நினைத்துக்கொண்டிருந்தபோது ஒரு நாள் காலை மற்றவர்களோடு என்னையும் எழுப்பி வேலைக்குச் செல்ல உத்தரவிட்டார்கள். சமீபத்திய சலுகைகளால் அடைந்த தைரியத்தில், உடன்பட மறுத்தேன். நான் ஒரு மருத்துவன் என்றேன். மருந்தியல், அறிவியல் அறிஞனை மற்றவர்களைப்போல உடலுழைப்பு வேலை செய்யச்சொல்வதா என்று எதிர்த்தேன். அவர்கள் கிண்டலாகச் சிரித்தனர். பாஷாவின் தோட்டத்தைச் சுற்றி மதிற்சுவர் கட்டுவதற்கு ஆட்கள் வேண்டுமாம். ஒவ்வொரு நாளும் சூர்யோதயத்திற்கு முன் அனைவரும் ஒன்றாக விலங்கிடப்பட்டு நகருக்கு வெளியே கொண்டுசெல்லப்பட்டோம். நாள் முழுக்க கல் உடைத்து, கல்சுமந்து வேலைசெய்தபின் மாலை மீண்டும் சங்கிலியில் பிணைத்து சிறைக்கு ஓட்டிக்கொண்டு வருகையில் இஸ்தான்புல் ஓர் அழகான நகரம்தான் என்று உணர்வேன். ஆனால், இங்கே ஒருவன் எஜமானாகத்தான் வாழவேண்டும், அடிமையாக அல்ல.

இருந்தாலும் நானொன்றும் சாதாரண அடிமை அல்ல. மக்களுக்கு நான் ஒரு மருத்துவன் என்று தெரிந்துவிட்டதால், சிறையில் அழுகிக்கொண்டிருக்கும் அடிமைகளுக்கு மட்டுமல்லாமல் மற்றவர்களுக்கும் சிகிச்சையளித்துக் கொண்டிருந்தேன். சிகிச்சையில் சம்பாதித்த பணத்தில் பெரும்பங்கை யாருக்கும் தெரியாமல் என்னை வெளியே கூட்டிச்சென்ற காவலாளிகளுக்குத் தரவேண்டியிருந்தது. அவர்களிடமிருந்து ஒளித்து வைத்த பணத்திலிருந்து துருக்கிய மொழி கற்றுக்கொள்வதற்குச் செலவழித்தேன். பாஷாவின் சில்லரை விவகாரங்களை கவனித்துக் கொண்டிருந்த ஒரு வயதான நல்ல மனிதர்தான் என்னுடைய ஆசிரியர். துருக்கிய மொழியை நான் மிக வேகமாகக் கற்றுக்கொள்வதைக் கண்டு மிகவும் மகிழ்ந்து, நான் விரைவில் ஒரு முஸ்லிமாக மாறிவிடுவேன் என்றார். ஒவ்வொரு நாள் பாடம் முடிந்ததும் அவருக்குத் தர வேண்டிய தட்சணைத் தொகையைக் கட்டாயப்படுத்தி அளிக்க வேண்டியிருந்தது. என் ஆரோக்கியத்தில் கவனமாக இருக்க வேண்டுமென்ற எச்சரிக்கையுணர்வு இருந்ததால் அவரிடமே பணம் கொடுத்து நல்ல உணவை வாங்கிவரச் செய்தேன்.

பனி கவிந்திருந்த ஒரு மாலை நேரத்தில் எனது சிறை அறைக்கு அலுவலர் ஒருவர் வந்து, பாஷா என்னைச் சந்திக்க விரும்புவதாகத் தெரிவித்தார். வியப்பும் பரபரப்பும் மேலிட உடனே தயாரானேன். எனது நாட்டிலுள்ள செல்வாக்கான என் உறவினர்களில் யாரோ, ஒருவேளை என் வருங்கால மாமனாராகக்கூட இருக்கலாம், என்னை விடுவிப்பதற்காக பிணையத் தொகை கொடுத்தனுப்பியிருப்பார்கள் என்று நினைத்தேன். வளைந்து நெளிந்து சென்ற குறுகலான தெருக்களில் பனிமூட்டத்தினூடே நடந்து செல்லும்போது ஏதோ கனவிலிருந்து விழித்தெழுந்ததைப்போலச் சீக்கிரத்திலேயே என் வீட்டுக்குள்ளே, என் அன்பானவர்கள் சூழ இருக்கப்போகிறேன் என்று நினைத்துக்கொண்டேன். ஒருவேளை என்னை விடுதலை செய்யப் பேச்சுவார்த்தை நடத்துவதற்கு யாரையாவது அவர்கள் அனுப்பியிருக்கக்கூடும். ஒருவேளை இன்றிரவே, இந்தக் கொட்டும் பனியில் என்னை ஒரு கப்பலில் ஏற்றி என் நாட்டுக்குக்கூட அனுப்பிவிடலாம். பாஷாவின் மாளிகையை அடைந்தபோது, அங்கிருந்த

சூழலைப் பார்த்ததும் என் கனவுகள் சரிந்தன. என்னை அவ்வளவு எளிதாக யாராலும் காப்பாற்றிவிட முடியாது என்பதை உணர்ந்தேன். அங்கே இருப்பவர்கள் அனைவரும் இறுக்கமாக, எதிலும் பட்டுக்கொள்ளாமல், சர்வஜாக்கிரதையாகக் காணப்பட்டார்கள். ஒருவரும் முகம் கொடுத்துப் பேசவில்லை.

முதலில் ஒரு நீண்ட கூடத்திற்கு என்னைக் கூட்டிச்சென்றனர். வெகுநேரம் காத்திருந்த பின்னர் அங்கிருந்த ஓர் அறைக்கு அனுப்பினர். அங்கு சிறிய மெத்தையில் ஒரு குள்ள மனிதர் கம்பளி போர்த்திக்கொண்டு சாய்ந்திருந்தார். பார்ப்பதற்குக் கண்டிப்பானவராகத் தெரியவில்லை. அவருக்குப் பக்கத்தில் திடகாத்திரமாக ஒருவன் நின்றிருந்தான். படுத்திருந்தவர்தான் பாஷா என்று தெரிந்தது. தலையை அசைத்துத் தன்னருகே அழைத்தார். சகஜமாக என்னைப்பற்றிக் கேட்கத்தொடங்கினார். வானவியலிலும், கணிதத்திலும், ஓரளவுக்குப் பொறியியலிலும் நான் விற்பன்னன் என்றாலும், எனக்கு மருத்துவ அறிவு உண்டென்றும், நிறைய நோயாளிகளைக் குணப்படுத்தியிருப்பதாகவும் சொன்னேன். நான் பேசிக்கொண்டேயிருந்தபோது குறுக்கிட்டு, துருக்கிய மொழியை அவ்வளவு விரைவாகக் கற்றுக்கொண்டிருப்பதால் நான் நிச்சயம் பெரிய அறிவாளியாகத்தான் இருக்க வேண்டுமென்று பாராட்டினார். தொடர்ந்து, அவருக்கு உடல்நலப் பிரச்சனைகள் சில இருப்பதாகவும், மற்ற மருத்துவர்களால் குணப்படுத்த முடியாததால் என்னைப்பற்றிக் கேள்விப்பட்டு அழைத்திருப்பதாகவும் சொன்னார்.

அவர் தனக்கு வந்திருக்கும் வியாதியைப் பற்றி சாங்கோபாங்கமாக விவரிக்கத் தொடங்கினார். அவர் சொல்வதைக் கேட்டால், அது மிக அபூர்வமானது போலவும், உலகத்தில் சாதாரண மனிதர்களை அண்டாமல் பாஷாக்களை மட்டும் தாக்கக்கூடியது என்பது போலவும் இருந்தது. அவருடைய எதிரிகள் இறைவனிடம் அவரைப்பற்றி அவதூறுகள் சொல்லி, அவரை ஏமாற்றி, பாஷாவுக்கு இந்த நோயை வரவழைத்துக் கொடுத்திருப்பதாக என்னை நம்பவைக்க முயன்றார். ஆனால் அவருக்கு வந்திருப்பது சாதாரண மூச்சிரைப்புதான். இருந்தாலும் அவரை வெகுநேரத்திற்கு ஆய்வு செய்தேன், இருமச்சொல்லிக் கேட்டேன். பின் சமையலறைக்குச் சென்று, புதினாவையும் அங்கிருந்த வேறு சில பொருட்களையும் சேர்த்துத் துவையலாக அரைத்து மருந்துருண்டைகள் செய்தேன். இருமல் கஷாயமும் தயாரித்தேன். விஷமாக இருக்குமோவென்று பாஷா பயந்ததால், அவருக்கு எதிரிலேயே அந்த மருந்துருண்டையையும், கொஞ்சம் கஷாயத்தையும் விழுங்கிக் காட்டினேன். நான் மாளிகையை விட்டு ரகசியமாக வெளியேற வேண்டுமென்றும், யார் கண்ணிலும் படாமல் சிறைக்குத் திரும்பிவிட வேண்டுமென்றும் சொன்னார். திரும்பும்போது அந்த அதிகாரி, நான் பாஷாவுக்கு சிகிச்சையளிப்பது மற்ற மருத்துவர்களுக்குத் தெரிந்துவிடக் கூடாதென்று அவர் கவலைப்படுவதாகச் சொன்னார். அடுத்த நாளும் சென்றேன். இருமச் சொல்லிக் கேட்டு, அதே மருந்துகளைத் தயாரித்துக் கொடுத்தேன். நான் கொடுத்த வண்ண வண்ண மருந்துருண்டைகளை உள்ளங்கையில் வைத்துக்கொண்டு வெகுவாக ரசித்தார். சிறைக்குத் திரும்பும்போது அவர்

சீக்கிரம் குணமாகிவிடவேண்டுமென்று பிரார்த்தித்துக்கொண்டேன். அடுத்த நாள் வாடைக்காற்று வீசத்தொடங்கிற்று. அந்த மென் குளிர்க் காற்றில் எப்பேர்ப்பட்ட நோயாளிக்கும் குணமாகிவிடும் என்று நம்பினேன். ஆனால் மாளிகையிலிருந்து அதற்குப் பிறகு அழைப்போ, சேதியோ வரவில்லை.

ஒரு மாதம் கழித்து மீண்டும் ஒரு நடுராத்திரியில் அழைப்பு வந்தது. பாஷா மிகவும் தெம்பாக இருந்தார். எதிரிலிருந்த சிலரை முழுமூச்சோடு கத்தித்திட்டுவதைக் கேட்கும்போது அவரது சுவாசம் சரியாகிவிட்டிருப்பது நிம்மதியை அளித்தது. என்னைக் கண்டதும் முகமலர்ந்து, முற்றிலும் குணமாகிவிட்டதாகச் சொன்னார். நான் ஒரு நல்ல மருத்துவன் என்றார். உனக்கு என்ன வேண்டும், கேள் என்றார். உடனே விடுதலை செய்யச் சொல்லிக் கேட்டால் செய்யமாட்டார் என்று தெரியும் என்பதால் என்னை அடைத்து வைத்திருக்கும் சிறையைப்பற்றிப் புகார் செய்தேன். வானவியல் மருத்துவ ஆராய்ச்சியில் உபயோககரமாகப் பணியாற்ற வேண்டிய என்னை இதுபோன்ற கடுமையான உடலுழைப்பு வேலைகளில் ஈடுபடுத்துவது நியாயமா என்றேன். நான் சொன்னதையெல்லாம் எந்தளவுக்கு அவர் காதுகொடுத்துக் கேட்டுக்கொண்டார் என்று தெரியவில்லை. அவர் எனக்களித்த வெகுமதியில் பெரும்பங்கை திரும்பிச்செல்கையில் உடன்வந்த காவலாளிகள் பிடுங்கிக்கொண்டனர்.

ஒரு வாரம் கழித்து நள்ளிரவில் அதிகாரி ஒருவர் அறைக்கு வந்தார். தப்பிச்செல்லமாட்டேன் என்று சத்தியம் வாங்கிக்கொண்டு விலங்கை அவிழ்த்துவிட்டார். மீண்டும் அதே கட்டுமான வேலைக்குத்தான் அனுப்பினார்கள், ஆனால் கையை வீசி நடந்து செல்லும் சலுகை மட்டும் கிடைத்தது. கண்காணிப்பாளர்கள் எனக்கு விசேஷ அந்தஸ்தை அளித்தனர். மூன்று நாட்கள் கழித்து அந்த அதிகாரி எனக்குப் புதிய உடைகளைக் கொடுத்தார். நான் பாஷாவின் அபிமானத்தில் இருப்பதைப் புரிந்துகொண்டேன்.

இரவுகளில் பல்வேறு மாளிகைகளுக்குத் தொடர்ந்து அழைக்கப் பட்டுக்கொண்டிருந்தேன். கிழட்டு கடற்கொள்ளையர்களின் மூட்டுவாதத் திற்கும் இளம் வீரர்களின் வயிற்றுவலிக்கும் மருந்தளித்தேன். அரிப்பு, ரத்தசோகை, தலைவலி ஆகியவற்றால் பாதிக்கப்பட்டவர்களின் ரத்தத்தைக் கொஞ்சம் வெளியேற்றி சிகிச்சை அளித்தேன். பணியாள் ஒருவனின் திக்குவாய் மகனுக்குக் கஷாயம் செய்து கொடுத்த ஒருவாரம் கழித்து அந்தப்பையன் குணமாகி, எனக்காக ஒரு கவிதை வாசித்துக்காட்டினான்.

பனிக்காலம் இவ்வாறாகக் கழிந்தது. பாஷா என்னைக் கூப்பிட்டு மாதங்களாகியிருந்தன. அவர் மத்தியதரைக்கடலில் படையோடு இருப்பதாக வசந்தம் தொடங்கிய சமயத்தில் செய்தி வந்தது. கோடையின் வெப்பதினங்களில் நான் சோர்ந்தும் விரக்தியுற்றும் இருப்பதைக் கண்ட என் சகாக்கள், நான் மருத்துவனாக ஏராளமாக சம்பாதித்துக் கொண்டிருக்கையில் துக்கப்படுவதற்கு என்ன இருக்கிறது என்று என்னைச் சீண்டினர். பல வருடங்களுக்கு முன் முஸ்லிமாக மதம் மாறிவிட்டிருந்த ஒரு முன்னாள் அடிமை, நான் தப்பியோடிவிடக்கூடாது என்று

அறிவுரை செய்தான். அவர்களுக்கு உபயோகமாக இருக்கும் அடிமை ஒருவனை – இப்போது நான் இருப்பதைப்போல – எப்போதுமே கூட வைத்திருப்பார்களாம். அவன் நாட்டுக்குத் திரும்ப அனுமதியொன்றும் தரமாட்டார்கள் என்றாலும் நிறைய சௌகரியங்கள் ஏற்படுத்தித் தருவார்களாம். இவனைப் போலவே நானும் ஒரு முஸ்லிமாக மதம் மாறிவிட்டால், அடிமைப் பணியிலிருந்து விடுவிக்கப்படுவேனாம். வேறு எதையும் அதிகமாக எதிர்பார்க்க முடியாதாம். என் மனதில் இருப்பதை அறிந்துகொள்ளவே இதையெல்லாம் சொல்கிறான் என்று தெரிந்ததால், எனக்குத் தப்பிச்செல்லும் எண்ணம் எதுவும் இல்லை என்று சொன்னேன். எனக்குத் தப்பித்துச் செல்ல விருப்பம் இல்லாமல் இல்லை, தைரியம்தான் இல்லை என்பதைச் சொல்லவில்லை. தப்பிச் சென்றவர்கள் எல்லோருமே கொஞ்சதூரம் போவதற்குள் பிடிபட்டிருக்கிறார்கள். அப்புறம் அந்த துரதிர்ஷ்டசாலிகளுக்குக் கிடைத்த ரத்த விளாறியான காயங்களுக்கு இரவில் நான்தான் மருந்து போட்டிருக்கிறேன்.

இலையுதிர்காலம் நெருங்கும் சமயத்தில், பாஷா படைகளோடு திரும்பினார். இம்முறையும் போன ஆண்டு போலவே சுல்தான் அவர்களுக்கு பீரங்கி முழங்க மரியாதையையும், நகர மக்களை உற்சாகப்படுத்தும் கோலாகலங்களையும் அவர் முயன்றாலும் இம்முறை அவர் போதியளவுக்கு வெற்றி கண்டிருக்கவில்லையென்பது வெளிப்படையாகத் தெரிந்தது. சொற்ப அளவிலேயே அடிமைகளைச் சிறைபிடித்திருந்தனர். வெனீசியர்கள் ஆறு கப்பல்களை எரித்துவிட்டதாகக் கேள்விப்பட்டோம். ஊரைப் பற்றிய தகவல்களைக் கேட்பதற்காக அந்த அடிமைகளைத் தனியாகச் சந்திக்கும் சந்தர்ப்பத்தை எதிர்பார்த்திருந்தேன். அவர்களில் பெரும்பாலோர் ஸ்பானியர்கள். உணவுக்காகக் கெஞ்சுவதைத் தவிர வேறு எதற்காகவும் வாயைத் திறக்காத, முட்டாள்தனமான, கோழைகளாக இருந்தார்கள். அவர்களில் ஒருவன் மட்டும் ஆர்வத்தைத் தூண்டுபவனாக இருந்தான். ஒரு கையை இழந்திருந்தவன் அவன். அவனுடைய மூதாதையர் ஒருவரும் இதைப் போன்ற துரதிர்ஷ்டத்தால் ஒரு கரத்தை இழந்திருந்தாராம். ஆனால் அவர் ஒரே கையை வைத்துக்கொண்டு, காதலும் வீரமும் செறிந்த காவியம் ஒன்றை எழுதியதாகச் சொன்னான். இவனுக்கும் அதைப் போன்ற கனவு இருப்பதாகவும், அதை நிறைவேற்றுவதற்காகவாவது இவர்களிடம் அடிவாங்காமல் பிழைத்திருப்போம் என்று நம்புவதாகவும் சொன்னான். பிற்காலத்தில் எனது பிழைப்புக்காகக் கதைகள் எழுதிக்கொண்டிருந்தபோது, கதை எழுதுவதற்காகவே வாழவேண்டுமென்று கனவு கண்டுகொண்டிருந்த அந்த இளைஞனை நினைத்துக்கொண்டேன். இதற்குப் பிறகு கொஞ்ச நாட்களிலேயே சிறைக்குள்ளே ஒரு பயங்கரத் தொற்றுநோய் பரவி, பாதிக்கும் மேற்பட்ட அடிமைகளைப் பலிகொண்டது. காவலர்களுக்கு லஞ்சம் கொடுத்து இந்தத் தொற்றுப் பரவலிலிருந்து என்னைக் காப்பாற்றிக்கொண்டேன்.

பிழைத்திருந்த மிச்ச அடிமைகளைப் புதிய பணிகளுக்காகக் கூட்டிச்சென்றனர். நான் போகவில்லை. மாலை நேரங்களில் சிறைக்குத் திரும்பியதும் அவர்கள் பேசிக்கொண்டிருந்ததிலிருந்து, தங்கக்கொம்பு ஜலசந்தியின் முனைக்கு அவர்களைக் கூட்டிச்சென்று, மரத்தச்சர்கள்,

ஆடை வடிவமைப்பாளர்கள், ஓவியர்களின் கண்காணிப்பில் காகிதக் கூழில் கப்பல்கள், கோட்டைகள், கோபுரங்களின் பொம்மைகளைச் செய்யவைத்திருக்கிறார்களென்று தெரிந்தது. இவையெல்லாம் எதற்காக என்று பின்னர் அறிந்தோம்: பாஷாவின் மகன் பிரதம மந்திரியின் மகளை மணக்க இருப்பதால், அதற்கான ஆடம்பர ஏற்பாடுகள்தாம் அவை.

ஒருநாள் காலை பாஷாவின் மாளிகையிலிருந்து அழைப்பு வந்தது. மூச்சிரைப்பு மீண்டும் தாக்கியிருக்கக் கூடுமென்று நினைத்துக்கொண்டு சென்றேன். பாஷாவைப் பார்க்க முடியவில்லை. ஓர் அறையில் என்னை அமரவைத்துக் காத்திருக்கச் சொன்னார்கள். கொஞ்சநேரம் கழித்து இன்னொரு கதவு திறந்தது. என்னைவிட ஐந்தாறு வயது மூத்த யாரோ ஒருவன் உள்ளே வந்தான். அண்ணாந்து அவன் முகத்தைப் பார்த்த நான் அதிர்ந்தேன். என் உடல் முழுக்க பயத்தில் விதிர்த்தது.

2

அந்த அறைக்குள் நுழைந்தவனுக்கும் எனக்கும் இருந்த உருவ ஒற்றுமை நம்பமுடியாமலிருந்தது! அங்கே நின்றிருந்தது. *நானே*தான்... அந்த முதல் கணத்தில் எனக்குத் தோன்றிய எண்ணம் இதுதான். யாரோ என்னிடம் மாயவித்தை காட்டுகிறார்கள், நான் உள்ளே நுழைந்த கதவுக்கு நேரெதிரே இருக்கும் கதவைத் திறந்துகொண்டு என்னை மீண்டும் உள்ளே அனுப்பியிருக்கிறார்கள். 'இதோ பார், நீ இப்படித்தான் இருக்கவேண்டும், கதவைத் திறந்துகொண்டு நீ இப்படித்தான் வந்திருக்க வேண்டும், உன் கைகளை இப்படித்தான் வைத்துக்கொண்டிருக்கவேண்டும், அறையில் அமர்ந்திருக்கும் அந்த இன்னொருவன் இப்படித்தான் உன்னைப் பார்த்திருக்க வேண்டும்' என்று அவர்கள் இப்படி விளையாட்டு காட்டுகிறார்கள். எங்கள் பார்வைகள் சந்தித்ததும், ஒருவரையொருவர் வணங்கிக் கொண்டோம். ஆனால் அவன் ஆச்சரியமடைந்திருப்பதைப் போலத் தெரியவில்லை. அவன் அந்தளவுக்கு ஒன்றும் என்னை ஒத்திருப்பதாக இல்லையென்று பிறகு முடிவு செய்தேன். அவனுக்குத் தாடி இருந்தது. மேலும் என் முகமே எப்படியிருக்குமென்று எனக்கு மறந்து விட்டதுபோலிருந்தது. அவன் என்னைப் பார்த்தபடி எதிரே உட்கார்ந்தபோது, என் முகத்தைக் கண்ணாடியில் பார்த்தே ஒரு வருடமாகிவிட்டது என்பதை உணர்ந்தேன்.

கொஞ்சநேரம் கழித்து, நான் உள்ளே வந்த கதவு திறந்து அவன் அழைக்கப்பட்டான். தனியாகக் காத்திருக்கும் போது இவை எல்லாமே என் குழம்பிய மனதின் கற்பனைதானேயொழிய, திறமையாகத் திட்டமிடப்பட்ட குறும்பாக இருக்காது என்று தோன்றியது. மேலும் அந்த நாட்களில் எப்போதும் கற்பனைகளிலேயே மூழ்கியிருந்தேன். தாய்நாட்டுக்குத் திரும்புவதைப் போலவும், எல்லோரும் என்னை வரவேற்பதைப் போலவும் கற்பனைகள் சூழ்ந்துகொண்டிருந்தன. இங்கிருந்து என்னை உடனே விடுதலை செய்துவிடுகிறார்கள்; கப்பலின் உள்ளறையில் நான் இன்னமும் நன்றாகத் தூங்கிக்கொண்டிருக்கிறேன் என்றெல்லாம் என்னை நானே தேற்றிக் கொள்ளும்படியான பல்விதக் கற்பனைகளை உருவாக்கித் திளைத்துக்கொண்டிருந்தேன். இதுகூட என்

பகற்கனவுகளில் ஒன்று எனவும், இப்போது அவையனைத்தும் கலைந்து பழைய நிலைக்குத் திரும்பப்போகிறேன் என்றும் நினைக்கும் நேரத்தில் கதவு திறந்து, உள்ளே அழைக்கப்பட்டேன்.

பாஷா, என் உருவப்பிரதியாளனுக்கு சற்றுப் பின்னால் நின்றிருந்தார். அவரது அங்கியின் விளிம்பில் முத்தமிட என்னை அனுமதித்தார். என்னிடம் நலம் விசாரித்தார். நான் உடனே, சிறையில் அனுபவித்துவரும் துயரங்களை விவரித்து, தாய்நாட்டுக்குத் திரும்பவேண்டும் என்பதே என் விருப்பம் என்பதைச் சொல்ல விரும்பினேன். ஆனால் அவர் நான் சொல்வதைக் கேட்பார் என்று தெரியவில்லை. அறிவியல், வானியல், பொறியியல் துறைகளில் எனக்கு நிபுணத்துவம் இருப்பதாக முன்னர் தெரிவித்தது அவருக்கு நினைவில் இருப்பதாகச் சொன்னார். சரி, எரிமருந்துகள் நிரப்பி ஏவப்படும் வாணவெடிகள் தயாரிப்பு பற்றித் தெரியுமா என்றதற்கு உடனே, தெரியும் என்றேன். அந்த நொடியில் பாஷாவுக்குப் பக்கத்தில் நின்றிருந்த அவன் கண்களைச் சந்தித்தேன். இவர்கள் இருவரும் என்னை ஏதோ பொறியில் சிக்கவைக்கிறார்களோ?

அவர் நடத்தப்போகும் திருமணம் ஈடிணையற்றதாக இருக்க வேண்டுமென்று திட்டமிட்டு வருவதாகச் சொன்னார். வாணவேடிக்கைகள் இதற்குமுன் யாரும் பார்த்திராத அளவுக்கு மகத்தானதாக அமைய வேண்டுமாம். சுல்தான் அவர்கள் பிறந்தபோது ஒரு மால்டா தேசத்தவன் ஏற்பாடு செய்த செப்பிடு வித்தைக்காரர்கள் நிகழ்ச்சி சிறப்பாக இருந்தது என்றார். இந்த சமயத்தில்தான் என் உருவப்பிரதியாளனை 'ஹோஜா' என்று அவர் விளிப்பதைக் கேட்டேன். 'ஹோஜா' என்றால் எஜமான். அந்த மால்டாகாரனும் ஹோஜாவும் சேர்ந்து அப்போது வாணவேடிக்கைகள் செய்துகாட்டினார்களாம். இப்போது மால்டா ஆசாமி இறந்துவிட்டதால், ஹோஜாவுக்கும் இவற்றைப்பற்றி அதிகம் தெரியவில்லையாம், நான் அவனுக்கு உதவியாக இருந்தால், நிகழ்ச்சியை சிறப்பாக நடத்திவிடலாம் என்று நினைப்பதாகச் சொன்னார். இருவரும் சேர்ந்து வாணவேடிக்கைகளை பிரம்மாண்டமாக நடத்திக்காட்டிவிட்டால் பாஷா எங்களுக்குத் தகுந்த வெகுமதியளிப்பாராம். என் மனதில் இருப்பதைக் கேட்பதற்கான காலம் வந்துவிட்டதென்று நினைத்து, துணிச்சலை வளர்த்துக்கொண்டு, நான் விரும்புவது எல்லாம் என் தாய்நாட்டுக்குத் திரும்புவது மாட்டும்தான் என்றேன். பாஷா, நான் இங்கு வந்ததிலிருந்து விபச்சார விடுதி எதற்காவது போயிருக்கிறேனா என்று கேட்டார். நான் இல்லையென்றதும், பெண்ணுடலின்மீது வேட்கை இல்லாத ஒருவனுக்கு விடுதலையளிப்பதில் என்ன பலன் இருக்கிறது என்றார். ஆனால் இதைச் சொல்வதற்கு பாஷா பயன்படுத்திய மொழி மிகவும் ஆபாசவகையைச் சேர்ந்தது. சிறைக்காவலர்கள் இப்படிப் பேசுவதைக் கேட்டிருக்கிறேன். அவர் சொன்னதைக் கேட்டு நான் ஸ்தம்பித்துப் போயிருப்பதைக் கண்டு வெடித்துச் சிரித்தார். 'ஹோஜா' என்றழைக்கப்பட்ட அந்தப் பேயுருவனைத் திரும்பிப் பார்த்தார். நிகழ்ச்சியை வெற்றிகரமாக நிகழ்த்திக்காட்டவேண்டிய பொறுப்பு அவனுடையது என்றார். நாங்கள் புறப்பட்டோம்.

காலையில் என் உருவப்பிரதியாளனின் வீட்டுக்கு நடந்து செல்லும்போது அவனுக்கு எதைச் சொல்லித்தரப் போகிறோம் என்று திகைப்பாக இருந்தது.

அவனுக்கு என்னைவிட அதிக அறிவு இருப்பதாகத் தெரியவில்லை. மேலும் நாங்கள் உடன்படிக்கை ஒன்றில் கட்டுண்டிருக்கிறோம். அதைச் சரியாக செய்துமுடிப்பதுதான் எனக்கு ஏதாவது பலனளிக்கக்கூடியதாக இருக்கும். வாணவெடி தயாரிப்பில் பெரிய பிரச்சனையே சரியான எரிபொருட்கள் கலவையை உண்டாக்குவதுதான் என்பதில் இருவரும் உடன்பட்டோம். சோதனை முயற்சியாக, தராசையும் இதர அளவைச் சாதனங்களையும் வைத்துக்கொண்டு, பல்வேறு கலவைகளைக் கவனமாகத் தயாரித்தோம். இரவுகளில் ஸுர்திபியில் நகர மதிற்சுவர்களின் இருளில் அந்த வாணவெடிகளைக் கொளுத்தினோம். அவை வெடித்துச் சிதறிய விதங்களைக் கவனித்துக் குறிப்பெடுத்துக்கொண்டோம். இருட்டில், மேலும் கருப்பாக நின்றிருந்த மரங்களுக்குக் கீழே நின்றபடி நாங்கள் வெடிகளைக் கொளுத்திவிட்டு, விளைவுகளைப் பதற்றத்தோடு கவனித்துக் கொண்டிருப்பதைச் சிறுவர்கள் வியப்புடன் பார்த்துக்கொண்டிருந்தனர். பல வருடங்கள் கழித்து இதே சோதனைகளை நாங்கள் உருவாக்கிய அபாரமான ஆயுதங்களைக் கொண்டு பகல் நேரத்தில் நடத்திப் பார்த்ததற்கு இப்போது நடத்திய சோதனைகள்தான் முன்னோட்டமாக இருந்தன. இந்தச் சோதனைகளுக்குப் பிறகு, நிலா வெளிச்சத்திலும், கும்மிருட்டிலும் ஒரு சிறிய நோட்டுப்புத்தகத்தில் குறிப்புகள் எடுத்துக்கொண்டு, தங்கக்கொம்பு ஜலசந்திக்கு எதிரேயிருந்த ஹோஜாவின் வீட்டுக்குச் செல்வோம். சோதனை முடிவுகளை விரிவாக விவாதிப்போம்.

அவனுடையது மிகச்சிறிய ஒடுக்கமான, அழகற்ற வீடு. அந்தக் கோணல்மாணலான தெரு முழுக்கச் சாக்கடை நீர் தேங்கியிருக்கும். எந்த இடத்தில் தொடங்கி இப்படி சாக்கடைத் தண்ணீர் வழிகிறது என்பதை ஒருபோதும் என்னால் கண்டறிய முடிந்ததில்லை. அநேகமாக அறைக்கலன் எதுவும் அந்த வீட்டில் இல்லை. ஒவ்வொரு முறை அவ்வீட்டுக்குள் நுழையும்போதும் ஒரு வினோதமான இறுக்கமும் துக்கஉணர்வும் என்னை ஆட்கொள்ளும். ஒருவேளை நான் அவனை 'ஹோஜா' என்றுதான் கூப்பிடவேண்டும் என்று உத்தரவிட்டிருந்ததனால் இருக்கலாம். அவனுடைய பாட்டனாரின் பெயரைத்தான் அவனுக்கு வைத்திருந்தார்கள். அது அவனுக்குப் பிடிக்கவில்லையென்பதால் அந்தப் பெயரைச்சொல்லிக் கூப்பிட வேண்டாம் என்றான். குறிப்பாக எதுவென்று தெரியாவிட்டாலும் என்னிடமிருந்து எதையோ கற்றுக்கொண்டாக வேண்டுமென்ற தவிப்பு அவனிடம் இருந்தது. எந்நேரமும் என்னை வைத்த கண் வாங்காமல் கவனித்துக்கொண்டிருந்தான். சுவரையொட்டிப் போடப்பட்டிருந்த தாழ்வான திவான் மெத்தைகளில் உட்கார்ந்து பழக்கமில்லாததால் நின்றபடியே அவனோடு விவாதித்துக்கொண்டிருந்தேன். சில நேரங்களில் பதற்றத்தோடு அந்த அறைக்குள் குறுக்கும் நெடுக்குமாக நடந்தபடியே நான் பேசுவதை அவன் மிகவும் ரசித்ததாகத்தான் நினைக்கிறேன். விளக்கு வெளிச்சம் எவ்வளவு மங்கலாக இருந்தாலும் அசையாமல் உட்கார்ந்துகொண்டு நான் சொல்வதையெல்லாம் கவனமாக கிரகித்துக்கொண்டிருந்தான்.

எங்களிடையே இருந்த உருவ ஒற்றுமையைக் கவனிக்காமல், என்னையே அவன் தொடர்ந்து பார்த்துக்கொண்டிருப்பது என்னை

அசௌகரியப்படுத்தியது. ஆனால் இந்த ஒற்றுமையை அவன் கவனித்தும், கண்டுகொள்ளாமல் இருக்கிறானோ என்றுகூட ஓரிரு முறை தோன்றியிருக்கிறது. அவன் என்னிடம் விளையாடுகிறானா, அல்லது என்னிடமிருந்து புரிந்துகொள்ள முடியாத தகவல்களைப் பெறுவதற்காக ஏதோவொரு வகையில் என்னை சோதித்துப் பார்க்கிறானாவென்று சந்தேகமாக இருந்தது. முதலில் சில நாட்களுக்கு, எதையோ தீர்க்கமாக கற்றுக்கொள்பவனைப்போலத் துருவித்துருவிக் கேட்டுக்கொண்டிருந்தான். எனது விளக்கங்கள் புரியப்புரிய, அவனது கேள்விகளும் அதிகரித்தன. ஆனால் இந்த வினோத அறிவுத்தேடல் முயற்சியில் ஒரு கட்டத்துக்குப் பிறகு மேலும் ஆழமாகச் செல்வதில் அவனுக்குத் தயக்கம் இருந்ததைப் போலிருந்தது. இந்தத் தீர்மானமற்ற தன்மைதான் இந்த வீட்டுக்குள் நுழைந்தாலே என்னை மூச்சுத்திணற வைத்துக்கொண்டிருந்தது என்று நினைக்கிறேன். அவனது தயக்கம் என் தன்னம்பிக்கையைச் சற்று அதிகரித்தாலும், அச்சம் தெளிவிப்பதாக இல்லை. எங்கள் சோதனைகளைப்பற்றிப் பேசிக்கொண்டிருந்தபோது நான் ஏன் இன்னமும் முஸ்லிமாக மதம் மாறாமலிருக்கிறேன் என்று இரண்டுமுறை கேட்டான். நைச்சியமாக ஒரு வாக்குவாதத்துக்குள் என்னை இழுக்க முயல்கிறான் என்று தெரிந்து பதிலளிக்காதிருந்தேன். என் சுயக்கட்டுப்பாடு அவனை எரிச்சலுக்குள்ளாக்குகிறது என்பதை உணரும்போது எனக்கும் கோபம் வந்தது. அந்த நாட்களில் இவ்வாறாகத்தான் ஒருவரையொருவர் தருக்கோடு, இழிவுபடுத்திக்கொண்டு பரஸ்பரம் புரிந்துகொள்ள முயன்று வந்தோம். இந்த வாணவேடிக்கை நிகழ்ச்சியை எவ்வித அசம்பாவிதமுமின்றி, அமோகமாக நடத்திக்காட்டிவிட்டால், என்னைத் தாய்நாட்டுக்குத் திரும்ப அனுமதித்து விடுவார்கள், அதுவரை எந்தப் பிரச்சனையிலும் சிக்கிக்கொள்ளக்கூடாது என்பதுதான் என் முக்கியக் கவலையாக இருந்தது.

ஒருநாள் இரவு, நாங்கள் சோதித்துப்பார்த்த வாணவெடி இதுவரை எட்டியிராத அளவுக்கு மிகமிக உயரே பாய்ந்துசென்று வெடித்தது. ஹோஜா உற்சாகமடைந்து என்றாவது ஒருநாள் நிலாவின் உயரத்தை எட்டும்படியாக ஒரு வாணவெடியைத் தன்னால் உருவாக்க முடியுமென்ற நம்பிக்கை இப்போது வந்திருப்பதாகக் குதூகலித்தான். ஒரே பிரச்சனை என்னவென்றால் அந்தளவுக்கு வெடிமருந்தையும், அது கொள்ளும்படியான கலத்தையும் வாணவெடியில் பொருத்துவதுதான் என்றான். நான் அவனிடம் சந்திரன் என்பது எட்டமுடியாத தொலைதூரத்தில் இருக்கும் கிரகம் என்று விளக்கினேன். அவன் எரிச்சலோடு குறுக்கிட்டு, ஆனாலும் பூமிக்கு அருகிலிருக்கும் கிரகம் அதுதானே என்றான். நான் ஒப்புக்கொண்டாலும் அவன் சமாதானமாகவில்லை. என்மீது பயங்கரக் கோபத்தில் இருந்தான். அப்புறம் எதுவும் பேசவில்லை.

இரண்டு நாட்களுக்குப் பின் நள்ளிரவில் அவன் மீண்டும் அதே கேள்வியைக் கிளப்பினான். சந்திரன்தான் பூமிக்கு மிக அருகேயிருக்கும் கிரகம் என்று எப்படி எனக்கு உறுதியாகத் தெரியும்? மாயவொளித் தோற்றத்தின் காரணமாக அப்படித் தெரியலாம், என்றான். அப்போதுதான் அவனிடம் எனது வானவியல் படிப்பைப் பற்றி முதன்முதலாகச் சொன்னேன். தாலமியின் அண்ட அமைப்பியல் அடிப்படை விதிகளைச் சுருக்கமாக

விவரித்தேன். அவன் ஆர்வத்தோடுதான் கவனித்ததைப் போலிருந்தது, ஆனால், அதை வெளிக்காட்டிக்கொள்ளாமல் எதுவும் கேட்காதிருந்தான். நான் விளக்கி முடித்ததும், அவனுக்கும்கூட தாலமி என்ற அறிஞர் கண்டறிந்த அண்ட அமைப்பியல் உண்மைகள் தெரியுமென்றாலும், பூமிக்கும் நிலவுக்கும் இடையே இன்னொரு கோள் உள்ளது என்றே அவன் நம்புவதாகச் சொன்னான். இதையே விஸ்தாரமாகப் பிரஸ்தாபித்துவிட்டு, அவன் குறிப்பிடும் கோளைப்பற்றிய ஆதாரங்கள் தன்னிடம் இருப்பதாகச் சொன்னபோது விடியத்தயாராக இருந்தது.

அடுத்த நாள், மோசமாக மொழிபெயர்க்கப்பட்ட கையெழுத்துப்படி ஒன்றை என் கையில் திணித்தான். எனது அரைகுறை துருக்கிய மொழியை வைத்துக்கொண்டே அதைப்படித்துப் புரிந்துகொள்ள முடிந்தது. அது தாலமி எழுதிய *Almageist*ன்சுருக்கம். அதுகூட அசல் பிரதியின் சுருக்கப்பட்ட வடிவம் அல்ல. வேறொரு சுருக்கப்பட்ட வடிவத்தின் பொழிப்புரை. அதிலிருந்த கோள்களின் அராபியப் பெயர்கள் மட்டுமே என்னைக் கவர்ந்தன. அவன் எதிர்பார்த்த சுவாரஸ்யத்தைக் காட்டாமல் அந்தப்புத்தகத்தை மூடிவைத்ததும் கோபப்பட்டான். இந்தப் புத்தகத்தை வாங்குவதற்கு ஏழு தங்க நாணயங்களை செலவழித்தானாம். என் இறுமாப்பை ஒதுக்கி வைத்துவிட்டு அந்த அருமையான புத்தகத்தை நிதானமாகப் புரட்டிப் பார்க்க வேண்டும் என்றான். ஒரு கீழ்படிந்த மாணவனைப்போல அப்புத்தகத்தை மீண்டும் திறந்து, ஒவ்வொரு பக்கமாகப் பார்த்தேன். நடுவில் தேர்ச்சியின்றி வரையப்பட்ட வரைபடம் ஒன்று இருந்தது. பூமிக்கு அடுத்தடுத்து இருக்கும் கோள்கள் செப்பமற்ற வட்ட வடிவங்களில் வரையப்பட்டிருந்தன. கோள்கள் வரையப்பட்டிருந்த வரிசை சரியாக இருந்தாலும், அவற்றிற்கிடையில் உள்ள தூரங்களைப் பற்றிய எந்த அறிவும் வரைந்தவருக்கு இருக்கவில்லை. அந்தப் படத்தில் பூமிக்கும் நிலவுக்கும் நடுவில் குட்டியாக கோள் ஒன்று வரையப்பட்டிருப்பதைப் பார்த்தேன். உன்னிப்பாகப் பார்த்தபோது, அது வரையப்பட்டிருந்த மையின் நிறம், தன்மை எல்லாமே புதிதாக இருந்தது. கையெழுத்துப்படியில் பிற்பாடு சேர்க்கப்பட்ட இடைச்செருகல் அது. மொத்தப்புத்தகத்தையும் படித்து முடித்துவிட்டு ஹோஜாவிடம் திருப்பிக்கொடுத்தேன். அவன் அந்தக்கோளைக் கண்டுபிடிக்கப்போவதாகச் சொன்னான். நகைச்சுவைக்காகச் சொல்வதைப்போலத் தெரியவில்லை. நான் அமைதியாக இருந்தேன். அந்த மௌனம் அவனை சஞ்சலப்படுத்திய அளவுக்கு என்னையும் குலைத்தது. அதற்குப் பிறகு நாங்கள் தயாரித்த வாணவெடிகள் எதுவும் அந்தளவுக்கு உயரத்தை எட்டாததால், வானவியல் விவாதத்திற்கு மறுபடியும் நுழைய வேண்டியிருக்கவில்லை. அந்த ஒரு முறை அவ்வளவு உயரத்துக்குச் சென்றது தற்செயலானதுதான் போல. அதன் மர்மத்தை எங்களால் கண்டுபிடிக்க முடியவில்லை.

ஆனால், அதற்குப்பிறகு நாங்கள் தயாரித்த வெடிகளில் பிரகாசமும், வண்ண வெடிப்புகளும் மிகச்சிறப்பாகவே உண்டாகின. எங்களுக்கும் அந்த வெற்றிகளின் ரகசியம் மெதுவாகப் புலப்படத் தொடங்கிற்று. ஹோஜா கண்டுபிடித்த ஒரு மூலிகைக்கடையில், ஒவ்வொரு மூலிகைப்பொடியையும் சோதித்துப்பார்த்தோம். அந்தக் கடைக்காரனுக்கே பெயர் தெரிந்திராத

ஒரு மூலிகைப்பொடி மிகப் பிரகாசமாக வெடித்துச்சிதறியது. அது கந்தகமும் மயில்துத்தமும் சேர்ந்த கலவையாகத்தான் இருக்குமென்று முடிவெடுத்தோம். பின் அதனோடு வேறு எதையெதையோ சேர்த்து புதியவகை வண்ணவெடிப்புகளின் ஒளி கிடைக்கிறதாவென்று சோதித்துப் பார்த்தோம். ஆனால், எல்லாக் கலவைகளிலிருந்தும் காபி பழுப்பிலும் வெளிர் பச்சையிலும் ஒன்றுடனொன்று வேறுபட்டு தெரியாதபடிக்கே வெடித்துக்கொண்டிருந்தன. ஹோஜா மனம் தளராமல், இஸ்தான்புல் இதுவரை கண்ணுற்ற வாணவேடிக்கை எதைவிடவும் இது நிச்சயம் மேலானதாகவே இருப்பதாகச் சொன்னான்.

இதையேதான் விழாக்கொண்டாட்டம் தொடங்கிய இரண்டாவது நாளிரவு எங்களது வாணவேடிக்கையைக் கண்ட எல்லோரும் – எங்கள் முதுகுக்குப் பின்னால் கிண்டலடித்துக்கொண்டிருந்த எதிரிகள் கூட – சொன்னார்கள். எங்கள் வித்தைகளைப் பார்க்க சுல்தான் தங்கக்கொம்பு ஜலசந்தியின் கோடிமுனைக்கு வந்து வீற்றிருப்பதாகத் தகவல் வந்ததும் பதற்றமானேன். ஏதாவது தவறாக நடந்து தொலைத்தால் நான் என் நாட்டுக்குத் திரும்பப் பல வருடங்களாகிவிடலாம் என்று பயமாக இருந்தது. வாணவேடிக்கையைத் தொடங்க அவர்கள் உத்தரவிட்டதும், கடவுளை வேண்டிக்கொண்டேன். முதலில் விருந்தினர்களை வரவேற்பதற்காகவும் வாணவேடிக்கைத் துவங்கப்போவதை அறிவிப்பதற்காகவும் நிறமற்ற தீக்கீற்று வாணவெடிகளை வானில் ஏவினோம். உடனே அதற்கடுத்ததாக, நானும் ஹோஜாவும் 'காற்றாலை வெடி' என்று பெயரிட்டிருந்த கொத்துவளைய வெடிகளை ஏவினோம். சடுதியில் வானம் சிவப்பாக, மஞ்சளாக, பச்சையாக அலங்காரத் தீப்பரவல்களில் அச்சுறுத்தும்படியாக மாறியது, நாங்கள் எதிர்பார்த்ததைவிட அழகான ஆரம்பம். வாணவெடிகள் உயரே எழும்ப, எழும்ப, கொத்துவெடி வளையங்களின் வேகம் அதிகரித்து, சுழன்று, சுழன்று, திடீரென சுற்றுவட்டாரத்தையே கண்கூச வைக்கும்படி அந்த வண்ணத்தீக் கதம்பங்கள் வெடித்து, அந்தரத்திலேயே அசையாமல் மிதந்து கொண்டிருக்கும்போது, ஒரு கணம் நான் வெனிஸ் நகரில் எட்டு வயதுப் பையனாக வாணவேடிக்கையை முதன்முதலாகப் பார்த்த சம்பவம் என் ஞாபகத்தில் வந்தது. அப்போது எனக்காக வாங்கிவந்த சிவப்பு நிற உடையை என்னை அணியவிடாமல் என் அண்ணனுக்குப் போட்டுவிட்டிருந்த சோகத்தில் இருந்தேன். அதற்கு முந்தைய தினம் சண்டையில் அவன் தனது புதுச் சட்டையைக் கிழித்துவிட்டிருந்தான். அதற்காக என் உடையை விட்டுக்கொடுக்க வேண்டியிருந்தது. என் சட்டையின் நிறத்திலேயே வாணங்கள் பிரகாசச் சிவப்பாக வெடித்துக்கொண்டிருந்தன. அண்ணனைத் திரும்பிப் பார்த்தேன். சட்டை இறுக்கமாக இருந்ததால், அதே நிறத்திலிருந்த பொத்தான்கள் பிதுக்கிக்கொண்டிருந்தன. இனி அந்தச் சட்டை திரும்ப என் கைக்கு வந்தாலும் நான் அதை அணிந்து கொள்ளப்போவதில்லை என்று அப்போது சத்தியம் செய்துகொண்டது இப்போதுதான் நடந்ததுபோல நினைவில் தளும்பியது.

பின்னர் 'நெருப்பூற்று' என நாங்கள் பெயரிட்டிருந்த வாணத்தைக் கொளுத்தினோம். ஐந்து ஆள் உயரத்திற்கு அமைக்கப்பட்டிருந்த

சாரக்கட்டின் வாயிலிருந்து தீப்பொறிகள் வெடித்தெழுந்தன. கடற்கரையின் கோடியிலிருந்து காண்பவர்களுக்கு இவ்வண்ணமயமான தீவிளையாட்டுகள் மிக அற்புதமாகத் தெரிந்திருக்கும். 'நெருப்பூற்'றின் வாயிலிருந்து வெடிகளை ஏவியபோது நாங்கள் அடைந்த மகிழ்ச்சியை அவர்களும் அடைந்திருக்கக்கூடும். அவர்களது உற்சாகத்தைக் குறைக்க விரும்பாமல், அடுத்த கட்ட வாணவேடிக்கைகளுக்கு நகர்ந்தோம். தங்கக்கொம்பில் மிதந்துகொண்டிருந்த இலகுப்படகுகளான கயீக்குகள் அதிர்ந்தாடின. முதலில் காகிதக்கூழில் செய்யப்பட்ட கோபுரங்களும் கோட்டைகளும் அவற்றின் தூபிகளிலிருந்து ஏவப்பட்ட வெடிகளால் தீப்பற்றி எரியத்தொடங்கின. இவையெல்லாம் முந்தைய வருடங்களில் இவர்கள் ஈட்டிய வெற்றிகளுக்கான குறியீடுகளாக அமைக்கப்பட்டவை. இந்த வரிசையில், நாங்கள் வந்த கப்பல் இவர்களால் சிறை பிடிக்கப்பட்ட கட்டம் வந்தபோது, நான் அடிமையாக்கப்பட்ட அந்த தினத்தை மீண்டும் வாழ்ந்து பார்க்க வேண்டியிருந்தது. கப்பல்கள் எரிந்து மூழ்கியதும், இரண்டு கரையிலுமிருந்து 'ஆண்டவா, ஆண்டவா' என கூக்குரல்கள் எழும்பின. அதற்கடுத்து நாங்கள் தயாரித்த டிராகன்களை ஒன்றன்பின் ஒன்றாக ஏவினோம். அவற்றின் மாபெரும் நாசித்துவாரங்களிலிருந்தும், பிளந்த வாய்களிலிருந்தும், கூரான செவிகளிலிருந்தும் தீப்பிழம்புகள் பீறியடித்தன. திட்டமிட்டபடி அவற்றை ஒன்றுடனொன்று மோதவைத்தோம். இரண்டும் ஒன்றையொன்று தோற்கடிக்க முடியாமல் தீரமாக சண்டையிட்டன. கரையிலிருந்து இன்னும் பல வாணங்களை ஏவி வெடித்து, வாணத்தை மேலும் சிவப்பாக்கினோம். வானத்தில் கருமையேறியதும், கயீக் படகுகளிலிருந்த எமது ஆட்கள் உருளையேற்றப் பொறியைத் திருகத்திருக, டிராகன்கள் மெதுவாக, மிக மெதுவாக வானில் உயரத்தொடங்கின. அந்தப் பெருங்கூட்டத்திலிருந்து கிளம்பிய அச்சமும் வியப்பும் மேலிட்ட கூச்சல்களுக்கிடையே, டிராகன்கள் மீண்டும் ஒன்றையொன்று தாக்கத்தொடங்கின. கூச்சல் மேலும் அதிகரித்தது. கயீக் படகுகளிலிருந்து ஒரே நேரத்தில் வாணங்கள் ஏவப்பட்டன. அந்தப் பேயுருக்களின் உடல்களில் நாங்கள் பொருத்தியிருந்த திரிகள், திட்டமிட்டிருந்தபடியே ஒரே நேரத்தில் பற்றிக்கொள்ள, நாங்கள் எதிர்பார்த்த நெருப்போவியம் வானில் மிதக்கத் தொடங்கியது. முழு வானும் பெரும் தீயாக உருமாறியது. பக்கத்தில் இருந்த ஏதோ ஒரு குழந்தை பயத்தில் மிரண்டு வீறிட்டபோது, எங்கள் முயற்சி வெற்றியடைந்துவிட்டதை உணர்ந்தேன். அந்தக் குழந்தையின் அப்பா, அது அழுவதுகூட உறைக்காமல் வாயைப் பிளந்தபடி வானத்தைப் பார்த்துக்கொண்டிருந்தான். என்னை விடுதலை செய்யப்போகும் தருணம் சமீபித்துவிட்டது என்ற நம்பிக்கை வந்தது. அதே நேரத்தில், இருட்டில் புதைந்திருந்த கயீக் ஒன்றிலிருந்து 'பிசாசு' என்று நாங்கள் பெயரிட்டிருந்த வாணம் அந்த வான்வெளி தீப்பரவலை நோக்கி எழும்பத் தொடங்கியது. அதன் உடம்பு முழுக்க நிறைய வெடிகளையும் பொருத்தியிருந்தோம். அவை வெடிக்கும்போது எங்கள் ஆட்களோடு சேர்த்து கயீக் படகுகள் எல்லாமே தீப்பற்றி அழிந்து விடுமோ என்றுகூட ஒருகட்டத்தில் பயப்படத்தொடங்கினோம். ஆனால், அனைத்தும் நாங்கள் திட்டமிட்டபடியே அசம்பாவிதம் ஏதுமின்றி நடந்தேறிக்கொண்டிருந்தன. நெருப்பை உமிழ்ந்துகொண்டு, சண்டையிட்டபடியே அந்த டிராகன்கள்

இருட்டு வானுக்குள் மறைய, 'பிசாசு'ம் அதன் வாணவெடிகளும் ஒரே நேரத்தில் பற்றிக்கொண்டு வானில் எம்பின. அதன் உடலிலிருந்து நெருப்புப்பந்துகள் வெடித்து, அகன்ற வானெங்கும் பாய்ந்து சிதறின. அந்தக் கணத்தில் இஸ்தான்புல் மாநகரம் மொத்தத்தையும் பயந்து நடுங்கவைத்துவிட்டோம் என்று நினைக்கையில் பெருமையாக இருந்தது. என் வாழ்நாளில் செய்ய நினைத்திருந்த விஷயங்களைச் செய்து பார்ப்பதற்கான தைரியம் எனக்குக் கடைசியில் வந்துவிட்டதை நினைத்துப் பயமாகவும் இருந்தது. அந்தக்கணத்தில், நான் இருக்கும் நகரம் எதுவென்பதுகூட முக்கியமாகப் படவில்லை. அந்தப் 'பிசாசு' வாணம் கீழிருக்கும் கூட்டத்தினர் மீது தீப்பொறிகளைப் பொழிந்தபடி, இரவு முழுக்க அந்தரத்தில் மிதந்துகொண்டிருக்க வேண்டுமென்று விரும்பினேன். இரு கரையிலிருந்தும் பீறிடுகின்ற சந்தோஷ வெறிக்கூச்சலுக்கிடையே அங்குமிங்கும் அசைந்தாடியபடி அந்தப் 'பிசாசு' தங்கக் கொம்பின்மீது தள்ளாடிக்கொண்டே மெதுவாக, யாரையும் காயப்படுத்தாமல், இன்னமும் நெருப்பை உமிழ்ந்தபடியே நீரில் மெதுவாக இறங்கி மூழ்கியது.

மறுநாள் காலை பாஷா தேவதைக் கதைகளில் வருவதைப்போலவே பொற்கிழி ஒன்றை ஹோஜாவுக்குத் தந்தனுப்பினார். வாணவேடிக்கைகள் அவருக்குப் பெரும் மகிழ்ச்சியை அளித்ததாகவும், ஆனால் 'பிசாசின் வெற்றி' வினோதமாகப் பட்டதாகவும் சொல்லியனுப்பியிருந்தார். அடுத்து மேலும் பத்து இரவுகளில் வாணவேடிக்கைகளைத் தொடர்ந்து நடத்தினோம். புதிய வாணவேடிக்கைகளைத் திட்டமிட்டோம். ஒவ்வொரு நாளும் எரிந்துபோன உருமாதிரிகளைச் செப்பனிட்டு, மறுபயன்பாட்டுக்குத் தயாராக்கினோம். சிறையிலிருந்த கைதிகளைக்கொண்டு வெடிகளை நிரப்பும்போது மட்டும் துரதிருஷ்டமான ஒரு சம்பவம் நடந்தது. வெடிமருந்துகளைக் கையாளும்போது, ஒரே நேரத்தில் பத்து வெடிமருந்து மூட்டைகள் அடிமை ஒருவனின் முகத்தருகே வெடித்து அவன் பார்வை பறிபோனது.

திருமணக் கொண்டாட்டங்கள் முடிந்ததும் ஹோஜா என் கண்ணிலேயே படவில்லை. இந்த வினோத மனிதனின் துளைத்தெடுக்கும் பார்வையிலிருந்தும், ஒரு நொடி விடாமல் தொடர்ந்த கண்காணிப்பிலிருந்தும் விலகி இருப்பது நிம்மதியாகவே இருந்தது. ஆனால், நாங்கள் இருவரும் இணைந்து செயலாற்றிய சிலிர்ப்பூட்டும் நாட்களை என்னால் நினைத்துப் பார்க்காமலும் இருக்க முடியவில்லை. என் வீட்டுக்குத் திரும்பியதும் அச்சு அசலாக என்னைப்போலவே இருந்த இம்மனிதனைப் பற்றியும், ஆனால் இந்த அச்சுறுத்தும் ஒற்றுமையைப் பற்றி அவன் கண்டுகொள்ளாமல் இருந்ததைப் பற்றியும் எல்லோரிடமும் சொல்வேன். பொழுதைக் கழிப்பதற்காக எனது சிறையறையில் நோயாளிகளை கவனித்துக் கொண்டிருந்தபோது பாஷாவிடமிருந்து அழைப்பு வந்தது. படபடப்பும், அதீத மகிழ்ச்சியுமாகத் தலைதெறிக்க மாளிகைக்கு ஓடினேன். என்னைக் கண்டதும் பாஷா முதலில் கடமைக்காகப் பாராட்டு வார்த்தைகளை உதிர்த்தார். வாணவேடிக்கை நிகழ்ச்சிகள் எல்லோருக்கும் பிடித்திருந்தன, விருந்தினர்கள் பெரிதும் மகிழ்ந்தனர், நான் உண்மையிலேயே நல்ல திறமைசாலிதான் என்றெல்லாம் உணர்ச்சியின்றி ஒப்பித்துவிட்டு,

திடீரென்று பேச்சை மாற்றி, நான் முஸ்லிமாக மதம் மாறிவிட்டால் உடனே என்னை விடுதலை செய்துவிடுவதாகச் சொன்னார். அதிர்ச்சியில் ஸ்தம்பித்துப்போனேன். திக்கித்திணறி, என் தாய்நாட்டுக்கு உடனே திரும்பவேண்டும் என்பதுதான் என் ஒரே விருப்பம் என்றேன். முட்டாள்தனமாக என் அம்மா என் வருங்கால மனைவி பற்றியெல்லாம் திக்கித் திணறி சில வார்த்தைகளும் சொன்னேன். நான் சொன்னது எதுவுமே காதில் விழாததைப்போல பாஷா மீண்டும் அதையே திருப்பிச் சொன்னார். என் சிறுவயதில் நான் பார்த்திருந்த சோம்பேறியான உதவாக்கரை பையன்களின் நினைவு எதற்காகவோ அப்போது வந்தது. அப்பாவையே அடிக்கக் கையை உயர்த்தும் துஷ்டப்பையன்கள். எனக்கு என் மதத்தைத் துறக்கும் அபிப்பிராயம் இல்லையென்றதும் பாஷாவுக்குக் கோபம் தலைக்கேறியது. நான் எனது சிறைக்குத் திரும்பினேன்.

மூன்று நாட்கள் கழித்து பாஷா மீண்டும் அழைத்தார். இம்முறை சுமுகமான மனநிலையில் இருந்தார். எனது மதத்தை மாற்றிக்கொள்வதன் மூலம் உண்மையிலேயே என்னைக் காப்பாற்றிக்கொள்ள முடியுமாவென்று சந்தேகமாக இருந்ததால் தீர்மானமின்றி இருந்தேன். பாஷா என் கருத்தைக் கேட்டார். அவரே ஓர் அழகான பெண்ணாகப் பார்த்து எனக்குத் திருமணம் செய்துவைப்பதாகச் சொன்னார். திடீரென எழுந்த துணிச்சலில், நான் மதம் மாறமாட்டேன் என்றேன். என் உறுதியான குரலைக்கேட்டு பாஷா ஆச்சரியப்பட்டார். முட்டாள் என்று கத்தினார். உன்னைச் சேர்ந்தவர்கள் யார் இங்கே இருக்கிறார்கள்? யாருக்குத் தெரிந்துவிட்டால் அவமானமாகிவிடுமென்று நினைக்கிறாய், என்றார். பின் இஸ்லாத்தின் நீதி வாசகங்களைப்பற்றிக் கொஞ்ச நேரம் பிரஸ்தாபித்தார். முடிந்ததும், சிறைக்குத் திரும்ப அனுப்பப்பட்டேன்.

மூன்றாவது முறை அழைத்துப்போனபோது என்னை பாஷாவிடம் முன்னிலைப்படுத்தவில்லை. கண்காணிப்பு அதிகாரி ஒருவர் நான் என்ன முடிவெடுத்திருக்கிறேனென்று கேட்டார். அந்த நேரத்தில் என் முடிவை ஒருவேளை மாற்றிக்கொண்டிருக்கக்கூடும்! ஆனால் மனம் மாறாததற்கு ஒரு கீழ்நிலை அதிகாரி என்னை மிரட்டும் தோரணையில் கேட்டதுதான் காரணமோவென்று இப்போது தோன்றுகிறது. மதம் மாறுவதில் எனக்கு இன்னும் உடன்பாடு ஏற்படவில்லை என்று சொன்னேன். அந்தக் கண்காணிப்பாளர் என்னைப்பற்றி இழுத்துக்கொண்டு, கீழ்த்தளத்திற்குத் தள்ளிக்கொண்டு வந்து, ஒருவனிடம் என்னை ஒப்படைத்தார். அவன் அடிக்கடி என் கனவுகளில் வருபவனைப்போல உயரமாக, ஒல்லியாக இருந்தான். என்னருகே வந்து, படுத்த படுக்கையாகக் கிடக்கும் நோயாளியைக் கைத்தாங்கலாகக் கூட்டிச்செல்வதைப்போல, என்னை அணைத்துத் தோட்டத்தின் ஒரு மூலைக்குப் பத்திரமாக அழைத்துச் சென்றான். திடீரென்று எங்கிருந்தோ ஒரு பிரமாண்ட மனிதன் தோன்றினான். இவையெல்லாம் கனவாக இருப்பதற்கு வாய்ப்பில்லையேவென்று நினைத்துக்கொண்டிருக்கும்போதே அவர்கள் இருவரும் என் தோள்களைப்பற்றி இழுத்துக்கொண்டு சென்று, ஒரு சுவரையொட்டி நிற்கவைத்தனர். அவர்களில் ஒருவன் ஒரு சிறிய கோடரியை வைத்திருப்பதை அப்போதுதான் கவனித்தேன். அவர்கள்

என் கைகளைக் கட்டினார்கள். முஸ்லிமாக மதம் மாறாவிட்டால் உடனே என்னைச் சிரச்சேதம் செய்ய உத்தரவிட்டிருப்பதாகத் தெரிவித்தார்கள். நான் உறைந்தேன்.

அதற்குள்ளாகவே எனக்கு முடிவு வந்துவிட்டதா? அவர்கள் என்னை இரக்கத்தோடு பாாத்துக்கொண்டிருந்தார்கள். நான் எதுவும் பேசவில்லை மறுபடியும் அவர்கள் என் முடிவைக் கேட்காதிருக்கட்டும் என்று வேண்டிக்கொண்டிருந்தேன். சற்று நேரத்தில் கேட்கவே செய்தார்கள். எவ்வளவு சுலபமாக என் மதத்துக்காக உயிரைவிட சம்மதித்துவிட்டேன் என்று திடீரென்று உறைத்தது. என் உயிர் எவ்வளவு முக்கியம் வாய்ந்தது! அவர்கள் என்மீது இரக்கப்பட்டதைப் போலவே நானும் என்மீது இரக்கப்பட்டேன். ஆனாலும்கூட அந்த இருவரும் என்னை மதம் மாறுவதற்குத் தொடர்ந்து கட்டாயப்படுத்துவதாலேயே அதற்கு உடன்படக்கூடாதென்றுதான் எனக்குள் உறுதியேற்பட்டது. சிந்தனையை வேறு எதன்மீதாவது மாற்றலாமென்று முயன்றேன். எங்கள் வீட்டுச் சமையலறை மனதில் வந்தது. அந்த அறையில் என்ன இருக்கிறது என்பதைப் பின்பக்கச் சன்னல் வழியே தோட்டத்திலிருந்தே பார்த்துவிட முடியும். மேசை மேலிருக்கும் ஆணிமுத்துப் பதித்த தட்டில் பீச், செர்ரிப்பழங்கள் அடுக்கியிருக்கின்றன; மேசைக்குப் பக்கத்தில் இருந்த நாற்காலியின் வைக்கோலும் பறவையிறகும் சேர்ந்த மெத்தை, சன்னல் சட்டத்தின் பச்சை நிறத்தோடு இயைந்திருக்கிறது; தோட்டத்தின் கோடியில் கிணற்றுச்சுவர் மீது அமர்ந்திருக்கும் சிட்டுக்குருவி ஆலிவ், செர்ரி மரக்கிளைகளின் ஊடாகத் தெரிகிறது. வால்நட் மரத்தின் உயரமான கிளையில் நீளமான கயிற்றால் கட்டப்பட்டிருந்த ஊஞ்சல் மென்காற்றில் இலேசாக அசைந்துகொண்டிருக்கிறது. . . அவர்கள் மீண்டும் என்னிடம் கேட்டதும் கற்பனை கலைந்தது. மதம் மாறமுடியாது என்றேன். வெட்டப்பட்ட மரத்தின் அடிப்பாகத்தைச் சுட்டிக்காட்டி, அதற்குமுன் மண்டியிடவைத்து, என் தலையை அதன்மேல் அழுத்தி வைத்தனர். கண்களை மூடிக்கொண்டேன். சில நொடிகளுக்கு எதுவும் நிகழவில்லை. கண்களைத் திறந்தேன். ஒருவன் கோடரியை உயர்த்திக்கொண்டிருப்பது தெரிந்தது. அடுத்தவன் என்னிடம், நான் எடுத்திருக்கும் முடிவு தவறானது என்று பிற்பாடு வருத்தப்படுவதற்கு எனக்கு வாய்ப்பு இருக்கப்போவதில்லை என்றான். மீண்டும் கண்களை மூடிக்கொண்டேன். அவர்கள் என்னை எழுப்பி நிற்க வைத்தார்கள். இன்னும் கொஞ்ச நேரம் யோசித்து முடிவைச் சொல் என்றார்கள்.

என்னை யோசிக்க வைத்துவிட்டு, பலிபீடத்துக்குப் பக்கத்திலேயே நிலத்தைத் தோண்டத் தொடங்கினார்கள். இந்தக் குழியில் என்னை இப்போதே புதைக்கப் போகிறார்கள் என்று புரிந்ததும் மரணபயத்தோடு, உயிரோடு புதைக்கப்படப்போகும் திகிலும் சேர்ந்துகொண்டது. இவர்கள் குழியை வெட்டி முடிப்பதற்குள் தீர்மானித்துவிட வேண்டுமென்று எனக்குள் சொல்லிக்கொண்டேன். அவர்கள் குழிவெட்டி முடித்துவிட்டு மேலேறி வந்தபோது, அது அதிகம் ஆழமின்றி தகட்டமானதாகவே இருப்பதை கவனித்தேன். இங்கே உயிரை விடுவதென்பது எவ்வளவு முட்டாள்தனமானது! முஸ்லிமாக மாறிவிட்டால்தான் என்ன என்றுகூட

நினைத்தேன். ஆனால் இப்படி ஒரு முடிவை அவசரகதியில் எடுத்துவிட முடியுமா? இவ்வளவு நாட்களைக் கழித்தபிறகு, எனது சிறையே எனக்குப் பிடிக்கத் தொடங்கிவிட்டிருக்கும்போது, அங்கேயே என்னைத் திரும்ப அனுப்பி, இரவு முழுக்க யோசிக்கவிட்டு, அதன்பின் மதம் மாறுவதைப் பற்றி முடிவு சொல்ல அனுமதித்தால் அது நியாயம். இப்படி கழுத்தை நெரித்து உடனே சொல், என்றால்?

அவர்கள் திடுமென பாய்ந்து வந்து, என்னை முரட்டுத்தனமாக அழுத்தி மீண்டும் மண்டியிட வைத்தார்கள். பலிபீடத்தில் தலையை அழுத்துவதற்கு முன், என் கண்ணில் கணநேர மின்னல் காட்சியாக மரங்களுக்கிடையே யாரோ வேகமாகச் செல்வதைப்போல, ஏறக்குறைய பறந்து செல்வதைப்போலத் தெரிந்தது. அப்படி மிதந்து விரைந்து சென்றது வேறுயாருமல்ல, நானேதான்! ஆனால் தாடியோடு, சத்தமில்லாமல் காற்றில் நடந்து போவதைப்போல. மரவரிசைக்கிடையில் ஓடும் அந்த ஆவியுருவைக் கத்திக் கூப்பிடலாமா என்று தோன்றுவதற்குள், குரலெழுப்ப முடியாமல் தலையை அழுத்திப் பிடித்திருந்தனர். இது கனவுதான். தூக்கத்தில்தான் இருக்கிறேன். எது வேண்டுமானாலும் நடக்கட்டும் என்று விசனப்படாமல் விரக்தியின் உச்சத்தில் எதற்கும் தயாராகக் காத்திருந்தேன். என் முதுகில் சில்லென்று உணர்ந்தேன். பின்னங்கழுத்தும் சில்லிட்டது. எதையும் யோசிக்கக்கூடாதென்று மனதை வெற்றாக்கிக்கொள்ள முயன்றேன். ஆனால் கழுத்தின் அதீதச் சில்லிப்பு, என்னைக் குலைப்பதாக இருந்தது. சற்றும் எதிர்பாராமல் அவர்கள் என்னைப்பிடித்து எழுப்பி நிற்க வைத்தனர். பாஷா பயங்கரமாகக் கோபப்படப்போகிறார் என்றபடியே என் கைக்கட்டுகளை அவிழ்த்துவிட்டனர். நான் கடவுளுக்கும் முகமது அவர்களுக்கும் எதிரி என்று கடிந்தனர். என்னை மாளிகைக்கு இட்டுச்சென்றனர்.

பாஷாவை வணங்கி, அவரது அங்கியின் விளிம்பை முத்தமிட்டேன். பாஷா என்னை அன்பாகவே நடத்தினார். உயிரை காப்பாற்றிக்கொள்ள எனது மதநம்பிக்கையைத் துறக்க மறுத்ததற்காக என்னைப் பிடித்திருப்பதாகச் சொன்னார். சொல்லி முடித்த மறுகணமே கோபத்தில் வெடித்தார். ஒன்றுமில்லாத விஷயத்துக்காக நான் பிடிவாதம் பிடித்திருப்பதாகத் திட்டினார். இஸ்லாம் எல்லாவற்றையும்விட உயர்ந்த மதம் என்று ஆரம்பித்து நிறைய பேசினார். என்னைக் கண்டிக்க கண்டிக்க கோபமும் உயர்ந்துகொண்டே வந்தது. என்னைத் தண்டிக்க முடிவெடுத்துவிட்டாராம். அவர் வேறுயாருக்கோ வாக்கு கொடுத்துவிட்டிருப்பதால்தான் நான் இப்போது உயிரோடு இருக்கிறேனாம். பாஷா வாக்கு கொடுத்திருந்த நபர் அந்த வினோத மனிதனான ஹோஜா என்பது சற்று நேரத்தில் புரிந்தது. பாஷா வார்த்தைகளை விரயம் செய்யாமல் நேராக விஷயத்தைத் தெரிவித்தார்: அவர் என்னை ஹோஜாவுக்குப் பரிசாக அளித்துவிட்டார். நான் ஸ்தம்பித்து அவரை வெறிக்க, பாஷா விளக்கமாகச் சொன்னார். இப்போது நான் ஹோஜாவின் அடிமை. இது குறித்த ஆவணங்களைத் தயாரித்து ஹோஜாவிடம் கொடுத்துவிட்டார். என்னை விடுவிப்பதும், விடுவிக்காததும் இனி ஹோஜாவின் விருப்பம். ஹோஜா என்னை என்னவேண்டுமானாலும் செய்துகொள்ளலாம். பாஷா அறையைவிட்டு வெளியேறினார்.

ஹோஜா மாளிகையில்தான் இருப்பதாகவும், கீழே எனக்காகக் காத்திருப்பதாகவும் தெரிவித்தார்கள். தோட்டத்தில் மரங்களுக்கு இடையில் நான் பார்த்தது அவனைத்தான் என்று புரிந்துகொண்டேன். தரைத்தளத்திற்கு என்னை செலுத்திச் சென்றனர். என்னைப் புன்னகையுடன் வரவேற்று அவனது வீட்டுக்குக் கூட்டிச்சென்றான். நான் மதம் மாறமாட்டேனென்று தனக்கு முதலிலேயே தெரியும் என்றான். அந்த வீட்டில் எனக்காகத் தனிஅறை ஒன்றை ஒதுக்கி வைத்திருப்பதாகச் சொன்னான். பசிக்கிறதா என்று கேட்டான். மரணபயம் இன்னும் விலகாதிருந்ததால் பசி உறைக்கவில்லை. ஆனாலும் அவன் எனக்கெதிரே கொண்டுவந்து வைத்த ரொட்டியையும், கெட்டித் தயிரையும் கொஞ்சம் சாப்பிட்டேன். நான் சாப்பிடுவதை ஹோஜா திருப்தியோடு கவனித்துக்கொண்டிருந்தான். சந்தையிலிருந்து வாங்கிவந்த குதிரைக்குப் புல்லை ஊட்டிக்கொண்டே, அது எதிர்காலத்தில் எவ்வளவு உபயோகமாக இருக்கப்போகிறது என்ற கற்பனையோடு ஒரு குடியானவன் ரசித்துப் பார்த்துக்கொண்டிருப்பதைப்போல அவன் என்னைக் கவனிப்பது இருந்தது. சில வருடங்கள் கழித்து பாஷாவுக்குக் கடிகாரம் ஒன்றைப் பரிசளிப்பதற்காக அவன் தயாரிப்பு வேலைகளிலும், அண்ட அமைப்பியல் கோட்பாடுகளிலும் மூழ்கி என்னைச் சற்று மறந்திருந்த நாட்கள் வரை, அவன் நான் சாப்பிடுவதை ரசித்துப்பார்த்துக்கொண்டிருந்த காட்சி பலமுறை ஞாபகத்தில் வந்துகொண்டேயிருந்தது.

நான் அவனுக்கு 'எல்லாவற்றையும்' கற்றுத்தரவேண்டும் என்பதற் காகத்தான் பாஷாவிடமிருந்து எனனை வாங்கியிருக்கிறானாம். அதற்குப் பிறகுதான் என்னை விடுவிப்பானாம். இந்த 'எல்லாவற்றையும்' என்பது என்னவென்று அறிந்துகொள்ள எனக்கு மாதக்கணக்கில் ஆனது. 'எல்லாவற்றையும்' என்றால், நான் ஆரம்ப, உயர்நிலைப்பள்ளிகளில் கற்றுக்கொண்ட எல்லாவற்றையும். அதாவது என் நாட்டில் கற்றுத்தந்த வானவியல், மருத்துவம், பொறியியல் பாடங்கள் அனைத்தையும். அடுத்த நாள் என் சிறை அறையிலிருந்த எல்லாப் புத்தகங்களையும் ஒரு வேலையாளை விட்டு அள்ளிவரச் செய்தான். அதுவரை நான் கேட்ட, பார்த்த, படித்த எல்லாவற்றையும் – நதிகள், பாலங்கள், ஏரிகள், குகைகள், மேகங்கள், பூகம்பங்களும் இடியும் ஏற்படக் காரணங்கள் – நான் விளக்க வேண்டுமாம் . . . நள்ளிரவுவரை என் விளக்கங்களைக் கேட்டுக்கொண்டிருந்தவன், நட்சத்திரங்கள், கோள்கள் பற்றித் தெரிந்து கொள்வதில்தான் தனக்கு முக்கிய ஆர்வம் என்றான். திறந்திருந்த சன்னலின் வழியே நிலவொளி பிரகாசித்துக்கொண்டிருந்தது. பூமிக்கும் நிலவுக்கும் நடுவில் கிரகம் ஒன்று இருக்கிறதா, இல்லையா என்பதற்கு நிச்சயமான ஆதாரம் ஒன்றை நாம் கண்டுபிடிக்கவேண்டும் என்றான். மரணத்துக்கு மிக அருகில் ஒரு நாள் முழுக்க நின்றிருந்த என் ஜீவனிழந்த கண்கள் எங்கள் இருவரிடையே இருக்கும் இந்த அச்சுறுத்தும் உருவ ஒற்றுமையை மட்டுமே கிரகித்துக் கொண்டிருந்தன. அவன் பேசுவது தொலைவிலிருந்து கேட்டுக்கொண்டிருந்தது. ஹோஜாவின் பிரசங்கத்தில் ஒரு சிறிய மாற்றம் இப்போது நிகழ்ந்தது. இவ்வளவு நேரமாகப் பயன்படுத்திவந்த

'கற்றுத்தரவேண்டும்' என்ற வாக்கியம் படிப்படியாகக் குறைந்துகொண்டே வந்தது: நாம் ***இருவரும் சேர்ந்து*** ஆராய்ச்சி செய்ய வேண்டும், ***இருவரும் சேர்ந்து*** கண்டுபிடிக்க வேண்டும், ***இருவரும் சேர்ந்து*** முன்னேற வேண்டும்.

எனவே, பெரியவர்கள் வீட்டில் இல்லாதபோதும் அக்கறையோடு பாடம் படிக்கும் கடமையுணர்வு கொண்ட இரு மாணவர்கள் போலவும், இறைவனின் ஆணைக்குக் கீழ்படிந்து பணியாற்றும் இரு சகோதரர்கள் போலவும், ஒன்றாக வேலையில் மூழ்கினோம். ஆரம்பத்தில் நானும் சோம்பேறி தம்பிக்குப் பாடம் சொல்லித்தரும் அக்கறையுள்ள அண்ணன் போலக் கற்பித்துக் கொண்டிருந்தேன். ஹோஜாவும், அண்ணனுக்குத் தெரிந்திருப்பவையெல்லாம் அப்படியொன்றும் பெரிய விஷயங்களல்ல என்று நிரூபிக்க நினைக்கும் புத்திசாலித் தம்பியைப் போலவே நடந்துகொண்டிருந்தான். அவனுடைய அறிவுக்கும் என்னுடையதற்கும் நடுவேயுள்ள இடைவெளி என்பது என் அறையிலிருந்து வாரிக்கொண்டு வந்து அலமாரியில் அடுக்கி வைக்கப்பட்டிருக்கும் புத்தகங்கள் அளவுக்கும், அவற்றை நான் மனப்பாடம் செய்துவைத்திருக்கும் அளவுக்கும் மட்டும்தான், அதற்குமேல் ஒன்றுமில்லை என்ற அபிப்பிராயத்தில் இருந்தான். அவனுக்கு மிகக் கூர்மையான, எதையும் சுலபத்தில் கிரகிக்கும் மூளை இருந்தது. ஆறே மாதத்தில் இத்தாலிய மொழியின் அடிப்படைகளைக் கற்றுக்கொண்டு எனது புத்தகங்கள் எல்லாவற்றையும் படித்து முடித்துவிட்டான். அந்தப் புத்தகங்களை அவன் கற்று முடித்தபோது எவ்விதத்திலும் அவனுக்கு நான் மேலானவன் இல்லை என்று ஆயிற்று. ஆனாலும்கூட, புத்தகங்களில் இருக்கும் அறிவுச்செல்வங்கள் அனைத்திற்கும் – அவை எல்லாமே ஒன்றுக்கும் உதவாதவை என்றும் சொல்லிக்கொண்டிருந்தான் – புலன் கடந்த ஏதோவொரு வகையில் அவனுக்குத் தொடர்பு இருப்பது போலவும், இந்தப் புத்தக அறிவைவிட செறிவான பற்பல ஞானங்கள் அவனுக்கு இயல்பாக வந்திறங்கியிருப்பதைப் போலவும் நடந்து கொண்டிருந்தான். ஆறுமாதங்கள்கழிந்தபின், நாங்கள் இருவரும் ஒன்றாகப் படித்து, ஒன்றாக முன்னேறிய சகாக்கள் போல் இருக்கவில்லை. அவன் எனக்கு மேற்தட்டில் இருப்பது போலவும், அவனுக்குக் கீழே நான் குற்றேவல் புரிந்தபடி அடியொற்றி வருபவன் போலவும் பாவனையை உண்டாக்கியிருந்தான். அவன் புதுப்புது யோசனைகளோடு வருவான், அவற்றைச் செயல்படுத்த சிற்சில அறிவியல் பரிந்துரைகளை நான் தருவேன், அல்லது அவன் ஏற்கனவே அறிந்திருக்கும் ஒன்றைச் சரிபார்த்து உதவுவேன்.

ஒவ்வொரு நாளும் புதுப் புதுப்பாணியில் சமைக்கும் உணவுகளைப் பின்மாலையில் சாப்பிட்டுவிட்டு பாடத்தைத் தொடங்குவோம். சுற்றியுள்ள பகுதியெங்கிலும் விளக்குகள் அணைக்கப்பட்டு, அனைத்தும் நிசப்தத்தில் மூழ்கிப்போனபின்பு அவற்றில் பலவற்றை நான் மறந்துவிட்டேன். இந்த 'யோசனைகள்' அவனுக்கு வரும். காலையில் இரண்டு மூன்று குடியிருப்புப் பகுதிகளைத் தாண்டியுள்ள ஒரு தொடக்கப்பள்ளியில் அவன் பாடம் எடுக்கச் செல்வான். வாரத்திற்கு இரண்டு நாட்கள் நான் சென்றிராத ஏதோவொரு தூரப்பகுதிக்குச் சென்று, அங்குள்ள மசூதியில் உள்ள நேரக்காப்பக அறைக்குச் சென்று ஏதேதோ வேலை செய்வான். மிச்ச நேரத்தில், இரவு

அவனுக்குத் தோன்றிய 'யோசனைகளை' செயல்படுத்தவோ, அதுகுறித்து ஆய்வு செய்யவோ நேரத்தைச் செலவழிப்போம். அந்த சமயத்தில் நான் வெகுவிரைவில் என் தாய்நாட்டுக்குத் திரும்பிவிடுவேன் என்று நம்பிக்கொண்டிருந்தேன். அவன் 'யோசனை'களை நான் ஆர்வத்தோடு கேட்பதே கிடையாது. அவற்றை விவாதிக்க இறங்கினால், நான் ஊருக்குத் திரும்புவது தாமதமாகுமென்பதால் வெளிப்படையாக அவனோடு முரண்படுவதேயில்லை.

முதல் வருடம் முழுக்க ஹோஜாவின் கற்பனையில் உதித்திருந்த அந்த கிரகம் உண்டா இல்லையா என்ற வானியல் ஆராய்ச்சியில் மூழ்கியிருந்ததில் கழிந்தது. ஃபிளாண்டெர்ஸிலிருந்து பெரும் செலவில் வரவழைக்கப்பட்ட உருப்பெருக்காடிகளைக் கொண்டு தொலைநோக்கி ஒன்றை வடிவமைத்துக் கொண்டிருந்ததிலும் புதிய சாதனங்களைக் கண்டுபிடித்துக் கொண்டிருந்ததிலும் சூத்திரங்களை உண்டாக்கிக்கொண்டிருந்ததிலும் அந்த கிரகத்தைப் பற்றி மறந்துபோனான். அதைவிடத் தீவிரமான பிரச்சனை ஒன்று அவனுக்குக் கிடைத்துவிட்டது. தாலமியின் கோட்பாட்டை அவன் மறுக்கப் போவதாகச் சொன்னான். நான் அவனிடம் விவாதிக்க முற்படவில்லை. அவன் பேசப்பேசக் கேட்டுக்கொண்டிருந்தேன். கோள்கள், புலப்படாத விண்வளாகங்களில் தொங்கிக் கொண்டிருப்பதாக நம்புவது அறிவீனம் என்றான். அவற்றை வேறு ஏதோவொரு சக்தி அங்கேயே நிலை நிறுத்தியிருக்கிறது; கண்ணுக்குத் தெரியாத ஏதோ ஒரு சக்தி, ஒருவிதமான ஈர்ப்பு சக்தியாகக்கூட அது இருக்கலாம், என்றான். அடுத்ததாக பூமியும், சூரியனைப்போல எந்தவொன்றையோ சுற்றி வருவதாக இருக்கக்கூடுமென்று ஒரு கருத்தை முன்வைத்தான். எல்லா விண்மீன்களும் நாம் அறிந்திராத வேறு ஏதோ விண்வெளி மையத்தைச் சுற்றிச் சுழன்றுகொண்டிருக்கலாம் என்றான். தனது சிந்தனைகள் தாலமியினுடையதைவிட மேம்பட்டிருப்பதாகவும், பல புதிய கோள்களை விரிவான வானியல் ஆய்வுக்குச் சேர்த்திருப்பதாகவும், ஒரு புதிய கோளமைப்புக்கான சூத்திரங்களைக் கண்டுபிடித்து வருவதாகவும் சொன்னான். நிலா பூமியையும், பூமி சூரியனையும் சுற்றி வருகின்றன; இவையனைத்திற்கும் மையப்புள்ளி, வெள்ளி என்பதுதான் தனது கண்டுபிடிப்பு என்றான். இந்தக் கோட்பாடுகளில் மிக விரைவிலேயே அவனுக்கு சலிப்பு ஏற்பட்டுவிட்டது. இப்புதிய கோட்பாடுகளை முன்னிறுத்துவதல்ல அவன் நோக்கம், இங்கிருப்பவர்களுக்கு விண்மீன் களையும் அவற்றின் பாதைகளையும் கற்றுத் தருவதுதான் முக்கியம் என்றான். இதை சாதிக் பாஷாவிடமிருந்து ஆரம்பிக்கப் போவதாகக் கிளம்பினான். துரதிருஷ்டவசமாக பாஷாவுக்கு சுல்தான் அவர்களால் தண்டனை வழங்கப்பட்டு எர்ஸுரும்மிற்கு அனுப்பப்பட்டிருப்பதாகத் தகவல் கிடைத்தது. சுல்தானுக்கெதிராக ஏதோ சதி செய்ததாக பாஷாவின் மீது சந்தேகம் ஏற்பட்டிருக்கிறது போல.

தண்டனையை அனுபவித்துவிட்டு பாஷா திரும்புவதற்காகக் காத்திருந்த வருடங்களில், பாஸ்ஃபரஸ் ஜலசந்தியுடைய நீரோட்டங்களின் காரணங்களைப்பற்றி ஆராய்ச்சியில் இறங்கினான். வழக்கம்போல நானும் அவனும் சேர்ந்து இதில் ஈடுபட்டோம். மாதக் கணக்கில் ஓதங்களை

கவனித்தோம், எலும்புக்குள் ஊடுருவும் குளிரில் ஜலசந்தியை ஒட்டிய மலைச் சிகரங்களிலும், பள்ளத்தாக்குகளிலும் பாஸ்ஃபரஸ்ஸில் கலக்கும் ஆற்றுநீரின் வெப்பத்தையும், ஓட்டத்தையும் அளவிடுவதற்காகப் பானைகளைச் சுமந்தபடி அலைந்தோம். பாஷா கேட்டுக் கொண்டதற்கிணங்க, இஸ்தான்புல்லிற்கு சற்றுத் தொலைவிலிருந்த கெப்ஸி என்ற ஊரில் அவருக்கிருந்த சில வியாபார விஷயங்களைக் கவனிப்பதற்காக அங்கு மூன்றுமாதங்கள் தங்கியிருந்தோம். அங்கே இருந்தபோதுதான் மசூதிகளில் தொழுகை நேரங்களைக் கடைப் பிடித்தலில் காணப்பட்ட முரண்பாடுகள் ஹோஜாவுக்கு ஒரு புதிய கண்டுபிடிப்புக்கான யோசனையைத் தூண்டின. தொழுகை நேரங்களைத் துல்லியமாகக் காட்டுவதற்கு ஒரு கடிகாரத்தை உருவாக்கப் போவதாக அவன் முடிவெடுத்துவிட்டான். அப்போதுதான் அவனிடம் மேசை என்ற ஓர் அறைகலன் இருப்பதை எடுத்துச் சொன்னேன். அந்த ஊரிலிருந்த மரத்தச்சன் ஒருவனிடம் எப்படி இருக்க வேண்டுமென்று குறிப்பிட்டுச் சொல்லி மேசை ஒன்றைச் செய்து எடுத்து வந்து காட்டினேன். ஹோஜாவுக்கு திருப்தியேற்படவில்லை. அதைப் பார்ப்பதற்குப் பிணம் சுமந்து செல்லும் பாடையைப் போலிருப்பதாகச் சொன்னான். கெட்ட சகுனமாக இருக்கிறது என்று எரிந்து விழுந்தான். பின்னர் கொஞ்ச நாட்களிலேயே அந்த நாற்காலிகளுக்கும் மேசைக்கும் பழகிவிட்டான். நாற்காலியில் அமர்ந்து மேசையில் வேலை செய்கையில் நன்றாக சிந்திக்கவும் எழுதவும் வருகிறது என்றான். தொழுகைக் கடிகாரங்களைச் சூரிய பாதையில் நீள்வட்டமாக அமைப்பதற்காக உரிய சாதனங்களை வாங்குவதற்கு இஸ்தான்புல் சென்றுவர வேண்டியிருந்தது. எங்கள் வேலையை முடித்துவிட்டு கெப்ஸியிலிருந்து இஸ்தான்புல் திரும்பும்போது எங்கள் மேசையும் நான்கு கால்களையும் வானத்தை நோக்கி நீட்டிக்கொண்டு ஒரு கோவேறு கழுதையின் முதுகில் கட்டப்பட்டு எங்களைத் தொடர்ந்து வந்தது.

அந்த ஆரம்ப மாதங்களில் மேசையில் நாங்கள் இருவரும் ஒருவரையொருவர் பார்த்தபடி அமர்ந்திருக்க, ஹோஜா வடதேசங்களில் தொழுகை நேரங்களைக் கணக்கிடுவதில் மும்முரமாக இருந்தான். அந்நாடுகளில் இரவு – பகல் காலநேரங்களில் பெரும் வேறுபாடு இருப்பதாலும், சூரியனையே பார்க்காமல் வருடக்கணக்காகக் கழியும் நிலை இருப்பதாலும், தொழுகை நேரங்களைத் துல்லியமாகக் கணக்கிட்டுத் தர வேண்டிய பொறுப்பு தனக்கு இருப்பதாக ஹோஜா சொல்லிக்கொண்டிருந்தான். இன்னொரு சிக்கலையும் அவன் தீர்க்க வேண்டியிருந்தது. இந்த உலகத்தில் எந்தவொரு பகுதியிலாவது ஒருவன் எந்தப் பக்கம் திரும்பினாலும் அது மெக்காவை நோக்கிய திசையாக இருக்கும்படியாக இருக்க முடியுமா? அப்படி இருக்கக்கூடிய இடம் எங்கே இருக்கிறது? இதைப்போன்ற ஆராய்ச்சிகளெல்லாம் அபத்தமானவை என்று நான் மனதுக்குள் நினைத்துக்கொண்டிருப்பதை உணர்ந்து கோபப்பட்டான். நான் மிகவும் 'செருக்கோடும் அலட்சிய பாவத்தோடும்' இருப்பதாகத் திட்டினான். எனது திமிர் கொஞ்சமும் குறையாதிருப்பதுதான் அவனுக்கு எரிச்சலை அதிகரித்திருக்க வேண்டுமென்று எனக்கும் தோன்றியது. அறிவியலைப் பற்றிப் பேசும்போதெல்லாம் அந்தளவுக்கு அறிவுக்

கூர்மையைப் பற்றியும் பேசிக்கொண்டிருந்தான். பாஷா திரும்பி வந்ததும் அவனது கண்டுபிடிப்புகளால் அவரிடமிருந்து பெரும் ஆதாயம் அடையப் போகிறேன் என்று சொல்லிக் கொண்டிருந்தான். வானியல் பற்றிய அவனது கோட்பாடுகளை மேலும் மேம்படுத்தி, மாதிரி உருக்களைக் கொண்டு நிரூபிக்கப் போகிறானாம். அதைப்போலவே, அந்தப்புதிய கடிகாரமும் எல்லோரிடத்திலும் பெரிய ஆர்வத்தை எழுப்பப் போகிறது, எல்லோரும் உற்சாகத்தோடு தனது புதிய கண்டுபிடிப்பை வரவேற்கப் போகிறார்கள் என்று நம்பிக்கையோடு பேசிக்கொண்டிருந்தான். அவனுக்குள்ளிருக்கும் அறிவுத்தீ திக்கெட்டும் பரவி, மறுமலர்ச்சிக்கான விதைகள் தூவப்படப் போகின்றன என்றான். நாங்கள் இருவரும் காத்திருந்தோம்.

3

அந்நாட்களில் அவன் சிந்தித்துக் கொண்டிருந்த தெல்லாம் வாரத்திற்கு ஒருமுறை சாவி கொடுக்க வேண்டியதற்கு பதிலாக மாதத்திற்கு ஒரு முறை சாவி கொடுத்து நேரத்தைத் திருத்தி வைக்கவேண்டிய, ஒரு மிகப்பெரிய பற்சக்கர கட்டமைப்பு கொண்ட கடிகாரத்தை உருவாக்குவதைப் பற்றித்தான். அத்தகைய பற்சக்கர இயந்திரத்தை உருவாக்கிய பின், வருடத்திற்கு ஒரு முறை மட்டும் சரிப்படுத்த வேண்டிய கடிகாரத்தைத் தயாரிப்பதைப் பற்றி யோசிக்கத் தொடங்கிவிட்டான். இறுதியாக, இவ்வாறு கடிகாரத் தொழில்நுட்பத்தை மேம்படுத்துவதற்குத் தடையாக இருக்கும் முக்கிய பிரச்சனை, இம்மாபெரும் பற்சக்கரங்களுக்குத் தேவையான ஆற்றலைச் சேர்ப்பதில்தான் இருக்கிறது என்ற முடிவுக்கு வந்தான். நேரத்தைச் சரிப்படுத்துவதற்கான கால இடைவெளிக்கு ஏற்றவாறு எண்ணிக்கையிலும் எடையிலும் பாரக் கற்களை இணைத்தாக வேண்டியிருக்கும் என்று கணக்கிட்டு முடித்த அன்று, பாஷா எர்ஸூரும்மி லிருந்து திரும்பி விட்டதாகவும் ஒரு பெரிய பதவி அவருக்குக் காத்திருப்பதாகவும் மசூதி நேரக்கட்டுப்பாட்டறையிலிருந்த நண்பர்கள் மூலம் செய்தி கிடைத்தது.

அவருக்கு வாழ்த்து தெரிவிக்க அடுத்த நாள் காலை ஹோஜா சென்றான். பார்வையாளர்களிடையே நின்றிருந்த ஹோஜாவை பாஷா பார்த்தவுடன் அவனை மட்டும் அழைத்திருக்கிறார். அவனது ஆராய்ச்சிகளைப் பற்றிக் கேட்டுவிட்டு, என்னைப் பற்றியும் விசாரித்திருக்கிறார். அன்றிரவு அந்தக் கடிகாரத்தை அக்கு வேறு ஆணிவேறாகப் பிரித்து, அங்கங்கே சிற்சில உதிரி பாகங்களைச் சேர்த்து மீண்டும் பொருத்தினோம். அண்டவெளி மாதிரியில், கோள்களுக்கு தனித்தனியாகத் தூரிகை வண்ணம் அடித்தோம். தான் ஆற்ற வேண்டிய ஆய்வுரையை ஹோஜா கடுமையாக உழைத்து தயாரித்தான். சில பகுதிகளை எனக்குப் படித்துக் காட்டினான். முழுஉரையையும் மனப்பாடம் செய்வதில் முனைந்தான். மிக

வசீகரமான மொழியில் கவித்துவ அலங்காரங்களோடு எழுதப்பட்ட உரை அது. விடியற்காலையில், பதற்றத்தைத் தணிவித்துக் கொள்வதற்காக, கோள்களின் இயக்கம் பற்றிய ஆய்வுரையை மந்திர உச்சாடனம் போலத் தலைகீழ் வரிசையில் என்னிடம் ஒப்பித்துக் காட்டினான். வண்டி ஒன்றை வாடகைக்கு அமர்த்தி, எங்களது சாதனங்களை ஏற்றினோம். எங்கள் வீடு முழுக்க அடைத்துக்கொண்டிருந்த அந்தக் கடிகாரமும், அண்டவெளி கோள்களின் உருப்படிவமும் குதிரை வண்டியில் ஏற்றிவிட்ட பிறகு மிகச் சிறியதாகத் தெரிவதைக் கண்டு எனக்கு அதிர்ச்சியாக இருந்தது. வண்டி பாஷாவின் மாளிகைக்குக் கிளம்பியது. அன்றிரவு மிகவும் நேரம் கழித்துத்தான் அவன் திரும்பினான்.

பாஷாவின் அரண்மனைத் தோட்டத்தில் சாதனங்களை இறக்கி வைத்ததும், அவர் வந்து பார்வையிட்டிருக்கிறார். வேடிக்கைகளை ரசிக்கும் மனநிலையில் இல்லாத ஒரு கிழவரைப்போல அவற்றைப் பார்த்ததும் முகம் கடுமையாகியிருக்கிறது. ஹோஜா உடனே, அவன் மனப்பாடம் செய்து வைத்திருந்த ஆய்வுரையை ஒப்பித்திருக்கிறான். முடித்ததும், பாஷா அவனிடம், “இவற்றையெல்லாம் செய்வதற்கு உனக்கு அவன்தான் சொல்லிக்கொடுத்தானா?” என்று என்னை மறைமுகமாகக் குறிப்பிட்டுக் கேட்டிருக்கிறார். இதே கேள்வியைப் பலவருடங்கள் கழித்து சுல்தான் அவர்களும் கேட்டார். அந்த சாதனங்களைப் பார்த்ததும் அவரது முதல் எதிர்வினை அப்படித்தான் இருந்திருக்கிறது. அதைக் கேட்டு ஹோஜா, “யாரைச் சொல்கிறீர்கள்?” என்றது அவரை மேலும் வியப்பூட்டியிருக்கிறது. பாஷா என்னைத்தான் சொல்கிறார் என்று புரிந்ததும் நான் நன்றாகப் படித்திருக்கும் ஒரு முட்டாள் என்று பதிலளித்திருக்கிறான். இவற்றையெல்லாம் என்னிடம் விவரிக்கும்போது, நான் வருத்தப்படுவேனா என்பதையெல்லாம் சிறிதளவும் யோசித்துப் பார்க்காமல் பாஷாவின் அரண்மனையில் நடந்தவற்றை ஒன்றுவிடாமல் வர்ணிப்பதிலேயே குறியாக இருந்தான். எல்லாமே அவனது சொந்தக் கண்டுபிடிப்புகள்தாம் என்று சொல்லியிருக்கிறான். ஆனால் பாஷா நம்பவில்லையாம். அவருக்குப் பிரியமான ஹோஜாவைக் குறைசொல்ல விருப்பமின்றி பழிசொல்ல அவர் வேறு யாரையோ தேடுவதாகத் தோன்றியது என்றான்.

இவ்வாறாகத்தான் அவர்கள் கோள்களைப் பற்றி விவாதிக்காமல் என்னைப் பற்றிப் பேசிக்கொண்டிருந்திருக்கிறார்கள். இதைப் பற்றி மேலும் விவாதிப்பதில் ஹோஜாவுக்கு விருப்பம் இருக்கவில்லையென்று தெரிந்தது. மற்ற விருந்தினர்களிடம் பாஷாவின் கவனம் சென்றதும் அமைதி திரும்பியிருக்கிறது. இரவு உணவின்போது ஹோஜா மறுபடியும் வானியல் ஆய்வுகள், அவனது கண்டுபிடிப்புகளைப் பற்றிப் பேச்சை ஆரம்பித்ததும், பாஷா என் முகத்தை நினைவுக்குக் கொண்டுவர முயல்வதாகவும், ஆனால் ஹோஜாவின் முகமே ஞாபகத்தில் வருவதாகவும் குறிப்பிட்டிருக்கிறார். அப்போது உணவு மேசையில் மற்றவர்களும் இருந்திருக்கிறார்கள். உடனே அவர்களிடையே ஒரே மாதிரியான ஒத்த உருவ மனிதர்களைப் பற்றிய அரட்டைப் பேச்சுத் தொடங்கியிருக்கிறது. எப்படி மனிதர்கள் ஜோடி, ஜோடியாகப் படைக்கப்படுகிறார்கள். என்று பேச்சு ஆரம்பித்து, இரட்டையர்களை அவர்களின் அம்மாக்களுக்கே அடையாளம் பிரிக்கத்

தெரியாமலிருப்பது, ஒரே மாதிரியான உருவத்தைக் கொண்டவர்கள் யதேச்சையாக சந்தித்துக்கொள்ளும்போது மிரண்டுவிடுவது, அதன்பின் மருட்சியடைந்ததைப்போல விலகிச் செல்ல முடியாமற்போவது, ஒரே மாதிரியான உருவம் கொண்ட அப்பாவிகளின் பெயரை உபயோகப்படுத்தி ஆள்மாறாட்டம் செய்யும் கொள்ளைக்காரர்கள் என மிகைப்படுத்தப்பட்ட அசட்டுக் கதைகளை ஒவ்வொருவரும் பேசிவிட்டுக் கலையும்போது, பாஷா ஹோஜாவை மட்டும் இருக்கச் சொல்லியிருக்கிறார்.

ஹோஜா மீண்டும் பேசத் தொடங்கியதும், முதலில் பாஷா சரியாகவே கவனிக்கவில்லையாம். அவரது நல்ல மனநிலையை அவன் குலைப்பதாகக்கூட அவர் நினைத்திருக்கலாம் என்றான். இவன் விளக்கிய பல விஷயங்கள் ஒன்றோடொன்று கலந்து, அவரைக் குழப்பியிருக்கக் கூடும் என்று சொன்னான். ஆனால் மூன்றாவது முறையாக ஹோஜா கோளியக்கங்கள் பற்றி ஒப்பித்தபோது கூடவே மணிப் பொறிபோல நாங்கள் வடிவமைத்திருந்த கோள்மண்டல அமைப்புக் கருவியையும் செயற்படுத்திக் காட்டிக் கொண்டிருந்ததால் அதில் சற்றே கவரப்பட்டு, கவனித்துக் கேட்கத் தொடங்கியிருக்கிறார். அந்தக் கட்டத்தில், ஹோஜா தனது கோட்பாடுகளை வலுவாக எடுத்துச் சொல்ல ஆரம்பித்திருக்கிறான். நட்சத்திரங்கள் எல்லோரும் நம்பிக்கொண்டிருப்பது போல இருப்பவையல்ல, அவை இந்தந்த விதங்களில்தான் சுழல்கின்றன என்று விளக்கியிருக்கிறான். அவன் முடித்ததும், பாஷா, "ம்ம், புரிகிறது. இதுகூட சாத்தியம்தான், ஏன் இருக்கக்கூடாது?" என்றாராம். ஹோஜா மௌனமாக இருந்திருக்கிறான்.

அந்த மௌனம் வெகு நேரத்துக்கு நீண்டிருக்கக்கூடும் என்று நினைக்கிறேன். சன்னலுக்கு வெளியே இருட்டில் மூழ்கியிருந்த தங்கக் கொம்பு ஜலசந்தியை வெறித்தபடியே ஹோஜா, "ஏன் அவர் அதோடு நிறுத்திக்கொண்டார்? ஏன் மேற்கொண்டு பேசவில்லை?" என்றான் என்னிடம். இது ஒரு கேள்வியானால், இதற்கான பதில் அவனுக்குத் தெரிந்தளவுக்குத்தான் எனக்கும் தெரியும். பாஷா மேற்கொண்டு என்ன பேசியிருக்கக் கூடுமென்று ஹோஜாவுக்கு நிச்சயம் தெரிந்திருக்கும் என்று நினைத்தேன். ஆனால் அவன் எதுவும் சொல்லவில்லை. இவனது கனவுகளை மற்றவர்கள் பகிர்ந்து கொள்ளாததில் மனமுடைந்திருப்பதைப்போலக் காணப்பட்டான். பின்னர் பாஷாவுக்கு அந்த கடிகாரத்தின் மீது ஆர்வம் ஏற்பட்டிருக்கிறது. அதைத் திறந்து காட்டச் சொல்லி, பற்சக்கரங்கள், அவை இயங்கும் விதம், அதன் எடைக்கற்கள் பற்றியெல்லாம் விளக்கச் சொல்லியிருக்கிறார். பின், பாம்புப் பொந்தில் கையை விடுவதைப் போல, பயந்துகொண்டே 'டிக், டிக், டிக்'கென இயங்கிக் கொண்டிருக்கும் கடிகார இயந்திரத்தின் மேல் விரல் நுனியை மட்டும் வைத்துவிட்டு, உடனே எடுத்துவிட்டிருக்கிறார். ஹோஜா மணிக்கூண்டுகளைப் பற்றியும், குறிப்பிட்ட ஒரே நேரத்தில் எல்லா இடங்களிலும் நிகழ்த்தப்படும் தொழுகைகளின் ஆற்றலைப் பற்றியும் பேசிக் கொண்டிருந்தபோது. பாஷா குறுக்கிட்டு, "அவனை ஒழித்துக் கட்டு!" என்றிருக்கிறார். "அவனுக்கு விஷம் கொடுத்தாவது கொல், இல்லாவிட்டால் விடுதலையாவது செய்துவிடு. அப்போதுதான் நீ நிம்மதியாக இருப்பாய்." என்றாராம். நான் பயத்தோடும், சற்று நம்பிக்கையோடும் அவனைப் பார்த்திருப்பேன் போலிருக்கிறது.

'அவர்கள்' உண்மையை உணரும் வரை என்னை விடுவிக்கப் போவதில்லை என்றான்.

'அவர்கள்' எந்த உண்மையை உணரவேண்டும் என்று அவனிடம் கேட்கவில்லை. அது என்னவென்று ஹோஜாவுக்கே தெரிந்திருக்காது என்று என் முன்னுணர்வு உணர்த்தியதாலும் இருக்கலாம். அதன்பின், அவர்கள் மற்ற விஷயங்களைப் பற்றிப் பேசிக்கொண்டிருந்திருக்கின்றனர். பாஷா முகத்தைச் சுளித்துக்கொண்டு அவருக்கெதிரிலிருந்த சாதனங்களை வெறுப்போடு பார்த்துக் கொண்டிருந்ததாகச் சொன்னான். பாஷாவுக்கு ஆர்வம் ஏற்படும் என்ற நம்பிக்கையில் மாளிகையிலேயே இரவு நெடுநேரத்திற்கு நம்பிக்கையோடு காத்திருந்திருக்கிறான். அவனை விருந்தோம்ப அங்கு யாருமில்லை என்பதும் தெரிந்திருக்கிறது. கடைசியில் சாதனங்களை வண்டியில் ஏற்றிக் கொண்டு கிளம்பிவிட்டிருக்கிறான். இருள் கவிழ்ந்த, நிசப்தமான தெருக்களில் அவன் வண்டியோட்டிக்கொண்டு வரும்போது, வண்டிச்சக்கர மணிச்சத்தங்களுக்கு நடுவே அந்த மிகப்பெரிய கடிகாரத்தின் 'டிக்டிக்' ஒலி, அந்த ராத்திரியில் தூக்கம் வராமல் படுக்கையில் புரண்டு கொண்டிருக்கும் ஒருவனுக்கு எவ்வளவு அதீதமாகக் கேட்டிருக்கும் என்று கற்பனை செய்து பார்த்தேன்.

பொழுது விடியும் வரை ஹோஜா நடந்ததை விவரித்துக்கொண்டு உட்கார்ந்திருந்தான். அணையும் தறுவாயிலிருந்த மெழுகுவர்த்தியை மாற்றச் சென்றபோது தடுத்தான். நான் ஏதாவது சொல்லவேண்டுமென்று எதிர்பார்க்கிறான் என்று தெரிந்து, "பாஷா புரிந்துகொள்வார்," என்றேன். எங்களைச் சுற்றிக் கும்மிருட்டு சூழ்ந்திருந்தது. நான் சொன்னதில் எனக்கே நம்பிக்கையில்லையென்று அவனும் உணர்ந்திருப்பான். ஆனால் ஒரு கணம் கழித்துப் பேசினான். பாஷா பேச்சை நிறுத்திய தருணத்தின் மர்மத்தை விடுவிப்பதுதான் முக்கிய பிரச்சனையே என்றான்.

இந்த மர்மத்தை விடுவிப்பதற்காகவே, கிடைத்த முதல் சந்தர்ப்பத்தில் பாஷாவை சந்திக்கச் சென்றான். இம்முறை ஹோஜாவை இன்முகத்துடன் வரவேற்றிருக்கிறார். என்ன நடந்தது, அல்லது என்ன உத்தேசித்திருந்தது என்று இப்போது அவருக்குப் புரிந்திருப்பதாகச் சொன்னான். ஹோஜாவை சமாதானப்படுத்திவிட்டு, ஆயுதம் ஒன்றைத் தயாரிப்பதில் கவனத்தை செலுத்தச் சொல்லியிருக்கிறார். "இந்த உலகத்தை நமது எதிரிகளுக்கான சிறையாக மாற்றும்படி ஆயுதம் செய்யவேண்டும்!" என்றாராம். ஆனால் அந்த ஆயுதம் எத்தகையதாக இருக்கவேண்டும் என்பதைச் சொல்லவில்லை. ஹோஜா அவனது அறிவியல் ஆர்வத்தை இந்தத் திசையை நோக்கித் திருப்பினால், பாஷா அவனுக்குத் தேவையான ஆதரவை அளிப்பாராம். ஆனால் நாங்கள் எதிர்பார்த்த நல்கையைப் பற்றி அவர் வாயைத் திறக்கக் காணோம். வெள்ளிக் காசுகள் கொண்ட பணமுடிப்பை மட்டும் தந்திருக்கிறார். ஹோஜா வீட்டுக்கு வந்ததும் அதைத் திறந்து பார்த்தோம். மொத்தம் பதினேழு நாணயங்கள் இருந்தன—வினோதமான எண்ணிக்கை! பணமுடிப்பைக் கொடுத்துவிட்டு, இளம் சுல்தானை அவன் சந்திக்க ஏற்பாடு செய்யப் போவதாகச் சொன்னாராம். அந்தச் சிறுவனுக்கு 'இதைப் போன்ற' விஷயங்களில் ஆர்வம் அதிகம் என்று சொல்லியிருக்கிறார். சுலபத்தில் நம்பிவிடுகிற ஹோஜாவுக்கும் என்னைப் போலவே இதில்

அதிக நம்பிக்கை ஏற்படவில்லை. ஆனால் ஒருவாரம் கழித்து செய்தி வந்தது. பாஷா எங்களை ஆம், என்னையும்தான், சுல்தான் அவர்களிடம் அழைத்துச் செல்லப் போகிறார். மாலை நோன்பை முடித்துக்கொண்டு அவர் எங்களைச் சந்திப்பார்.

பாஷாவுக்காகத் தயாரித்திருந்த ஆய்வுரையைத் திருத்தி, ஒன்பது வயது பாலக சுல்தான் புரிந்துகொள்ள வேண்டுமென்பதற்காகப் பெயர்களை மாற்றி ஹோஜா மனப்பாடம் செய்ய ஆரம்பித்தான். என்ன காரணத்திற்காகவோ, ஹோஜாவின் கவனம் சுல்தான்மீது இல்லாமல் பாஷாவின் மீதே இருந்தது. பாஷா ஏன் திடீரென மௌனமாகிவிட்டார் என்பதைப் பற்றியே இன்னும் கவலைப்பட்டுக் கொண்டிருந்தான். என்றாவது ஒரு நாள் அந்த ரகசியத்தைக் கண்டுபிடித்து விடுவேன் என்றான். பாஷா எந்த மாதிரியான ஆயுதத்தை உருவாக்க வேண்டுமென்கிறார், என்று என்னிடம் கேட்டான் எனக்கு சொல்லத் தெரியவில்லை. அறைக்குள் கதவை மூடிக்கொண்டு நள்ளிரவு வரை தனக்குத்தானே கேட்டுக்கொண்டு ஹோஜா குழம்பிக் கொண்டிருக்க, சன்னலில் உட்கார்ந்து எப்போது வீட்டுக்குத் திரும்புவோம் என்ற யோசனைகூட வராமல், ஏதோ முட்டாள் சிறுவனைப்போல வெற்றுப் பார்வை பார்த்துக்கொண்டிருந்தேன். அர்த்தமற்ற கற்பனைகள் அலைக்கழித்துக் கொண்டிருந்தன. அங்கே அந்த மேசையில் வேலை செய்து கொண்டிருப்பது ஹோஜா அல்ல, நான்தான்; விரும்பும் நேரத்தில், விரும்பும் இடத்திற்கு என்னால் சென்றுவிட முடியும்!

ஒருநாள் மாலை, எங்கள் சாதனங்களை பாரவண்டியில் ஏற்றிக்கொண்டு அரண்மனைக்குச் சென்றோம். இஸ்தான்புல்லின் வீதிகளில் நடந்து செல்வது இப்போதெல்லாம் எனக்கு மிகவும் பிடித்தமானதாகிவிட்டிருந்தது. ராட்சத பிளேன்–மரங்கள், தோட்டத்து செஸ்நட், ஏர்குவான் மரங்களுக்கிடையே ஒரு பிசாசைப்போல, பிறர் கண்ணுக்குத் தெரியாத மனிதனாக நடந்து செல்வதைப் போலவே உணர்ந்து வந்தேன். அரண்மனையை அடைந்ததும், பணியாட்களின் உதவியோடு, இரண்டாவது முற்றத்தில் அவர்கள் காட்டிய இடத்தில் சாதனங்களை இறக்கினோம்.

அந்தப் பாலக சுல்தான் தன் வயதிற்கேற்ற உயரத்தில், இன்னமும் கன்னங்களில் சிவப்பு மாறாத அழகோடு இருந்தார். எங்கள் சாதனங்களை அவரது விளையாட்டுப் பொருட்களைப் போல எடுத்துப் பார்த்தார். இப்போது என் மனதில் தோன்றும் ஞாபகம், இந்த அழகிய சிறுவனுக்கு சமமான சகாவாக, நண்பனாக இருக்க விரும்பிய அந்தக் கணத்தையா, அல்லது பதினைந்து வருடங்கள் கழித்து நாங்கள் மீண்டும் சந்தித்தத் தருணத்தையா? என்னால் சொல்ல முடியவில்லை, ஆனால் அந்தப் பாலகனைப் பார்த்தவுடனே எனக்குத் தோன்றிய எண்ணம், இவருக்கு எந்தத் தீங்கையும் நான் செய்யக்கூடாது என்பதுதான். சுல்தானின் பரிவாரங்கள் எங்களைச் சூழ்ந்து கொண்டு, நாங்கள் அவற்றை இயக்குவதைப் பார்க்க ஆர்வத்தோடு காத்திருக்க, ஹோஜாவுக்குப் பதற்றம் ஏற்பட்டது. ஒரு வழியாக சமாளித்துக்கொண்டு ஆரம்பித்தான். இம்முறை புதிதாகச் சில விஷயங்களையும் தன் உரையில் சேர்த்துக்கொண்டான். நட்சத்திரங்கள் என்பவை உயிருள்ள, அறிவுள்ள ஜீவன்கள் என்பதுபோலப் பேசினான்.

அவை கணிதமும், வடிவியலும் அறிந்திருக்கும் கவர்ச்சிகரமான, மர்மமான ஜீவராசிகளைப் போல, தமது சுயஅறிவின்பாற்பாட்டு இயங்குபவை என்றான். சுல்தானாகிய அக்குழந்தை இவன் பேசப்பேச, ஆச்சரியத்தோடு தலையை உயர்த்தி அவ்வப்போது வானத்தைப் பார்த்துக்கொண்டதைக் கவனித்ததும் உற்சாகமடைந்து, உணர்ச்சிகரமாகத் தொடர்ந்தான். இந்த உருமாதிரியில் கோள்கள் எல்லாம் மெல்லீடான கோளங்களில் கட்டித் தொங்கவிட்டிருப்பதைப் பார்க்கிறீர்கள் அல்லவா, இதோ இதுதான் வெள்ளி. இது இந்த வகையில் சுழலும், அங்கே தொங்கிக் கொண்டிருக்கும் பெரிய பந்துதான் நிலா. அது தனியானதொரு பாதையில் செல்லும் என்பது உங்களுக்குத் தெரியும். ஹோஜா நட்சத்திரங்களைத் திருப்ப, உருமாதிரிகளில் இணைக்கப்பட்டிருந்த மணிகள் இனிமையாக ஒலித்ததும், அந்தக் குட்டி சுல்தான் பயந்து பின்வாங்கினார். பின் தைரியத்தை வரவழைத்துக் கொண்டு, அந்த மணியடிக்கும் இயந்திரத்தைப் புதையல் பேழையைப்போல நெருங்கி ஆராயத் தொடங்கினார்.

இப்போது என் ஞாபகங்களை நினைவுகூர்ந்து, எனக்கான ஒரு கடந்த காலத்தைக் கண்டுபிடித்துக் கொள்ள முயற்சி செய்யும் வேளையில், நான் குழந்தையாக இருக்கும்போது கேட்டிருந்த நீதிக்கதைகளில் வரக்கூடிய எல்லோரும் மகிழ்ச்சியாக வாழ்கின்ற காட்சியைப்போல, அந்த தேவதைக் கதைகளுக்கு ஓவியர்கள் வரையும் சித்திரத்தைப் போல ஒரு காட்சி எனக்குள் உருவாகிறது. இஸ்தான்புல்லின் அரக்குச் சிவப்புக் கூரைகள் அந்தக் கண்ணாடி உருண்டைகளுக்குள் பொதிந்து வைக்கவேண்டியதுதான். அவற்றைக் குலுக்கினால், உறைபனிப் படலத்தோடு அவை சுழலும். அந்தக் குழந்தை சுல்தான் ஹோஜாவிடம் கேள்விகள் கேட்கத் தொடங்கினார். அவன் அவற்றிற்கு பதில் சொல்லியாக வேண்டும்.

நட்சத்திரங்கள் எப்படி வானத்தில் தொங்கிக் கொண்டிருக்கின்றன? ஒளி ஊடுருவும் தென்பாடான விண்வளாகங்களிலிருந்து அவை தொங்குகின்றன! இந்தக் கோளங்கள் எதனால் ஆனவை? கண்ணுக்குப் புலப்படாத ஒரு பொருளால். அதனால்தான் அவையும் கண்ணுக்குப் புலப்படாமல் உள்ளன! அவை ஒன்றோடொன்று மோதிக் கொள்ளாதா? இல்லை, ஒவ்வொன்றிற்கும் தனித்தனியான இடம், இந்த உரு மாதிரியில் இருப்பதைப் போலவே, உண்டு! நட்சத்திரங்கள் ஏராளமாக இருக்கும் போது, ஏன் அந்த விண்வளாகங்களெல்லாம் கண்ணுக்குத் தெரியவில்லை? ஏனென்றால் அவை வெகு தூரத்தில் இருக்கின்றன! எவ்வளவு தூரத்தில்? ரொம்ப ரொம்ப தூரத்தில்! மற்ற நட்சத்திரங்கள் சுழலும் போதும் மணிகள் ஒலிக்குமா? இல்லை, நட்சத்திரங்கள் ஒரு முழுச் சுற்றை முடிக்கும் போது ஒலிக்கும்படியாக மணிகளைப் பொருத்தியிருக்கிறோம்! இதற்கும் இடி இடிப்பதற்கும் தொடர்பு இருக்கிறதா? ஒன்றும் கிடையாது! அப்படியென்றால் எதனோடு அது தொடர்புடையது? மழையோடு! நாளை மழை பெய்யுமா? வானத்தைக் கூர்ந்தாய்வு செய்து பார்க்கும் போது மழை பெய்யாது எனத் தெரிகிறது! சுல்தானின் நோயுற்ற சிங்கத்தைப் பற்றி வான சோதிடம் என்ன சொல்கிறது? அது குணமடைந்து விடும், ஆனால் நாம் பொறுமை காக்க வேண்டும்... இவ்வாறாக கேள்வி பதில் சென்றது.

நட்சத்திரங்களைப் பற்றிப் பேசியபோது செய்ததைப் போலவே, நோயுற்ற சிங்கத்தைப் பற்றி தன் அபிப்பிராயத்தைச் சொல்லும் போதும் ஹோஜா வானத்தை நிமிர்ந்து பார்த்துக்கொண்டே பேசினான். வீட்டுக்குத் திரும்பி வந்த பிறகு இந்த விவரத்தைச் சொன்னான். ஆனால், அதைப் பொருட்படுத்த வேண்டியதில்லை என்றும் சொன்னான். அச்சிறுவன் அறிவியலுக்கும் குயுக்திவாதத்திற்கும் வேறுபாடு அறிந்துகொள்ள வேண்டுமென்பதுதான் முக்கியம் என்றான். சுல்தானாகிய அச்சிறுவன் சிலவற்றை 'உணர்ந்தறிந்து கொள்ள வேண்டும்' என்பதைத் திரும்பத் திரும்பச் சொன்னான். சுல்தான் எவற்றை உணர்ந்தறிய வேண்டும் என்பதை நான் புரிந்துகொண்டதைப்போல அது இருந்தது. நான் முஸ்லிமாக மாறினாலும் மாறாவிட்டாலும் அது எவ்வித வேறுபாட்டையும் உண்டாக்காது என்பதையே உண்மையில் அப்போது நினைத்துக்கொண்டிருந்தேன். அரண்மனையை விட்டுப் புறப்படும்போது ஐந்து தங்க நாணயங்கள் கொண்ட ஒரு முடிப்பை எங்களிடம் கொடுத்தார்கள். நட்சத்திரங்களின் இயக்கத்தில் ஒரு தர்க்க ஒழுங்கு இருப்பதை சுல்தான் புரிந்துகொண்டுவிட்டதாக ஹோஜா சொன்னான். ஓ, என்னருமை சுல்தான்! தாமதமாக, வெகு தாமதமாக அல்லவா அவரை அறிந்துகொண்டேன்! வீட்டின் சன்னல் வழியே அதே நிலா தனது முகத்தைக் காட்டியபோது நானும் ஒரு குழந்தையாக உடனே மாறிவிடவேண்டுமென்று நினைத்தேன்! ஹோஜா தன்னைக் கட்டுப்படுத்திக்கொள்ள முடியாமல் அதே விஷயத்தை மீண்டும் ஆரம்பித்தான். சிங்கத்தைப் பற்றிக் கேட்டது முக்கியமல்ல, அந்தச் சிறுவனுக்கு விலங்குகள் மீது பிரியம் அதிகம், அவ்வளவுதான்.

அடுத்த நாள் அவன் அறைக்குள் தாழிட்டுக் கொண்டு வேலை செய்யத் தொடங்கினான். சில நாட்கள் கழித்து கடிகாரத்தையும் நட்சத்திர உருமாதிரிகளையும் பழையபடியே வண்டியில் ஏற்றிக்கொண்டு ஒரு தொடக்கப்பள்ளிக்குக் கிளம்பினான். கம்பிவலையிட்ட சன்னல்களின் பின்னாலிருந்து ஆர்வமிக்க பார்வைகள் அவனைத் தொடர்ந்தன. மாலை திரும்பியபோது அவன் சோர்வுற்றிருந்தான். "சுல்தானைப் போல, இந்தப் பள்ளிக் குழந்தைகளும் புரிந்துகொள்வார்களென்று நினைத்தேன், ஆனால் இல்லை," என்றான். மாறாக, அவர்கள் மிரண்டு போனார்கள். ஹோஜா உரை நிகழ்த்தி முடித்ததும் கேள்விகள் கேட்டபோது ஒரு சிறுவன் வானத்துக்கு மறுபுறம் நரகம்தான் இருக்கிறது என்று சொல்லிவிட்டு அழத்தொடங்கியிருக்கிறான்.

அடுத்தவாரம் முழுக்க மாமன்னரின் அறிவுக்கூர்மை குறித்த அவனது நம்பிக்கையை வலுப்படுத்திக் கொள்ளும் முயற்சியிலேயே கழித்தான். அந்த இரண்டாவது அரண்மனை முற்றத்தில் சுல்தான் அவர்களோடு கழித்த கணங்களை ஒவ்வொன்றாக என்னிடம் எடுத்துச் சொல்லி, அவரது மேதைமையை அலசி ஆராய்ந்தான். அவனது கண்டுபிடிப்புகளுக்கு எனது அங்கீகாரத்தையும் எதிர்பார்த்தான். சிறுவனாக இருந்தாலும் அவர் மிகவும் அறிவாளி ஆமாம்!; எப்படிச் சிந்திக்க வேண்டுமென்று இந்த வயதிலேயே தெரிந்திருக்கிறது – ஆமாம்!; அரண்மனையில் அவரைச் சுற்றியிருப்பவர்கள் ஏற்படுத்தும் அழுத்தங்களை எளிதாகத்

தாங்கிக்கொள்ளும் அளவுக்கு மனோதிடம் அவருக்கு இருக்கிறது – ஆமாம்! இவ்வாறாக, வரப்போகும் காலத்தில் சுல்தான் எங்களுக்காக எப்படி கனவு கண்டுகொண்டிருந்தாரோ, அதற்கு முன்பாக நாங்கள் அவருக்காக கனவுகாணத் தொடங்கிவிட்டோம். இதே நேரத்தில் ஹோஜா கடிகாரத்திலும் ஆராய்ச்சி செய்து கொண்டிருந்தான். எங்களைத் தயாரிக்கச் சொல்லியிருந்த ஆயுதத்தைப் பற்றியும் அவன் யோசித்துக் கொண்டிருப்பதாக நினைத்தேன். ஏனென்றால் பாஷாவை கடைசியாகப் பார்த்தபோது அதைப் பற்றி அவருக்கு நினைவூட்டியதாகச் சொன்னான். ஆனால் அவனுக்கு பாஷாவின் மீதிருந்த நம்பிக்கை குலைந்துவிட்டிருப்பதை என்னால் உணர முடிந்தது. "அவரும் மற்றவர்களைப் போல ஆகிவிட்டார். அவருக்குத் தெரியாத விஷயங்களை இப்போதெல்லாம் அவர் தெரிந்தகொள்ள விரும்புவதில்லை". ஒரு வாரம் கழித்து மாமன்னரிடமிருந்து ஹோஜாவை வரச் சொல்லி உத்தரவு வந்தது. அவன் சென்றான்.

சுல்தான் ஹோஜாவை இனிமையாக வரவேற்றிருக்கிறார். "நீங்கள் கணித்துச் சொன்னதைப் போலவே எனது சிங்கம் குணமாகி வருகிறது," என்றாராம். பின்னர் தனது பரிவாரங்களோடு ஹோஜாவையும் முற்றத்திற்குக் கூட்டிச் சென்றிருக்கிறார். குளத்தில் உள்ள மீன்களைக் காட்டி, அவற்றைப் பற்றி அவன் என்ன நினைக்கிறான் என்று கேட்டிருக்கிறார். ஹோஜா அதைப் பற்றி என்னிடம் சொல்லும்போது, "அவை சிவப்பு நிறத்தில் இருந்தன. அதைத்தான் சொன்னேன். வேறு எதுவும் சொல்லத் தோன்றவில்லை," என்றான். பின்பு, அந்த மீன்கள் நீந்தும் முறையில் ஓர் ஒழுங்கு இருப்பதைக் கவனித்தானாம். அந்த மீன்கள் தமக்குள் இந்த நீந்தும் முறையைப் பற்றி விவாதித்துக் கொள்வதைப் போலவும், அதனை மேம்படுத்திப் பரிபூரணமாக்கிக் கொள்ள முயல்வதைப் போலவும் தோன்றியதாம். அந்த மீன்கள் மிகவும் புத்திசாலித்தனமானவை என்று சுல்தானிடம் சொல்லியிருக்கிறான் அந்தப்புற நபும்சகர்களில் ஒருவனுக்குப் பக்கத்தில் நின்றிருந்த விதூஷகக் குள்ளன் ஹோஜா சொன்னதைக்கேட்டு சிரித்திருக்கிறான். சுல்தானை கவனித்துக்கொள்வதற்காக நியமித்திருந்த அந்தக் குள்ளனின் வேலை சுல்தானின் அம்மா சொல்லியனுப்பியிருந்த எச்சரிக்கைகளை அவ்வப்போது ஞாபகப்படுத்துவதுதான். அவனது துடுக்குத்தனத்தில் எரிச்சலடைந்து சுல்தான் அவனைக் கண்டித்திருக்கிறார். தண்டனையாக சுல்தான் தனது ரதத்தில் திரும்பும்போது அந்த செந்தலையனைத் தன் பக்கத்து இருக்கையில் உட்கார விடவில்லையாம்.

அவர்கள் குதிரைப் பந்தயச் சதுக்கத்துக்கும், சிங்கக் காப்பகத்துக்கும் ரதத்தில் சென்றிருக்கிறார்கள். ஒரு புராதன தேவாலயத்தில் சிங்கங்களும் சிறுத்தைகளும் வேங்கைப்புலிகளும் தூண்களில் கட்டப்பட்டிருந்தனவாம். அவற்றை ஹோஜாவுக்கு சுல்தான் ஒவ்வொன்றாகக் காட்டிக்கொண்டே வந்து, அந்த நோயுற்றிருந்த சிங்கத்தின் முன் நின்றிருக்கிறார்கள். சுல்தான் அந்த சிங்கத்தோடு சற்று பேசிவிட்டு ஹோஜாவை அதற்கு அறிமுகம் செய்து வைத்திருக்கிறார். வேறொரு மூலையில், மற்ற மிருகங்களைப் போல் துர்நாற்றம் வீசாமல், இன்னொரு சிங்கம் படுத்திருந்ததாம். அது கர்ப்பமுற்ற ஒன்று. மாமன்னர் விழிகள் பளபளக்க ஹோஜாவிடம், "இது எத்தனை குட்டிகள் ஈனும்? அவற்றில் ஆண் எத்தனை, பெண் எத்தனை?" என்று கேட்டிருக்கிறார்.

இந்த எதிர்பாராத கேள்வியில் திடுக்கிட்டு 'மடத்தனமாக' உளறிவிட்டதாக ஹோஜா பின்பு சொன்னான். அவன் சுல்தானிடம் தனக்கு வானியல் ஞானம் உண்டேயொழிய சோதிடம் தெரியாது என்று சொல்லியிருக்கிறான். "ஆனால் அரசவை சோதிடர் ஹுசைன் எஃபெண்டியைவிட உமக்கு நிறைய விஷயங்கள் தெரிந்திருக்கிறதே," என்று அந்தச் சிறுவன் வியந்திருக்கிறார். ஹோஜாவுக்குப் பக்கத்தில் யாராவது இதைக் கேட்டுவிட்டு ஹுசைன் எஃபெண்டியிடம் சொல்லிவிடுவார்களோ என்று பயம் வந்து ஹோஜா எதுவும் பேசவில்லை. ஆனால் மாமன்னர் பொறுமையிழந்து மீண்டும் வற்புறுத்திக் கேட்டிருக்கிறார். ஹோஜாவுக்கு உண்மையிலேயே எதுவும் தெரியாதென்றால், அவர் நட்சத்திரங்களை ஆராய்ச்சி செய்து கண்டுபிடித்திருப்பதெல்லாம் வீண்தானா?

அப்புறம் நிதானமாக சொல்லிக்கொள்ளலாம் என்று ஹோஜா நினைத்திருந்த விஷயங்களை இப்போதே விளக்க வேண்டிய கட்டாயம் ஏற்பட்டுவிட்டிருக்கிறது: விண்மீன்களை ஆராய்ச்சி செய்து, அதன்மூலம் பற்பல உண்மைகளை அவன் கண்டடைந்திருப்பதாக ஹோஜா சொன்னான். மாமன்னர் கண்களை அகல விரித்தபடி அமைதியாக செவிமடுத்துக் கொண்டிருப்பதைச் சாதகமான சமிக்ஞையாகக் கருதிக்கொண்டு விண்மீன்களைத் தொலைநோக்கியில் கண்டு ஆய்வு செய்ய ஒரு கோளரங்கம் கட்டவேண்டிய அவசியத்தை எடுத்துச் சொன்னான். மாமன்னரின் பாட்டனார் முதலாம் அகமத்தின் பாட்டனார் மூன்றாம் மூரத் தொண்ணூறு வருடங்களுக்கு முன் அமரர் தாகியுதீன் எஃபெண்டிக்காகக் கட்டி, அதன்பிறகு பராமரிப்பின்றி அழிந்துபோன ஒரு கோளரங்கைப் போல அல்லது அதனைவிட மேம்பட்டதாக, ஓர் அறிவியல் கழகமாக அதனை நாம் உருவாக்க வேண்டும். அறிவியலறிஞர்கள் அங்கு விண்மீன்களை மட்டுமன்றி மொத்த உலகத்தையும், நதிகளையும், கடல்களையும் மேகங்களையும் மலைகளையும் மலர்களையும், மரங்களையும் – ஏன் விலங்குகளையும் கூட கவனித்து, ஆராய்ச்சி செய்து, பின் அந்த அறிவார்ந்த சான்றோர் ஓய்வாக அமர்ந்து தமது எண்ணங்களை ஒருவரோடொருவர் பகிர்ந்துகொண்டு, ஞானம் வளர்க்கும் இடமாக அது இருக்கவேண்டும், என்றான்.

ஹோஜா இத்திட்டத்தைப் பற்றிப் பேசும்போது சுல்தான் ஏதோ சுவாரஸ்யமான கதையைப் போலக் கேட்டுக்கொண்டிருந்தாராம். எனக்கே இது புதிதாகத்தான் இருந்தது. அவர்கள் அரண்மனைக்குத் திரும்பியதும், "சிங்கத்திற்கு எப்படி குட்டிகள் பிறக்கும்?" என்று மீண்டும் கேட்டிருக்கிறார். ஹோஜா சற்று யோசித்துவிட்டு, "ஆணும் பெண்ணும் சரிசமமாகப் பிறக்கும்." என்று பதிலளித்திருக்கிறான். வீட்டுக்கு வந்ததும், அதைப்போலச் சொல்லியதில் ஆபத்து எதுவும் இல்லை என்றான். "அந்த முட்டாள் சிறுவன் என் முழு கட்டுப்பாட்டில் இருக்கிறான்," என்றான். "அரசவைச் சோதிடன் ஹுசைன் எஃபெண்டியைவிட நான் திறமையானவன்!" மாமன்னரை இவ்வளவு இழிவாகப் பேசுவதைக்கேட்டு அதிர்ந்தேன். என்ன காரணத்திற்காகவோ எனக்குக் கோபம் வந்தது. அந்நாட்களில் எனது சலிப்பைப் போக்கிக் கொள்வதற்காக வீட்டு வேலைகளை இழுத்துப்போட்டுக் கொண்டு செய்து வந்தேன்.

இதற்குப் பிறகு இக்குறிப்பிட்ட சொல்லை, எல்லாக் கதவுகளையும் திறக்கக்கூடிய மந்திரச்சாவியைப் போலப் பயன்படுத்தத் தொடங்கினான். இவர்கள் 'முட்டாள்கள்' என்பதால்தான் தலைக்கு மேலே நகரும் நட்சத்திரங்களைக்கூட நிமிர்ந்து பார்ப்பதோ, அவற்றைப் பற்றி யோசிப்பதோ இல்லை; இவர்கள் 'முட்டாள்கள்' என்பதால்தான் ஒன்றைக் கற்றுக் கொள்ளத் தொடங்குவதற்கு முன்பாகவே அதனால் என்ன பிரயோஜனம் என்று கேட்கிறார்கள்; இவர்கள் 'முட்டாள்கள்' என்பதால்தான் எதிலும் நுட்பமான விவரங்களை அறிந்து கொள்வதில் நாட்டம் இருப்பதில்லை, பொழிப்புரைகளைத்தான் எதிர் பார்க்கிறார்கள்; இவர்கள் 'முட்டாள்கள்' என்பதால்தான் எல்லோரும் ஒன்றுபோலவே இருக்கிறார்கள்... இத்தியாதி. சில வருடங்களுக்கு முன்பு எனது நாட்டில் இருக்கும்போது நானும் மற்றவர்களை இப்படி எடுத்தெறிந்து பேசுபவனாக இருந்திருந்தாலும் இப்போது ஹோஜாவிடம் எதுவும் சொல்வதில்லை. எப்படியிருந்தாலும் அந்நாட்களில் ஹோஜாவின் கவனம் முழுக்க அவனுடைய முட்டாள் களிடமே இருந்ததால் அவன் என்னைக் கவனிக்கவில்லை. ஆனால், எனது முட்டாள்தனம் வேறுவகையானது. முன்யோசனையில்லாமல் அவனிடம் நான் ஒருமுறை கண்ட கனவைச் சொல்லிவிட்டேன்: அவன் எனது நாட்டுக்கு என்னைப்போல ஆள் மாறாட்டம் செய்துகொண்டு போய்விடுகிறான், எனக்கு நிச்சயம் செய்திருந்த என் காதலியை மணந்து கொள்கிறான். அத்திருமணத்தில் அவன் நானல்ல என்பதை ஒருவரும் கண்டுபிடிப்பதில்லை. ஒரு துருக்கியனைப் போல உடையணிந்து கொண்டு திருமண வைபவங்களை ஒரு மூலையில் நின்றுகொண்டு கவனிக்கிறேன். என் அம்மாவுக்கும் என் காதலிக்கும் முன்னால் கண்ணீர் வழிய நின்று பார்க்கிறேன். அவர்கள் என்னை அடையாளம் கண்டுகொள்ளாமல் முகத்தைத் திருப்பிக் கொண்டு போய்விடுகிறார்கள். அந்த அழுகை என்னை எழுப்பிவிடுகிறது.

அந்தச் சமயத்தில் அவன் பாஷாவின் மாளிகைக்கு இரண்டு முறை சென்றுவந்தான். பாஷாவுக்கு அவரது முன்னிலையில் இல்லாமல் ஹோஜா சுல்தான் அவர்களைச் சந்திப்பதும், நெருக்கம் வளர்த்துக்கொள்வதும் பிடிக்கவில்லையென்று நினைத்தேன். ஹோஜாவை துருவித்துருவி விசாரித்திருக்கிறார், என்னை ஏன் கூட்டி வரவில்லையென்று கேட்டிருக்கிறார், என்னைப் பற்றி விசாரித்திருக்கிறார். ஆனால் இந்த விஷயத்தையெல்லாம் இஸ்தான்புல்லிலிருந்து பாஷா விரட்டப்பட்டதற்குப் பிறகுதான் என்னிடம் சொன்னான். முதலிலேயே இதெல்லாம் எனக்குத் தெரிந்திருந்தால், எனக்கு அவன் விஷம் வைத்துக்கொன்று விடுவானோ என்ற பயத்திலேயே நாட்களைக் கழித்திருப்பேன் என்பதால் என்னிடம் சொல்லவில்லை என்றான். இருந்தாலும், பாஷாவுக்கு ஹோஜாவை விட என்னிடம்தான் அதிக ஆர்வம் ஏற்பட்டிருந்தது என்பதைச் சொல்ல முடிந்தது. எனக்கும் ஹோஜாவுக்கும் இடையிலிருந்த உருவ ஒற்றுமை என்னைவிட பாஷாவை அதிகம் சஞ்சலப்படுத்துகிறது என்பதை அறிந்துகொள்ள பெருமையாகக்கூட இருந்தது. அந்நாட்களில் இந்த உருவ ஒற்றுமை என்பது ஹோஜா ஒருபோதும் அறிந்துகொள்ள விரும்பாத ஒரு ரகசியம் போலவும், அவனது இருப்பே எனக்கொரு

வினோதமான துணிவைத் தருவதுபோலவும் இருந்தது: இந்த ஒற்றுமையின் காரணமாகவே ஹோஜா உயிரோடு இருக்கும்வரை நானும் பத்திரமாக இருக்க முடியும் என்று சில நேரங்களில் நினைத்தேன். ஒருவேளை அதனால்தானோ என்னவோ, பாஷாவும் முட்டாள்களில் ஒருவர்தான் என்று ஹோஜா சொன்னபோது எனக்கு எரிச்சல் ஏற்பட்டதென்று நினைக்கிறேன். எனது எரிச்சல் அவனுக்குக் கோபத்தை உண்டாக்கியது. எனக்குப் பழக்கமில்லாத ஒரு கூச்சமற்ற துணிச்சலை அவன் தூண்டிக் கொண்டிருந்தான். எனது தேவையை அவன் உணரவேண்டும், என் முன்னால் அவன் கூச்சமுறவேண்டுமென்று விரும்பினேன்: பாஷாவைப் பற்றி அவனிடம் விடாமல் விசாரித்துக் கொண்டே இருந்தேன். எங்கள் இருவரையும் பற்றி அவர் என்ன சொன்னார் என்றெல்லாம் கேட்கும்போது அவன் குரல்வளையை நெரிக்கும் அளவுக்கு எனக்கு வெறியேறும். அந்தக் கோபத்துக்குக் காரணம் என்னவென்று அவனுக்கே தெளிவாகத் தெரிந்திருக்காது என்றே நினைத்தேன். அப்புறம் அவன் உறுதியான குரலில், பாஷாவை அவர்கள் சீக்கிரத்திலேயே ஒழித்துக்கட்டி விடுவார்கள் என்பான். சுல்தானின் மெய்க்காப்பு வீரர்களான ஜானிஸரிகள் ஏதோ திட்டமிட்டு வருவது தெரிகிறது, அரண்மனையில் நிறைய சதிவலைகள் பின்னப்படுகின்றன என்பான். இந்த காரணத்திற்காகவே, பாஷா அவனிடம் ஆணையிட்டிருந்த ஆயுதத்தை, பாஷாவுக்குப் பிறகு வரப்போகிற ஏதோவொரு சேனாதிபதிக்காகக் தயாரித்துக் கொடுப்பதைவிட, சுல்தானுக்காகத் தயாரிப்பது நல்லது என்றான்.

எந்த வகையான ஆயுதத்தைத் தயாரிக்க வேண்டுமென்ற தெளிவான ஆணை கிடைக்காமல், அந்த நினைப்பிலேயே ஹோஜா முழுக்க உழன்று கொண்டிருந்தான் என்றே நான் சிறிது காலம் நினைத்துக்கொண்டிருந்தேன். அவனால் உருப்படியாக எதையும் செய்ய முடியவில்லை என்று எனக்குள் சொல்லிக் கொண்டிருந்தேன். அவனது ஆராய்ச்சியில் ஏதாவது முன்னேற்றம் கண்டிருந்தால், என்னை அவமானப்படுத்துவதற்காவது, அதைப் பற்றி என்னிடம் சொல்லியிருப்பான். அவன் உருவாக்கிய வடிவமைப்புகளைப் பற்றிய என் கருத்துக்களை நிச்சயம் எதிர்பார்க்கக் கூடியவன் அவன். ஒருநாள் மாலை, அக்ஸரே என்ற இடத்தில் இருந்த ஒரு வேசியர் இல்லத்தில் சங்கீதத்தையும் பெண்ணுடலையும் சுகித்துவிட்டுத் திரும்பிக்கொண்டிருந்தோம். இரண்டு மூன்று வாரங்களுக்கொரு முறை அங்கு சென்று வருவது வழக்கம்தான். அப்போது ஹோஜா மறுநாள் காலை வரை அவன் வேலை பார்க்கப் போவதாகச் சொன்னான். சொல்லிவிட்டு, என்னிடம் பெண்களைப் பற்றிக் கேட்டான் – அதற்கு முன் நாங்கள் பெண்களைப் பற்றி ஒருபோதும் பேசியதேயில்லை. “எனக்கு என்ன தோன்றுகிறதென்றால் ...” என்று திடீரென்று ஆரம்பித்தான். அதற்குள் வீடு வந்துவிடவே, சட்டென்று பேச்சை நிறுத்திவிட்டு, மனதிலிருந்ததைச் சொல்லாமல் அறைக்குள் சென்று தாழிட்டுக் கொண்டான். என்னைச் சுற்றிப் புத்தகங்கள் சூழ்ந்திருக்கத் தனியாக அமர்ந்திருந்தேன். அவற்றைப் புரட்டிப் பார்க்கவும் தோன்றாமல் அவனைப் பற்றி யோசித்துக் கொண்டிருந்தேன். தனக்குள் என்ன திட்டத்தை வைத்திருந்தாலும், அதை அவனால் செயல்படுத்த முடியப்போவதில்லை என்று

தோன்றியது. அவனுக்கு இன்னமும் பழக்கமாகியிருக்காத மேசையில், மணிக்கணக்காக அவமானமும் வெறியும் அவனை ஆட்கொண்டிருக்க, எதிரே விரித்து வைத்திருக்கும் வெற்றுப் பக்கங்களை வெறித்துக் கொண்டு உட்கார்ந்திருந்தான்…

நள்ளிரவு தாண்டி, அறைக்கதவைத் திறந்து கொண்டு வெளியே வந்தான். தனக்குப் புரியாத ஓர் எளிமையான கேள்விக்கு விடை தேடுகின்ற சங்கடமான நிலையிலுள்ள மாணவனைப்போல என்னை நாணத்துடன் கூப்பிட்டான். "எனக்குக் கொஞ்சம் உதவி செய்," என்றான் வலிய வரவழைத்துக்கொண்ட அதிகாரத் தோரணையுடன். "நாம் இருவரும் ஒன்றாகச் சேர்ந்து அவர்களைப் பற்றி சிந்திப்போம், நான் ஒருவனாக மட்டும் யோசித்துக் கொண்டிருந்தால், எந்த முடிவுக்கும் வரமுடியவில்லை," என்றான். இது ஏதோ பெண்களைப்பற்றிய விஷயம் என்றெண்ணி, ஒரு கணம் மௌனமாக இருந்தேன். நான் வெற்றாக விழித்திருப்பதைப் பார்த்து அவன் தீவிரமான தொனியில் பேசத் தொடங்கினான். "நான் இந்த முட்டாள்களைப் பற்றி யோசித்துக்கொண்டிருக்கிறேன். ஏன் இவர்கள் இவ்வளவு மூடர்களாக இருக்கிறார்கள்?" பின், எனது பதில் என்னவாக இருக்குமென்று தெரிந்துகொண்டவன் போல, "சரி, அவர்கள் மூடர்கள் இல்லையென்றே வைத்துக்கொள்ளலாம், ஆனால் அவர்களின் தலைக்குள் ஏதோ குறைகிறது." அவன் செல்லும் 'அவர்கள்' யாரென்று நான் கேட்கவில்லை. "அறிவை சேமித்து வைத்துக் கொள்ள அவர்களின் தலைக்குள்ளே தனி இடம் எதுவும் இருக்காதா?" என்றபடி சரியான சொல்லைத் தேடுபவன்போல சுற்றுமுற்றும் பார்த்தான். "அலமாரியின் இழுப்பறைகளைப் போல அவர்கள் தலைக்குள்ளே தனியிடம் ஒன்று பல்வேறு விஷயங்களைப் பொதித்து வைத்துக்கொள்ள ஒதுக்கப்பட்டிருக்க வேண்டும். ஆனால் அப்படி ஓர் இடமே இவர்களிடம் இருப்பதாகத் தெரியவில்லை. நான் சொல்வது புரிகிறதா உனக்கு?" அவன் சொல்ல வருவதில் ஒன்றிரண்டு விஷயங்களையாவது புரிந்துகொண்டுவிட்டேன் என்று நம்புவதற்கு ஆசையாகத்தான் இருந்தது, ஆனால் இந்த சந்தர்ப்பத்தில் முடியவில்லை. வெகுநேரத்திற்கு மௌனமாக ஒருவரையொருவர் பார்த்தபடி அமர்ந்திருந்தோம். "ஒருவன் ஒரு குறிப்பிட்ட குணாம்சத்தோடு இருப்பதற்கு என்ன காரணம் என்று யாருக்குத் தெரிந்திருக்கும்?" என்றான் கடைசியாக மௌனத்தை உடைத்தபடி. "ஆ, நீ மட்டும் ஓர் உண்மையான மருத்துவனாக இருந்து உடம்பைப் பற்றியும், உடலுக்குள்ளும், நமது தலைகளுக்குள்ளும் என்ன இருக்கிறது என்பதைப் பற்றியும் எனக்குக் கற்றுத் தந்திருந்தால் எவ்வளவு நன்றாக இருந்திருக்கும்!" அவன் சற்று தர்மசங்கடத்தில் இருப்பதைப் போலக் காணப்பட்டான். என்னை மிரளச் செய்துவிடக் கூடாதென்பதற்காகவே போலியாகத் தன்னை சமாளித்துக்கொண்டு, இம்முயற்சியைக் கைவிட்டுவிடப் போவதில்லை என்றான். இவர்களையெல்லாம் மாற்றுவதற்கு இறுதி வரை முயற்சிக்கப் போவதாகச் சொன்னான். இதற்கு இரண்டு காரணங்கள்: ஒன்று, என்னதான் இறுதியில் வெளிப்படப் போகிறது என்பதை அறிந்து கொள்வதில் அவன் ஆர்வத்துடன் இருப்பது. இரண்டாவது, அவனுக்கு இப்போது செய்வதற்கு வேறு வேலை ஏதும் இல்லாதது. எனக்கு எதுவும் புரியவில்லை.

ஆனால் இவையெல்லாவற்றையும் அவன் என்னிடமிருந்துதான் கற்றுக்கொண்டிருக்கிறான் என்பது எனக்கு மகிழ்ச்சியளிப்பதாக இருந்தது.

அவன் சொன்னதற்கு என்ன பொருள் என்பதை நாங்கள் இருவருமே அறிந்திருப்பதைப் போல, அதன் பிறகான நாட்களில் அதையே அடிக்கடி சொல்லிக் கொண்டிருந்தான். இவ்வாறு தன் திடநம்பிக்கையைக் காட்டினாலும் அவனிடம் பகற்கனவு காணும் ஒரு முரண்பாடான மாணவனின் பாவனை இருந்தது. கடைசிவரை முயன்று பார்த்துவிடுவது என்று அவன் ஒவ்வொருமுறை சொல்லும்போதும், ஏன் தனக்கு இவ்வளவு சோதனைகள் என்று புலம்பும் ஒரு நிர்க்கதியான காதலனின் சோகமான, கோபமான புலம்பல்களைக் கேட்பதுபோலவே இருக்கும். அந்த நாட்களில் அவனிடமிருந்து இது அடிக்கடி வெளிப்பட்டது; சுல்தானின் ஜானிஸரிகள் கலகத்தில் ஈடுபட சதித்திட்டம் தீட்டி வருகிறார்களென்பதைக் கேள்விப்பட்டபோது இதைச் சொன்னான்; தொடக்கப்பள்ளி மாணவர்களுக்கு விண்மீன்களைவிட தேவதைகளில்தான் அதிக ஆர்வம் இருக்கிறது என்று அவன் என்னிடம் சொன்னபோது இதைச்சொன்னான்; கணிசமான தொகை கொடுத்து அவன் வாங்கிய ஒரு கையெழுத்துச் சுவடியைப் பாதி படித்துவிட்டு கோபத்தில் வீசியெறிந்தபோது இதைச் சொன்னான்; மசூதிக்கு அடிக்கடி சென்று வருவதால் பழக்கமான நண்பர்களோடு கடிகார அறையில் நடந்த விவாதத்தில் நட்பை முறித்துக்கொண்டு வந்தபோது இதைச் சொன்னான்; அரைகுறையாகச் சூடேற்றப்பட்டிருந்த நீராவிக் குளியலறையில் குளிரில் நடுங்கிக்கொண்டு வெளியே வந்தபோது இதைச் சொன்னான்; மென்பஞ்சு மெத்தையில் அவனது அபிமான புத்தகங்களைப் பரப்பிக்கொண்டு படுத்திருந்தபோது இதைச் சொன்னான்; மசூதியின் முற்றத்தில் கைகால் அலம்பிக் கொண்டிருக்கும்போது மனிதர்கள் பேசிய அபத்த உளறல்களைக் கேட்டுவிட்டு இதைச் சொன்னான்; வெனீஸியர்களால் இவர்கள் தேசத்து கடற்படை தோற்கடிக்கப்பட்ட செய்தியைக் கேட்டபோது இதைச் சொன்னான்; அக்கம்பக்கத்தினர் இவனிடம் வந்து அக்கறையோடு, சீக்கிரத்தில் திருமணம் செய்துகொள்ள வேண்டும், வயதாகிக் கொண்டே போகிறதே என்று அறிவுரைத்துவிட்டுப் போனதும் இதைச் சொன்னான்; "இவர்களையெல்லாம் மாற்றுவதற்கு இறுதி வரை முயன்று பார்க்கப் போகிறேன்" என்பதை அவன் சொல்லிக்கொண்டே இருந்தான்.

இப்போது எனக்கு ஓர் ஆர்வம் தோன்றத் தொடங்குகிறது: நான் இங்கே எழுதியிருப்பதை யெல்லாம் கடைசி வரை படித்து முடித்த, நடந்த எல்லாவற்றையும், அல்லது நடந்ததாகக் கற்பனையில் நான் கண்டு சொன்ன எல்லாவற்றையும் பொறுமையாகக் கேட்டுக்கொண்டிருந்த வாசகன், இறுதியில் ஹோஜா தனது வாக்கைக் காப்பாற்றாமல் போனதைப் பற்றி என்ன சொல்வான்?

4

கோடைப்பருவம் முடியும் தறுவாயில் ஒருநாள், இஸ்தின்யே கடற்கரையில் அரசவை சோதிடர் ஹுசைன் எஃபெண்டியின் உடல் மிதந்துகொண்டிருப்பதாகத் தகவல் வந்தது. அவருக்கு மரணதண்டனை வழங்கப்படுவதற்கான உத்தரவை ஒருவழியாக பாஷா பெற்றுவிட்டிருந்தார். தலைமறைவாக இருந்த சோதிடர், வாயை மூடிக்கொண்டு இருக்க முடியாமல் அவருக்குத் தெரிந்தவர்கள், தெரியாதவர்கள் எல்லோருக்கும் கடிதங்கள் அனுப்பிக்கொண்டிருந்தார். கடிதங்களில் இருந்த ஒரே விஷயம். சாதிக் பாஷா விரைவில் இறந்து போவார். அவர் மரணம் கிரகங்களில் எழுதப்பட்டிருக்கிறது. கடிதங்கள் அவரது மறைவிடத்தைக் காட்டிக்கொடுக்க, அவர் அனடோலியாவுக்குத் தப்பியோட முயன்றபோது, காவலர்கள் படகை மறித்து கழுத்தை நெரித்துக் கொன்றிருக்கிறார்கள். அவரது சொத்துக்கள் யாவும் கையகப்படுத்தப்பட்டுள்ளன என்பதைக் கேள்விப்பட்டவுடனே, அவரது சேமிப்பில் உள்ள புத்தகங்கள், ஆவணங்களை எடுத்துக்கொள்ள ஓடினான். அவன் சேமிப்புப் பணம் எல்லாவற்றையும் லஞ்சமாகக் கொடுத்து ஒரு பெரிய தகரப்பெட்டி முழுக்கக் காகித மூட்டைகளைத் தூக்கிக்கொண்டு வந்தான். ஒரே வாரத்தில் எல்லாவற்றையும் படித்து முடித்துவிட்டு, அவற்றில் இருப்பதைவிடத் தனக்கு அதிகமாகவே தெரியும் என்று கோபத்துடன் கத்தித்தீர்த்தான்.

அவன் வார்த்தையைக் காப்பாற்ற நானும் உதவிசெய்தேன். மன்னருக்காக அவன் எழுதத்திட்டமிட்டிருந்த, 'விலங்குகளின் வினோத நடத்தைகள்', 'இறைவனின் படைப்புகளில் காணும் பேரதிசயங்கள்' என்ற இரண்டு ஆய்வறிக்கைகளுக்காக, என் நாட்டின் எம்போலி நகரத்திலிருந்த எங்கள் தோட்டத்தில் நான் பார்த்த அழகான குதிரைகளையும், கழுதைகளையும், முயல்களையும் பல்லிகளையும் அவனுக்கு வர்ணித்தேன். ஹோஜா எனது கற்பனாசக்தி மிகவும் குறைவு என்றான். உடனே எங்கள் அல்லிக்குளத்தில் இருந்த, நீண்ட மீசைகொண்ட பிரெஞ்சு ஆமைகளையும், சிசிலிய உச்சரிப்பில் பேசும் நீல நிறக் கிளிகளையும், ஒன்றையொன்று பார்த்தபடி உட்கார்ந்து

முதுகுகளைத் தேய்த்து, கோதி விட்டுக்கொண்டு பின் கலவியில் ஈடுபடும் அணில்களையும் பற்றி அவனிடம் விளக்கினேன். எறும்புகளின் பழக்க வழக்கங்களை விவரிக்கும் அத்தியாயத்திற்காக நாங்கள் இருவரும் அதிக நேரத்தை எடுத்துக்கொண்டோம். சுல்தானுக்கு மிகவும் சுவாரஸ்யமான பாடம் இது. அவரது அரண்மனையின் தரைகள் தொடர்ந்து பெருக்கி, சுத்தப்படுத்தி வருவதால் எறும்புகளின் நடமாட்டத்தைக் கவனிக்கவே அவருக்கு வாய்ப்பில்லாமல் இருந்தது.

எறும்புகளின் மிகக் கட்டுப்பாடான, ஒழுங்குமுறைக்குட்பட்ட வாழ்க்கையைப் பற்றி அந்த அத்தியாயத்தில் எழுதும்போது, சிறுவனான சுல்தானுக்கு நல்ல அறிவியல் பாடத்தைக் கற்றுத்தரப்போகிறோமென்ற கனவு ஹோஜாவிடம் வளர்ந்திருந்தது. உள்ளூர் கட்டெறும்புகளைப் பற்றி எல்லாவற்றையும் எழுதி முடித்ததும், அது போதாதென்று தோன்றியதால் அமெரிக்க சிவப்பெறும்புகளைப் பற்றி, அவற்றின் இயல்புகளைப் பற்றி விவரிக்கத் தொடங்கினான். இவற்றைப் பற்றி எழுதும் போது அவனுக்கு இன்னொரு புதிய எண்ணம் முளைத்தது. அமெரிக்கா என்ற அந்த பாம்புகள் மலிந்த சேதத்தில், தமது இயல்புகளை மாற்றிக்கொள்ளாமல் வாழ்ந்துவரும் சோம்பேறிப் பழங்குடிகளைப் பற்றி எழுதினால் அது சுவையாகவும், அர்த்தபூர்வமாகவும் இருக்கும் என்றான். ஆனால் அவன் எழுதப்போகும் அந்தப் புத்தகத்தைப்பற்றி அவ்வளவு நுட்பமாக என்னிடம் விவரித்துக் கொண்டிருந்தவன், கடைசியில் எழுதி முடிக்கவேயில்லை. அதைப்போலவே சிறுவயது அரசன் ஒருவனைப் பற்றியும் எழுதப் போவதாகச் சொல்லிக்கொண்டிருந்தான். அச்சிறுவனுக்கு விலங்குகள், வேட்டையாடுதல் மீது ஆர்வம். ஆனால் அவனுக்குப் போதிய அறிவியல் ஈடுபாடு இல்லாததால் இறுதியில் ஸ்பானிய மிலேச்சர்களால் கழுவிலேற்றப்பட்டு கொல்லப்படுகிறான். இந்தக் கதையையும் அவன் எழுதி முடிக்கவில்லை. பறக்கும் எருது, ஆறுகால் எருமை, இரண்டு தலைப் பாம்புகள் என வினோத விலங்குகளை வரைய நாங்கள் அமர்த்தியிருந்த நுண்ணோவியனின் சித்திரங்கள் எங்கள் இருவருக்குமே திருப்தியளிக்கவில்லை. “யதார்த்தம் என்பது இதைப்போல தட்டையானதாகப் பழங்காலத்தில் இருந்திருக்கலாம், ஆனால் இப்போது எல்லாமே முப்பரிமாணத்தில் உள்ளன. யதார்த்தம் நிழல்களைக் கொண்டுள்ளது. மிகச் சாதாரணமான எறும்புகூட தனது நிழலை, தன்னோடு ஒட்டிப் பிறந்த இரட்டைப் போலச் சுமந்துகொண்டு பொறுமையாகச் செல்வதைப் பார்க்கிறாய்தானே?” என்றான்.

ஹோஜாவுக்கு சுல்தானிடமிருந்து பதில் வரவில்லை. அதனால் பாஷாவைப் போய்ப் பார்த்து, அவன் சார்பாக அந்த ஆய்வறிக்கைகளை சுல்தானிடம் சமர்ப்பித்துவிடக் கேட்டுக்கொண்டான். ஆனால் பிற்பாடு இதற்காக மிகவும் வருந்தினான். பாஷா பதிலுக்குப் பெரிதாக பிரசங்கம் செய்யத் தொடங்கிவிட்டார். சோதிடம் என்பதே ஏமாற்று வேலை; அரசவைச் சோதிடர் ஹுசைன் எஃபெண்டிக்குத் தலையில் கர்வம் ஏறிக்கொண்டு, அரசியல் விவகாரங்களிலெல்லாம் தலையிடத் தொடங்கிவிட்டார்; அவருக்குப் பின் காலியாகியிருக்கும் இடத்திற்கு ஹோஜா ஆசைப்படுகிறானோவென்று அவருக்கு ஒரு சந்தேகம் இருக்கிறது;

அவருக்கும் விஞ்ஞானத்தில் நம்பிக்கை உண்டு – ஆனால் அது ஆயுதங்களை உருவாக்கும் விஞ்ஞானம். விண்மீன்களை ஆராய்கின்ற விஞ்ஞானமல்ல; அரசவைச் சோதிடர் பதவியே துரதிருஷ்டம் பீடித்த ஒன்றாக இருக்கிறது – அந்தப் பதவியில் இருப்பவர்கள் ஒன்று கொல்லப்படுகிறார்கள், அல்லது காணாமல் போய்விடுகிறார்கள், அதனால் அறிவியல் அறிவுக்கு அவர்கள் பெரிதும் சார்ந்திருக்கிற, பிரியத்துக்குரிய ஹோஜா இந்தப் பதவிக்கு வருவதை அவர் விரும்பவில்லை; எப்படியிருந்தாலும் புதிய அரசவைச் சோதிடர் பதவிக்கு ஸிட்கி எஃபெண்டியை முடிவுசெய்தாயிற்று, அவர் முட்டாள்தான். ஆனால் அந்தப் பதவிக்குப் பொருத்தமானவர். அந்த முன்னாள் சோதிடரின் புத்தகங்களையெல்லாம் ஹோஜா எடுத்துக்கொண்டான் என்று அவர் கேள்விப்பட்டார். அவன் இந்த விஷயத்தில் கவனத்தைச் செலுத்தவேண்டாமென்றுதான் அவர் கூறுவார். ஹோஜா தனக்கு அறிவியலில் மட்டும்தான் ஆர்வம் என்றும், சுல்தான் அவனைத் தயாரித்துக் கொடுக்கும்படி சொன்ன ஆய்வறிக்கைகளைத்தான் பாஷாவிடம் தந்திருப்பதாகவும் பதிலளித்திருக்கிறான். மாலை வீடு திரும்பியதும், அவனுக்கு அறிவியலில் மட்டும்தான் அக்கறை என்று சொன்னான். அதனை சோதித்து ஆய்வு நடத்த என்னவெல்லாம் தேவையோ, அவற்றையெல்லாம் அவன் செய்வான் என்றான். பின்னர் பாஷாவை சபிக்கத் தொடங்கினான்.

எங்கள் கற்பனையில் உருவாக்கி வரைந்திருந்த வண்ணமயமான விலங்குகளைப் பார்த்து அந்த பாலக சுல்தான் என்ன நினைத்திருப்பார் என்று அடுத்த மாதம் முழுக்க ஊகித்துக் காத்திருந்தோம். ஏன் தன்னை இன்னும் அரண்மனைக்கு அழைக்கவில்லையென்று ஹோஜா கவலைப்பட்டுக் கொண்டிருந்தான். கடைசியில் எங்களுக்கு அழைப்பு வந்தது. ஆனால் அரசர் செல்லும் வேட்டையில் கலந்து கொள்வதற்கு. சுகித்தானே ஆற்றங்கரையில் இருந்த மிராஹர் அரண்மனைக்குச் சென்றோம். ஹோஜாவுக்கு அரசருக்குப் பக்கத்தில் நிற்க அனுமதி கிடைத்தது. பார்வையாளனாக நான் தூரத்தில் நிறுத்தி வைக்கப்பட்டேன். பெருங்கூட்டம் கூடியிருந்தது. வேட்டைக்குப் பொறுப்பான தலைமை அலுவலர் எல்லாவற்றையும் தயார் நிலையில் ஒழுங்குபடுத்தி வைத்திருந்தார்: முயல்களும் நரிகளும் திறந்து விடப்பட்டன. வேட்டை நாய்களும் விடுவிக்கப்பட்டன. துள்ளிக் கொண்டு சிதறியோடும் முயல்களில், மற்றெல்லாவற்றையும் தாண்டிப் படுவேகமாக முன்னால் ஓடிக்கொண்டிருந்த ஒரு முயல்தான் அனைவரின் கவனத்தையும் ஈர்ப்பதாயிருந்தது. அது திடீரென ஆற்றில் குதித்து, பதற்றத்துடன் நீந்தி மறுகரையை அடைந்தது. வேட்டைக் காவலர்கள் மேலும் சில நாய்களை அவிழ்த்துவிட முயன்றுகொண்டிருக்கும்போது, “வேண்டாம், அந்த முயல் தப்பிச் செல்லட்டும்,” என்ற அரசரின் குரல் தூரத்திலிருந்து கேட்டது. ஆனால் அந்த முயல் திரும்ப ஓடிவந்து மீண்டும் ஆற்றில் குதித்தது. பின்னாலேயே துரத்தி வந்த காட்டுநாய் ஒன்று, அதுவும் நீரில் குதித்து முயலைக் கவ்வியது. வேட்டைக் காவலர்கள் பாய்ந்து சென்று, ஆற்றில் குதித்து அந்த முயலை நாயிடமிருந்து மீட்டு சுல்தானிடம் கொண்டு வந்தனர். பாலக சுல்தான் முயலைப் பரிசோதித்துப் பார்த்து, பெரிய அளவில் காயம் இல்லாததைக் கண்டு நிம்மதியடைந்தார். அந்த முயலை

மலையுச்சிக்குக் கொண்டு சென்று விடுவிக்க உத்தரவிட்டார். அதன் பின், ஹோஜாவும், அந்த செந்தலைக் குள்ளனும் மற்றவர்களும் சுல்தானை வினயத்துடன் அணுகி சூழ்ந்து கொண்டனர்.

அதன்பின் என்ன நடந்ததென்று ஹோஜா மாலை வீட்டுக்குத் திரும்பியதும் விளக்கினான். இந்த வேட்டை நிகழ்ச்சி குறிப்பால் உணர்த்துவது என்னவென்று சுல்தான் கேட்டிருக்கிறார். எல்லோரும் பேசியபிறகு, ஹோஜாவின் முறை வந்ததும், "சுல்தான் அவர்கள் சற்றும் எதிர்பார்த்திராத பகுதிகளிலிருந்து எதிரிகள் கிளம்புவார்கள். ஆனால் சுல்தான் அவர்களுக்கு எந்தத் துன்பமும் நேராது," என்று சொல்லியிருக்கிறான். ஹோஜாவின் எதிரிகள்–இவர்களில் புதிய அரசவை சோதிடர் ஸிட்கி எஃபெண்டியும் அடக்கம் – சுல்தான் அவர்களை ஹோஜா முயலோடு ஒப்பிட்டதற்காகவும் மரணத்தின் முன்னறிகுறியைக் காட்டியதற்காகவும் கண்டனம் தெரிவித்திருக்கின்றனர். சுல்தான் அவர்களை அமைதிப்படுத்தி, ஹோஜாவின் சொற்கள் தனக்கு அளிக்கப்பட்ட எச்சரிக்கைகள் என்றே எடுத்துக்கொள்வதாகச் சொல்லியிருக்கிறார். அதன் பிறகு, அவர்கள் வல்லூறுகளால் ஒரு கருங்கழுகு தாக்கப்படுவதையும், பசித்த வேட்டை நாய்களால் நரி ஒன்று பரிதாபகரமாகக் கொல்லப்படுவதையும் கண்டுகளித்திருக்கின்றனர். சுல்தான் ஹோஜாவிடம் திரும்பி, அவன் கணித்ததைப் போலவே அவரது சிங்கம் ஆண் ஒன்று, பெண் ஒன்று என இரண்டு குட்டிகளை ஈன்றிருப்பதாகத் தெரிவித்திருக்கிறார். ஹோஜாவின் விலங்கியல் விளக்க ஏடுகளைப் பார்த்ததாகவும், சிறப்பாக இருப்பதாகவும் சொல்லியிருக்கிறார். அந்நூல்களில் இடம்பெற்றுள்ள, நீலநிறச் சிறகுகள் கொண்ட எருதுகள், நைல் நதிக்கரை புல்வெளிகளில் வாழும் இளஞ்சிவப்புப் பூனைகளைப் பற்றிக் கேட்டிருக்கிறார். ஹோஜாவுக்கு பயமும் வெற்றிக் களிப்பும் கலந்த போதை ஆட்கொண்டிருக்கிறது.

ஆனால், பல நாட்கள் கழித்தே அரண்மனையில் நடந்த குழப்பங்களைப் பற்றித் தெரிய வந்தது. சுல்தானையும் அவருடைய தாயாரையும் கொல்வதற்குத் தலைமை மெய்க்காப்பாளர்களோடு சேர்ந்து சுல்தானின் பாட்டி, கோஸெம் சுல்தானா சதித்திட்டம் தீட்டியிருக்கிறார். இளவரசர் சுலைமானை அரியணைக்குக் கொண்டுவருவது அவரது திட்டம். ஆனால் இம்முயற்சிகள் தோல்வியடைந்து, கோஸெம் சுல்தானா அரசவை வீரர்களால் கழுத்து நெரிக்கப்பட்டு, வாயிலும் மூக்கிலும் ரத்தம் வழிய கொல்லப்பட்டிருக்கிறார். இவற்றையெல்லாம் மசூதியின் கடிகார அறையிலிருந்த முட்டாள்களின் வம்புப் பேச்சிலிருந்து அறிந்து கொண்டு வந்தான் ஹோஜா. பாடம் சொல்லித்தர மசூதிக்குச் செல்வதைத் தவிர வீட்டை விட்டு எதற்கும் வெளியில் செல்லவில்லை.

வசந்தம் தொடங்கியதும், வானியல் ஆய்வுகளில் மீண்டும் ஈடுபடத் தீர்மானித்து சில நாட்கள் வேலை செய்தான். ஆனால் சீக்கிரமே நம்பிக்கை இழந்து கைவிட்டான். "இந்த ஆய்வுகளுக்கு எனக்கு ஒரு கோளரங்கம் தேவை. இங்கிருக்கும் முட்டாள்களுக்கு விண்மீன்களைப் பற்றி அக்கறையில்லை. கிரகங்களுக்கும் முட்டாள்களைப் பற்றி அக்கறை இல்லை." மழைக்காலம் வந்தது. கருமேகங்கள் வானில் அடர்ந்தன. ஒருநாள்

பாஷா பணி நீக்கம் செய்யப்பட்டுவிட்டார் என்று செய்தி வந்தது. அவர் கூட கழுத்து நெரிக்கப்பட்டிருக்க வேண்டுமாம், ஆனால் சுல்தானின் தாயார் அதற்கு ஒப்பவில்லையாம். அவரது சொத்துக்கள் கையகப்படுத்தப்பட்டு, எர்ஸின்ஜானுக்கு நாடு கடத்தப்பட்டாராம். அதன்பிறகு பாஷா இறந்துபோகும் வரை அவரைப் பற்றி எந்தத் தகவலும் வரவில்லை. ஹோஜா, இனி அவன் யாருக்கும் அஞ்ச வேண்டியதில்லை, யாருக்கும் கடன்பட்டிருக்கவில்லை என்று குதூகலித்தான். இதைச் சொல்லும்போது, என்னிடமிருந்து எதையாவது கற்றுக் கொண்டிருக்கிறானா என்பதைப் பற்றி எந்தளவுக்கு அக்கறை செலுத்தியிருக்கிறான் என்பதை அறிந்துகொள்ள முடியவில்லை. அந்தச் சிறுபயலிடமோ, அவனுடைய அம்மாவிடமோ தனக்கு இனி ஒரு பயமுமில்லையென்று கொக்கரித்தான். மரணத்தோடும் வீறார்ந்த புகழோடும் பகடையாடி ஆபத்தை எதிர்கொள்ளத் தயாராக இருப்பதாக உணர்கிறேன் என்றான். ஆனால், வீட்டில் எங்கள் புத்தக அடுக்குகளின் நடுவில் செம்மறியாட்டுக் குட்டிகள் போல அமைதியாக அமர்ந்து, அமெரிக்க சிவப்பெறும்புகளைப் பற்றியும் அவற்றைப்பற்றி எழுதப்போகும் ஆய்வறிக்கையினைப் பற்றியும் பேசிக்கொண்டிருந்தோம்.

குளிர்காலத்தை வீட்டுக்குள்ளேயே கழித்தோம். அந்தப் பருவம் இதற்குமுன் இருந்தவற்றைப் போலவும், இனி வரப்போவதைப் போலவும், எந்த வித்தியாசமுமின்றி இருந்தது. எதுவும் விசேஷமாக நடக்கவில்லை. கடுங்குளிரான இரவுகளில் புகைபோக்கி வழியாகவும் மூடிய கதவுகளுக்கடியிலும் வாடைக்காற்று சீறிக்கொண்டு நுழைய, நாங்கள் தரைத் தளத்தில் உட்கார்ந்து விடியும் வரை பேசிக்கொண்டிருந்தோம். இப்போதெல்லாம் அவன் என்னை இழிவுபடுத்திப் பேசுவதில்லை, அலட்சியப்படுத்துவது போல, பாசாங்கு செய்வதைக்கூட நிறுத்தி விட்டிருந்தான். இந்தப் புதிய தோழமையுணர்வுக்கு அவனை அரண்மனையி லிருந்தோ, சுல்தானின் நெருங்கிய வட்டத்திலிருந்தோ இப்போதெல்லாம் யாரும் கண்டு கொள்வதில்லை என்பதுதான் காரணமாக இருக்குமென நினைத்தேன். எங்களிடையே இருக்கும் மர்மமான உருவ ஒற்றுமையைச் சிற்சில நேரங்களில் அவனும் உணரத் தொடங்கியிருக்கிறான் என்று என்னை அவன் பார்க்கும் விதத்தில் தெரிந்தது. தன்னையே பார்த்துக் கொள்வதைப் போன்ற பாவத்துடன் 'இவனுக்குள் என்ன சிந்தனை ஓடிக்கொண்டிருக்கிறது?' என்று அவன் யோசிப்பதை நான் உணர்ந்தேன். விலங்குகளைப் பற்றிய நீண்ட ஆய்வறிக்கையைத் தயாரித்து முடித்தோம். ஆனால் பாஷாவை விரட்டிவிட்டதற்குப்பின், இந்த ஆய்வுக்கட்டுரை மேசை மீதே கிடந்தது. இப்போது அரண்மனையில் காணப்படும் 'நேற்று முளைத்த காளான்' அதிகாரிகளிடம் இதை ஒப்படைக்கத் தயாராக இல்லை என்று சொல்லிக்கொண்டிருந்தான். அவ்வப்போது அதை எடுத்துப் புரட்டிப் பார்ப்பேன். நான் வரைந்திருக்கும் ஊதா நிற வெட்டுக்கிளியையும், பறக்கும் மீன்களையும் சுல்தான் அவர்கள் பார்த்து என்னை சொல்வார், எழுதியுள்ள விளக்கங்களைப் படித்துவிட்டு என்ன நினைப்பார் என்று யோசிப்பேன். விசேஷமாக எவ்விதச் சம்பவங்களுமின்றி நாட்கள் நகர்ந்தன.

வசந்தம் பிறந்ததும்தான் ஹோஜாவுக்கு அழைப்பு வந்தது. அரசராகிய அச்சிறுவன் தன்னைப் பார்த்ததும் மிகுந்த மகிழ்ச்சியடைந்ததாக ஹோஜா சொன்னான். அவரது எல்லா நடவடிக்கைகளிலும், எல்லா வார்த்தைகளிலும், சுல்தான் ஹோஜாவை நெடுநாட்களாக எதிர்பார்த்துக் காத்திருந்தது தெரிந்ததாம். அரசவையில் இருந்த முட்டாள்கள்தாம் அவனுக்கு அழைப்பு விடுப்பதைத் தடுத்துக்கொண்டிருந்திருக்கிறார்கள். சுல்தான் தனது பாட்டியின் சதியைப் பற்றிக் குறிப்பிட்டு, வரப்போகும் ஆபத்தையும் இதில் சுல்தானுக்கு எந்தத் துன்பமும் நிகழாது என்பதையும் ஹோஜா சரியாகக் கணித்ததாகப் பாராட்டியிருக்கிறார். அந்த இரவில், அவரைக் கொல்வதற்கு வந்தவர்கள் அறைக்கு வெளியே எழுப்பிய கூச்சலையும், காவலர்கள் அவர்களை ஒடுக்கியதையும் கேட்டபோது அச்சிறுவனுக்குக் கொஞ்சமும் பயம் ஏற்படவில்லையாம். ஏனென்றால் வேட்டையின்போது அந்த வேட்டைநாய் முயலைக் கவ்வியபோதும் அதற்கு எந்தக் காயமும் ஏற்பட்டிருக்கவில்லை என்பது அவர் ஞாபகத்திற்கு வந்ததாம். இந்தப் புகழ் மொழிகளுக்குப் பிறகு, ஹோஜாவுக்கு ஒரு குறிப்பிட்ட நிலப்பகுதியின் வருவாயை வெகுமதியாக வழங்குவதென்றும், இத்தொகை கோடையின் இறுதியில் அளிக்கப்படுமென்றும் அறிவித்தாராம். வானவியல் குறித்த விவாதம் எழும் முன்னரே அவன் அங்கிருந்து கிளம்பவேண்டியிருந்ததாம்.

இதற்காகக் காத்திருந்த காலத்தில், ஒரு சிறிய கோளரங்கை நிர்மாணிக்கும் திட்டத்தில் ஹோஜா பொழுதைக் கழித்துக்கொண்டிருந்தான். அவன் வீட்டுக்குப் பின்னால் இருந்த தோட்ட நிலத்தில் எந்த அளவுகளில் அஸ்திவாரம் தோண்டுவது என்று கணக்கிட்டான். நிலத்திலிருந்து வரப்போகும் வருவாயை எதிர்பார்த்து வாங்க வேண்டிய சாதனங்கள், அவற்றுக்கான விலை விபரங்களைப் பட்டியலிட்டான். ஆனால் சீக்கிரமே ஆர்வமிழந்து, பழைய புத்தகக்கடையில் வாங்கிய ஒரு புராதன கையேட்டின் மீது கவனத்தைச் செலுத்தத் தொடங்கிவிட்டான். அது தகியுதீனின் ஆய்வு முடிவுகள் குறித்த கணக்குகள். இந்தக் கணக்கீடுகளின் துல்லியத்தை இரண்டு மாதங்களுக்குச் சரிபார்த்துக் கொண்டிருந்தான். கடைசியில் எல்லாமே தப்பாக வரவும், வெறுப்பில் தூக்கியெறிந்தான். இந்தத் தப்பான முடிவுகளுக்குக் காரணம் தரக்குறைவான சாதனங்களா, தகீயுதீனே தவறாகக் கணக்கிட்டிருப்பதா, அல்லது அந்தக் கையேட்டினைப் படியெடுத்து எழுதியதில் நேர்ந்த பிழையா என்று கண்டுபிடிக்க முடியாத எரிச்சலில் இருந்தான். அதைவிடக் கூடுதலாக அவனைக் கடுப்பேற்றியது, அந்தக்கையேட்டில் அறுபது டிகிரியில் கணக்கிட்டிருந்த கோணவியல் தொகுதிகளுக்கிடையே உலகத்தின் எதிர்காலம் பற்றிய தனது கணிப்புகளை அந்தக் கையேட்டின் முன்னாள் உரிமையாளர் செய்யுளில் கிறுக்கி வைத்திருந்தது. நெடுங்கணக்கிலுள்ள எழுத்துக்களின் எண் மதிப்புகளையும் பிற முறைகளையும் கையாண்டு அவர் சிலவற்றைக் கணித்திருந்தார். அவருக்கு நான்கு பெண் குழந்தைகளுக்குப் பின் கடைசியாக ஒரு ஆண் குழந்தை பிறக்கும்; பிளேக் நோய் ஒன்று திடீரென்று பரவி அப்பாவிகளை விட்டுவிட்டுக் கெட்டவர்களை மட்டும் அழிக்கும்; அவருடைய அண்டை

வீட்டில் உள்ள பஹேதீன் எஃபெண்டி விரைவில் மரணமடைவார். இந்தக் கணிப்புகளால் ஹோஜா முதலில் கவரப்பட்டாலும், பின்னர் சலிப்புற்று தூக்கியெறிந்தான். உடனே நமது தலைகளுக்குள் இருப்பவற்றைப் பற்றி தனது வினோதமான, கெடுங்குறியான கண்டுபிடிப்புகளைப் பிரஸ்தாபிக்கத் தொடங்கினான். அவன் சொல்வதைக் கேட்கும் போது தலை என்பது ஒரு தகரப்பெட்டி போல, அதன் மூடியைத் திறந்து உள்ளே பார்க்க முடிவதைப் போலவும், நம் அறையிலுள்ள அலமாரியின் இழுப்பறையைத் திறந்து பார்ப்பதைப் போலவும் இருந்தது.

சுல்தான் அறிவித்திருந்த மானியம், கோடையின் இறுதியிலோ அதன் பிறகான பனிக்காலம் நெருங்கியோகூட வந்தடையவில்லை. ஒரு புதிய உரிமைப் பத்திரம் தயாரிக்கப்பட்டு வருவதாகவும், அதுவரை காத்திருக்கும்படியும் அடுத்த வசந்தத்தில் செய்தி கிடைத்தது. இச்சமயத்தில் அடிக்கடி இல்லாவிட்டாலும் சிற்சில முறை அரண்மனைக்கு அழைக்கப் பட்டான். திடீரென்று அரண்மனையில் விரிசல் விட்ட கண்ணாடியைப் பற்றியும், யாஸித் தீவுக்கருகே நடுக்கடலில் பச்சை நிறத்தில் மின்னல் வெட்டி இடி விழுந்ததைப் பற்றியும், செர்ரி பழச்சாறு ஊற்றி வைக்கப்பட்டிருந்த ரத்தச்சிவப்புக் கண்ணாடிக் கலம் திடீரென சுக்குநூறாக உடைந்து நொறுங்கியதைப் பற்றியும் குறிப்பிட்டு இந்தச் சகுனங்களின் பொருள் ஹோஜாவிடம் கேட்கப்பட்டிருக்கிறது. நாங்கள் தயாரித்துக் கொடுத்த ஆய்வறிக்கையில் இருந்த விலங்குகளைப் பற்றியும் சுல்தான் கேட்டிருக்கிறார். வீடு திரும்பியதும், சுல்தான் பூப்புப் பருவத்தை எட்டி வருவதாகத் தெரிவித்தான். மனிதனின் வாழ்வில் இது முக்கியமான பருவம், எளிதில் புதுக் கருத்துக்களை உள்வாங்கி தன்னை மாற்றிக் கொள்ளும் வயது என்றான். இச்சமயத்தில் இச்சிறுவனை முழுசாக என் கட்டுப்பாட்டில் கொண்டுவந்து விடுவேன் என்றான்.

இந்தக் குறிக்கோளை மனதில் வைத்துக்கொண்டு முற்றிலும் புதிதாக ஒரு நூலை எழுத ஆரம்பித்தான். அஸ்டெக் சாம்ராஜ்ய வீழ்ச்சி குறித்தும், கோர்தீஸின் நினைவுக்குறிப்புகள் குறித்தும் அவன் என்னிடமிருந்து கற்றறிந்திருந்தான். அதற்கு முன்பாகவே, அறிவியல் ஞானமில்லாத ஒரு பாலக அரசன் கழுவிலேற்றிக் கொல்லப்பட்ட பரிதாபக் கதையையும் அறிந்திருந்தான். அறம் பிறழ்ந்த தீயசக்திகள் பீரங்கிகளையும், போர் ஆயுதங்களையும், ஏமாற்றுக் கதைகளையும் வைத்துக்கொண்டு, கௌரவமிக்க நல்லோர் உறங்கும்போது அவர்களைத் தாக்கி, அவர்களின் ஆட்சியைப் பிடுங்கிக்கொண்டு தமக்கு அடிபணிய வைத்த கதைகளை அடிக்கடி என்னிடம் சொல்லிக்கொண்டிருந்தான். ஆனால் அவன் கதவை மூடிக்கொண்டு என்ன எழுதிக்கொண்டிருந்தான் என்பதை வெகுகாலத்திற்கு என்னிடம் மறைத்தே வைத்திருந்தான். அதைத் தெரிந்துகொள்ள நான் ஆர்வம் காட்டவேண்டுமென்று அவன் எதிர்பார்த்தான். ஆனால் அந்தத் தினங்களில் என் தாய்நாட்டுக்குத் திரும்ப வேண்டுமென்ற ஏக்கம் மிகவும் உக்கிரமாக என்னிடம் மேலோங்கியிருந்தது. அதனால் மிகுந்த மனச்சோர்விலும் ஹோஜாவின் மீது அடக்கமுடியாத வெறுப்பிலும் இருந்தேன். என் ஆர்வத்தைக்கூட அடக்கிக்கொண்டு, அவன் மலிவான விலைக்கு வாங்கி வந்து புரட்டிக்கொண்டிருந்த

அழுக்குப் புத்தகங்களை ஏறெடுத்தும் பாராமல் என் அலட்சியத்தை மிகையாகக் காட்டிக் கொண்டிருந்தேன். நான் அவனுக்குக் கற்றுக்கொடுத்த பாடங்களிலிருந்து பெற்ற அறிவைத் தனது சொந்த கண்டுபிடிப்புகளைப் போல என்னிடமே அவன் பேசி வந்தது வெறுப்பை அதிகரித்து வந்தது. நாளாக ஆக, அவனுக்கு நம்பிக்கை குலைந்தது. முதலில் தன் மீதே நம்பிக்கையை இழந்தான். பிறகு அவன் எழுத உத்தேசித்திருக்கும் பொருள்களில் உறுதி குலைந்தான். இவையெல்லாவற்றையும் பழிவாங்க எண்ணும் மனதின் சந்தோஷத்தோடு பார்த்துக்கொண்டிருந்தேன்.

மாடியிலிருந்த சின்ன அறையை அவனுக்கென்று படிப்பறையாக மாற்றிக்கொண்டிருந்தான். அந்த அறையில் நான் செய்து கொடுத்த மேசை முன் அமர்ந்து சிந்தனையில் ஆழ்ந்திருந்தான். எதுவும் எழுதியதாகத் தெரியவில்லை. அவனால் எழுத முடியாது என்று அறிவேன். எழுத நினைப்பதை என்னிடம் சொல்லி கருத்துக் கேட்காமல் எழுதுவதற்கு அவனுக்குத் தைரியம் கிடையாது. அவன் தன் மீதே நம்பிக்கையில்லாமல் இருப்பதற்கு என்னுடைய எளிமையான அபிப்பிராயங்கள் கிடைக்கா ததுதான் காரணம் என்று சொல்ல முடியாது. உண்மையில் என் அபிப்பிராயங்களை எள்ளி நகையாடுவதுபோலவே அவன் பாசாங்கு செய்துகொண்டிருந்தான். அவன் உண்மையில் தெரிந்துகொள்ள விரும்பியது என்னவென்றால், 'அவர்கள்' கருத்து என்ன, என்னைப் போன்றவர்களுக்கு எல்லா அறிவியல் பாடங்களையும் கற்றுத்தந்த அந்த 'மற்றவர்கள்' என் தலைக்குள்ளிருக்கும் இழுப்பறைகளில் பொதித்து வைத்த அறிவியல் உண்மைகள் என்னவாயிருக்கும், என்பதுதான். அவனது இடத்தில் இருந்தால் அவர்கள் என்ன நினைப்பார்கள்? அவன் கேட்கத் துடித்துக் கொண்டிருந்தது இதுதான். ஆனால் கேட்பதற்கு அவனுக்குத் துணிச்சல் இல்லை. கௌரவத்தை விட்டு, இந்தக் கேள்வியை அவன் தைரியமாகக் கேட்பானென்று எவ்வளவு காலமாகத்தான் காத்திருப்பது! ஆனால் அவன் கேட்கவேயில்லை. அந்தப் புத்தகத்தை அப்படியே கைவிட்டான். புத்தகத்தை முடித்தானோ, இல்லையோ, ஆனால் 'முட்டாள்கள்' மேல் தொடுக்கும் தாக்குதலை மட்டும் நிறுத்தவில்லை. சில விஷயங்களில் மட்டும் சில மாறுதல்கள் இருந்தன. நடைமுறைப்படுத்திப் பார்க்கக் கூடிய அடிப்படை விஞ்ஞானம் மட்டுமே அவர்களுடைய மடமையின் காரணத்தை ஆராய்ந்து பார்க்க முடியும் என்ற அவனது நம்பிக்கையை இப்போது துறந்து விட்டான். அவர்கள் தலைக்குள் இருப்பவை ஏன் அந்த விதத்தில் இருக்கின்றன என்று அறிந்துகொள்ளும் ஆவலையும், அதைப் பற்றிச் சிந்திப்பதையும் துறந்துவிட்டான்! இந்தப் புலம்பல்களுக்கெல்லாம் காரணம் அரண்மனையில் அறிவித்த மானியம் கைக்குக் கிடைக்காத விரக்திதான் என்று நினைத்தேன். காலம் வீணாகக் கழிந்து கொண்டிருந்தது. அரசரின் பூப்புப் பருவம் பெரிதாக உதவி செய்வதாகத் தெரியவில்லை.

கொப்ருலு மகமது பாஷா தலைமை அமைச்சராக பதவியேற்றதற்கு முன் கோடைப் பருவத்தில் ஹோஜாவுக்கு அந்த மானியம் ஒருவழியாக வழங்கப்பட்டது. அதை அவனே தேர்ந்தெடுத்துக் கொண்டிருக்கலாம். கெப்ஸிக்கு அருகிலிருந்த இரண்டு ஆலைகள், மற்றும் அந்த ஊரிலிருந்து ஒரு மணிநேர பயணத் தூரத்திலிருந்த இரண்டு கிராமங்களின்

ஒட்டுமொத்த வருவாய் அவனுக்கு ஒதுக்கப்பட்டிருந்தது. நாங்கள் கெப்ஸிக்கு அறுவடை நேரத்தில் சென்றோம். எங்களுக்காக வழங்கப் பட்டிருந்த பழைய வீடு காலியாக இருந்தது. ஆனால் அங்கு மாதக் கணக்கில், தங்கியிருந்த காலத்தையெல்லாம் ஹோஜா சுத்தமாக மறந்துவிட்டிருந்தான். மரத்தச்சனிடம் சொல்லி நான் செய்து வந்த மேசையை அவன் அருவருப்போடு பார்த்தது, அங்கு நாங்கள் செலவழிந்த தருணங்கள், ஞாபகங்கள் எல்லாவற்றையும் அந்த வீட்டைப் போலவே பழமையேற்றி சிதிலமாக்கி அழித்துவிட்டிருந்தான் போல. கடந்த காலத்தை நினைவுகூர்வதற்கு அவனிடம் பொறுமை இல்லை. அந்த கிராமங் களின் வருவாயை ஆய்வு செய்வதற்குச் சிலமுறை சென்றுவந்தான். சென்ற வருடங்களில் கிடைத்த வருமானங்களைக் கணக்கிட்டான். மசூதி கடிகார அறையில் தருஞ்சு அகமத் பாஷாவின் கணக்கியல் முறையைப் பற்றிக் கேள்விப்பட்டு அதனால் கவரப்பட்டிருந்த அவன், வருவாய் கணக்கைப் பராமரிக்க ஓர் எளிமையான, எளிதில் புரியக்கூடிய முறையைப் வகுத்திருப்பதாக அறிவித்தான்.

அவனது இப்புதிய முறையின் அசல்தன்மை, பயனுடைமை பற்றி அவனுக்கே நம்பிக்கை இல்லாதிருந்தது. அது அவனுக்குப் போதுமானதாக இல்லை. அந்தப் பழைய வீட்டிற்குப் பின்னால் தோட்டத்தில் அமர்ந்து வானத்தைப் பார்த்துக்கொண்டு கழித்த வீணான இரவுகள் அவனது வானியல் வேட்கையை மீண்டும் தூண்டிவிட்டன. அவனது கோட்பாடுகளை மேலும் சற்று மேம்படுத்திக்கொள்வான் என்ற நம்பிக்கையில் நானும் அவனுக்கு ஆரம்பத்தில் ஊக்கமளித்தேன், ஆனால் அவன் நோக்கம் கருத்துப் பதிவீடு செய்வதோ, புதிய சிந்தனையில் ஆராய்வதோ இல்லையென்று தெரிந்தது. என்னை இஸ்தான்புல்லுக்கு அனுப்பி, நாங்கள் உருவாக்கியிருந்த கோள்மண்டலப் பொறியை எடுத்துவரச் செய்தான். அதில் இணைத்திருந்த மணிகளுக்கு எண்ணெய் போட்டு, பழுது நீக்கி, வீட்டின் பின்னாலிருந்த தோட்டத்தில் அமைத்துப் பொருத்தினான். கிராமத்தில் இருந்த இளைஞர்களில் புத்திசாலிகள் என்று அவன் கருதிய சிலரை வீட்டுக்குக் கூட்டி வந்து, அவர்களுக்கு உயர்நிலை அறிவியல் கற்றுத் தருவதாகச் சொல்லி, அந்த மணிப்பொறியை இயக்கிக் காட்டினான். பின் எங்கிருந்து பெற்றதெனத் தெரியாத அதீத உற்சாகத்துடனும் வீரியத்துடனும், முன்பு பாஷாவிடமும், பின்பு சுல்தானிடமும் ஒப்பித்த வானியல் அறிவுக்களஞ்சியத் தொகுப்புரையை வார்த்தை பிசகாமல் அந்த இளைஞர்களின் முன்னிலையிலும் கொட்டித்தீர்த்தான். அடுத்தநாள் வீட்டு வாசலில் புதிதாக வெட்டப்பட்ட ஆட்டின் இதயம் ஒன்று, கதகதப்புக் குறையாமல், இரத்தம் வடிய கிடந்தது. அதன் மேல் ஏதோ சாப வாசகங்கள்கூட கரித்துண்டில் எழுதப்பட்டிருந்தன. அந்த இளைஞர்கள் அனைவரும் ஒரேயொரு சந்தேகம் கூட கேட்காமல், அர்த்த ராத்திரியில் எழுந்து போய்விட்டிருந்ததில் ஹோஜா அவர்கள் மீதான நம்பிக்கைகளையும் வானவியல் மீதான நம்பிக்கைகளையும் இழந்தான்.

ஆனால் இந்த ஏமாற்றத்தை எளிதாகவே எடுத்துக்கொண்டான்: 'பூமியும் நட்சத்திரங்களும் சுழல்வதைப்பற்றித் தெரிந்துகொள்ள வேண்டியவர்கள் இவர்கள் அல்ல; இவர்கள் புரிந்துகொண்டாலும் அதனால் ஆகப்போவது

ஒன்றும் இல்லை. உண்மையில் புரிந்துகொள்ள வேண்டியவர் இப்போதுதான் பூப்புப்பருவத்தை அடைந்திருக்கிறார். நிச்சயமாக அவர் நம்மைக் கூப்பிட்டு அனுப்பியிருப்பார். அந்த நேரத்தில் வீட்டில் இல்லாமல் இருந்திருப்போம். அறுவடைக்குப் பிறகு கிடைக்கக்கூடிய சில சில்லறைக் காசுகளுக்காக இங்கே வெட்டியாகப் பொழுதைக் கழித்துக்கொண்டிருக்கிறோம்' என்றான். பின்னர் கணக்குகளை நேர் செய்துவிட்டு, இருப்பவர்களிலேயே மிகவும் புத்திசாலியாகக் காணப்பட ஓர் இளைஞனை மேற்பார்வையாளனாக நியமித்துவிட்டு இஸ்தான்புல்லுக்குத் திரும்பினோம்.

அடுத்த மூன்று வருடங்கள்தாம் இதுவரை இருந்ததிலேயே மிக மோசமான வருடங்களாக இருந்தன. ஒவ்வொரு நாளும், ஒவ்வொரு மாதமும் இதற்கு முன் வந்து சென்றதைப் போலவே ஒரு மாற்றமுமின்றி கடந்து சென்றன. ஒவ்வொரு பருவமும் நாங்கள் இதற்குமுன் வாழ்ந்து முடித்த வேறு ஏதோவொரு பருவத்தைப் போலவே சகிக்க முடியாததாக, வேதனையளிப்பதாக இருந்தது. ஒரே மாதிரி நிகழும் சம்பவங்கள் மீண்டும் நடப்பதைக் காண நாங்கள் துயரத்துடனும் விரக்தியுடனும் காத்துக்கொண்டிருந்ததுபோல பட்டது. எங்களால் இனங்கான முடியாத ஒரு பேரழிவு நிகழப் போவதற்காக வீணாகக் காத்திருக்கிறோமோ என்ற எண்ணம் வந்துகொண்டே இருந்தது. ஹோஜாவுக்கு இப்போதும் அரண்மனையிலிருந்து அவ்வப்போது அழைப்பு வந்து, யாருக்கும் தொந்தரவில்லாத உப்புச்சப்பற்ற ஆரூடங்களை வழங்கிவிட்டு திரும்பிக்கொண்டிருந்தான்; இப்போதும் வியாழக்கிழமை பிற்பகல்களில் மசூதி கடிகார அறையில் அவனுடைய அறிவியல் ஆர்வல நண்பர்களை சந்திக்கச் சென்று கொண்டிருந்தான்; இப்போதும் காலை நேரங்களில் மாணவர்களைக் கூட்டி வைத்துக்கொண்டு, முன்பைப்போல அடிக்கடி அவர்களை அடிக்காவிட்டாலும் அவ்வப்போது பிரம்படி கொடுத்து பாடங்கள் நடத்தி வந்தான்; இப்போதும் கல்யாண ஏற்பாடு செய்பவர்கள் வீட்டுக்கு வந்து அவன் மனதை மாற்ற முயன்றுகொண்டிருக்க, முன்பைப் போல வலுவாக மறுக்காமல் தட்டிக் கழித்துக்கொண்டிருந்தான்; இப்போதும் விலை மாந்தரிடம் உறவு கொள்ளும்போது ஒலித்துக் கொண்டிருக்கும் சங்கீதத்தைப் பிடிக்கவில்லை என்று சொல்லிக்கொண்டே ரசித்துக்கொண்டிருந்தான்; இப்போதும் முட்டாள்களைப் பற்றி வெறுப்போடு திட்டிக் கொண்டிருக்கும்போது மூச்சடைத்துக் கொள்வதைப்போல திணறிக் கொண்டிருந்தான்; இப்போதும் அவன் அறைக்குள் கதவைப் பூட்டிக்கொண்டு, விரிக்கப்பட்ட மெத்தையில் படுத்துக்கொண்டு, சுற்றிலும் சூழ்ந்திருக்கும் கையேடுகளையும் புத்தகங்களையும் புரட்டிப் பார்த்துக்கொண்டும், மணிக்கணக்காக விட்டத்தை வெறித்துக்கொண்டும் இருந்தான்.

இவையெல்லாவற்றையும் விட அவனை மிகவும் கடுப்பேற்றியவை மசூதி கடிகார அறையில் அவன் நண்பர்கள் பிரஸ்தாபித்த கொப்ருலு மகமத் பாஷா சமீபத்தில் அடைந்த வெற்றிகள் குறித்த செய்திகள்தாம். துருக்கியக் கடற்படை வெனீஸியர்களை படுதோல்வியடையச் செய்ததையும், தெனிடோஸ் தீவும் லிம்னோஸ் தீவும் மீட்டெடுக்கப்பட்டதையும், கலகக்காரன் அபாஸா ஹஸன் பாஷா நசுக்கப்பட்டதையும் என்னிடம்

தெரிவிக்கும்போது, கூடவே ‘இதெல்லாம் தற்காலிக வெற்றிகள்; மடமைச் சேற்றில் புதைந்து கொண்டிருக்கும் ஒரு முடவனின் இறுதி விநாடித் துள்ளல்கள்’ என்பான். ஒன்றே போல வரிசையாக வந்து கடந்து செல்லும் தினங்களின் சலிப்பை வெல்வதற்குப் பெரிதாக ஏதாவது ஓர் அசம்பாவிதம் அல்லது பேரழிவு நடக்காதா என்று காத்திருப்பவனைப் போலத் தோன்றினான், எல்லாவற்றையும் விட மோசமாக, அவன் பிடிவாதமாக நம்பிக்கொண்டிருந்த ‘அறிவியல்’ என்ற விஷயத்தின் மீது கவனத்தைக் குவிக்க அவனுக்குப் பொறுமையோ, நம்பிக்கையோ இல்லாது போயிருந்தது. அவன் கவனத்தைக் கலைப்பதற்கு எதுவும் இருக்கவில்லை. ஆனால் எந்தவொரு புதிய கருத்தின் மீதும் ஒரு வாரத்திற்கு மேல் அவனால் ஆர்வத்தை நிலைநிறுத்தி வைக்க முடியவில்லை. அதற்குள் அவனுக்கு முட்டாள்களைப் பற்றிய ஞாபகம் வந்துவிடும், அதன்பின் எல்லாவற்றையும் மறந்துவிடுவான். இந்த முட்டாள்களைப் பற்றித்தான் இவ்வளவு காலமாக நேரத்தைச் செலவழித்து வந்திருக்கிறானே, அது போதாதா? அவர்களைப் பற்றியே மீண்டும் மீண்டும் யோசித்து வசைபாடிக் கொண்டிருப்பது தேவைதானா? அவர்களை நினைத்து அவனுக்குள் அவ்வளவு கோபத்தை வளர்த்துக் கொள்வதில் ஏதாவது பலன் உண்டா? அந்த முட்டாள் கூட்டத்திலிருந்து தான் வேறுபட்டவன் என்பதையே இப்போதுதான் அவன் உணர்ந்திருப்பதால் அறிவியலை நுட்பமாக ஆராய்வதற்கு அவனிடம் பலமோ, ஊக்கமோ இல்லையென்றும் சொல்லலாம். ஆனால், மற்றவர்களைவிடத் தான் மிகவும் வித்தியாசமானவன் என்று மட்டும் திடமாக நம்பத் தொடங்கிவிட்டிருந்தான்.

அவனுக்கு முதலில் தோன்றிய கருத்து விரக்தியினால் ஏற்பட்டது. எந்தவொரு விஷயத்திலும் நெடுநேரத்திற்கு கவனத்தைக் குவிக்க இயலாதிருப்பதால், எந்த வேலையுமில்லாமல் அறை அறையாகச் சுற்றி வந்துகொண்டு, மாடிப் படி ஏறி இறங்கிக்கொண்டு, சன்னலுக்கு வெளியே வெற்றுப்பார்வை பார்த்துக்கொண்டு பொழுதைக் கழிக்கும் செல்லம் கொடுத்துக் கெடுக்கப்பட்ட மந்தபுத்தி சிறுவன் போல ஆகிவிட்டிருந்தான். அவன் அங்குமிங்கும் அலைந்தபடி, படியேறி இறங்கியபடியிருக்க, அந்த மரத்தாலான வீட்டின் பலகைகள் எதிர்ப்பு தெரிவிப்பதைப் போல முனகிக் கொண்டிருந்தன. நான் அவனை இடைமறித்து ஏதோ நகைச்சுவையாகப் பேசியோ, புதிய திட்டம், புதிய எண்ணத்தைச் சொல்லியோ, அல்லது ஊக்குவிக்கும் விதமாக சிலவார்த்தைகள் பேசியோ அவன் கவனத்தை திசை திருப்புவேனென்று எதிர்பார்த்தான் என்பது நன்றாகவே எனக்குத் தெரிந்தது. என்னதான் தோல்வி மனப்பான்மை என்னிடம் ஆக்கிரமித்திருந்தாலும், அவன்மீது எனக்கிருந்த கோபமும் வெறுப்பும் கொஞ்சமும் கூர்மையிழக்காமல் அவனுக்குப் பாராமுகம் காட்டவைத்துக் கொண்டிருந்தது. என்னிடமிருந்து ஏதோ ஒரு விதத்தில் பதிலைப் பிடுங்குவதற்காக, தனது கௌரவத்தை விட்டுக் கொடுத்து, வசப்படுத்த முடியாத என் தன்மையைப் பொறுத்துக்கொண்டு, சில இனிமையான சமாதானச் சொற்களை உதிர்த்துக்கொண்டிருந்தான். ஆனாலும் அவன் கேட்க விரும்பும், ஏங்கிக் கொண்டிருக்கும் சொற்களை நான் சொல்லவேயில்லை. அரண்மனையிலிருந்து ஏதோ செய்தி

கிடைத்திருப்பதாகவும், அது தனக்கு அனுகூலமான செய்தியாகத்தான் இருக்குமென்றும் அவன் சொன்னபோது, அவனுக்குப் புதிய எண்ணம் ஒன்று தோன்றியிருப்பதாகவும், அதனைத் தொடர்ந்து ஆராய்ந்து வந்தால் மாபெரும் வெற்றி கிடைக்குமென்றும் அவன் பீற்றிக் கொண்டபோது நான் எதுவுமே காதில் விழாததுபோல் இருந்தேன், அல்லது அவன் உற்சாகத்தைக் குலைக்கும் விதமாக அவன் சொன்ன விஷயத்திலிருந்தே எதையாவது அபத்தமாக அர்த்தப்படுத்திக்கொண்டு வேண்டுமென்றே உளறினேன். எனது எதிர்வினையைக் கண்டு அவன் மனதின் வெற்றிடங்களில் திணறித் துடிப்பதைக்காண எனக்கு சந்தோஷமாக இருந்தது.

ஆனால் பிற்பாடு இதே வெற்றிடத்தில் அவனுக்குத் தேவைப்பட்ட ஒரு புதிய கருத்தாக்கத்தைக் கண்டுபிடித்தான். ஒருவேளை அவனைத் தனியாகவே தத்தளித்துக் கரையேற விட்டுவிட்டதாலோ, அல்லது அடக்க முடியாத பொறுமையின்மையில் ஒரு கணமும் அமைதியாக ஓய்ந்திருக்க மறுக்கிற அவனது மனதின் துடிப்பினாலோ இது நிகழ்ந்திருக்கலாம். அப்போதுதான் அவனுக்கு நான் பதிலளித்தேன்–அவனை ஊக்கப்படுத்த விரும்பினேன்–எனது ஆர்வமும் தூண்டப்பட்டிருந்தது. இதெல்லாம் நடந்துகொண்டிருக்கும்போது அவன் உண்மையிலேயே என்மீது கரிசனத்தோடு இருப்பதாகக்கூடத் தோன்றியது. ஒருநாள் மாலை மரப்படிகள் கிறீச்சிட்டு முனக, ஹோஜா என் அறைக்கு வந்து, மிக மிகச் சாதாரணமான ஒரு கேள்வியைக் கேட்பது போன்ற தொனியில் “நான் ஏன் நானாக இருக்கிறேன்?” என்று கேட்டான். இந்தக் கேள்வி எனக்கு அபத்தமாகப் பட்டாலும், அவனை ஊக்குவிப்பதைப் போல எதையாவது சொல்லவேண்டுமென்று முடிவெடுத்தேன்.

அவன் ஏன் இப்படிப்பட்ட அவனாக இருக்கிறான் என்று எனக்குத் தெரியாது என்றேன். மேலும் இந்தக் கேள்வி அடிக்கடி ‘அவர்களால்’ கேட்கப்படும் கேள்வி, ஒவ்வொரு நாளும் திரும்பத் திரும்ப கேட்கப்படுகிற கேள்வி என்றேன். இதைச் சொல்லும் போது இதற்கு ஆதாரத்தைக் காட்டவோ, எந்தவொரு குறிப்பிட்ட கோட்பாடோ என்னிடம் இருக்கவில்லை. அவன் எதிர்பார்த்ததைப்போல அவன் கேள்விக்கு எதிர்வினையாற்றியிருக்கிறேன் என்பதைத் தவிர, அவன் என் பதிலை ரசிப்பான் என்று நினைத்தேன். ஆனால் அவன் ஆச்சரியமடைந்தான். என்னைக் கூர்ந்து பார்த்தான். தொடர்ந்து பேசுமாறு கேட்டான். நான் மௌனமாக இருக்க, அடக்க மாட்டாமல், நான் சொன்னதைத் திரும்பச் சொல்லும்படி அதட்டினான். “ஓஹோ, அவர்கள் இந்தக் கேள்வியைக் கேட்கிறார்களோ?” என்றான். ஆமோதிப்பாக நான் புன்னகைத்ததும் அவன் கோபம் தலைக்கேறியது. ‘அவர்கள்’ கேட்டிருப்பது தெரிந்து அவன் இதை கேட்டிருக்கவில்லை. அவர்கள் கேட்டிருப்பார்கள் என்று தெரியாமல்தான் அவனாக இதைக் கேட்டிருந்தான். அவர்களைப்பற்றி அவனுக்கு லட்சியமில்லை, பின் ஒரு வினோதமான தொனியில், “ஏதோ ஒரு குரல் என் செவிகளுக்குள் பாடுவதைப் போலிருக்கிறது” என்றான். இந்த மர்மக்குரல் அவனுடைய அருமைத் தந்தையை நினைவூட்டுவதாகச் சொன்னான். இறந்து போவதற்குமுன் இதைப் போன்ற குரலை அவரும் கேட்டிருப்பதாகவும் ஆனால், அவருடைய பாடல் வேறுமாதிரி

இருந்ததாகவும் சொன்னான். "ஆனால் நான் கேட்கும் குரல் ஒரே பல்லவியை பாடிக்கொண்டிருக்கிறது." கொஞ்சம் சங்கடமடைந்தவனைப் போல திடீரென்று, "நானாகத்தான் நான் இருக்கிறேன், நானாகத்தான் நான் இருக்கிறேன். ஆ!" என்றான்.

நான் ஏறக்குறைய வாய்விட்டுச் சிரித்துவிட்டேன். நல்லவேளையாக அடக்கிக்கொண்டேன். இது ஒரு சாதாரண வேடிக்கைப் பேச்சென்றால் அவனும் சிரித்திருக்க வேண்டும்; ஆனால் அவன் சிரித்துக்கொண்டிருக்கவில்லை. இன்னும் கொஞ்சம் தொடர்ந்தால் மிகவும் கேலிக்குரியதாகிவிடுமென்று உணர்ந்திருப்பான் போல. எனக்கு இந்த அபத்தமும் தெரியும், அந்தப் பல்லவியின் அர்த்தமும் தெரியும் என்று அவனிடம் காட்டியாக வேண்டும். ஆனால் இம்முறை அவனைத் தொடர்ந்து பேசச் சொன்னேன். அந்தப் பல்லவியைத் தீவிரமாக எடுத்துக்கொள்ளவேண்டும் என்றேன். அந்தப் பாடகர் வேறு யாருமல்ல, அவனேதான் என்றேன். நான் சொன்னதில் பொதிந்திருந்த கேலியை அவன் கண்டுபிடித்திருக்க வேண்டும். கோபத்தோடு, அவனுக்கும் அது தெரியும் என்றான். அவனுக்குப் புரியாத மர்மமாக இருப்பது, ஏன் அந்தக் குரல் அந்த ஒரு சொற்றொடரை மட்டும் திரும்பத் திரும்பப் பாடிக்கொண்டிருக்கிறது என்பதுதான் என்றான்!

அவன் மிகவும் பதற்றமுற்றிருப்பதால் என்னால் சொல்லமுடியவில்லை. ஆனால் உண்மையில் நான் நினைத்துக் கொண்டிருந்தது இதுதான்: எனது சொந்த அனுபவத்திலிருந்து மட்டுமல்ல, என் சகோதர, சகோதரிகளின் அனுபவத்தையும் வைத்துச் சொல்கிறேன், எந்த வேலையும் செய்யாமல் வீணாகச் சோம்பிக் கிடக்கும் சிறுவர்களின் கற்பனைகள் ஒன்று மிக ஆக்கபூர்வமான விளைவுகளை ஏற்படுத்தும், அல்லது அர்த்தமற்ற அபத்தங்களைக் கொண்டு வந்து சேர்க்கும். இந்தப் பல்லவி அவனுக்கு ஏன் கேட்கிறது என்பது முக்கியமல்ல, அது என்ன சொல்கிறது என்பதைத்தான் அவன் கவனிக்கவேண்டும் என்றேன். தீவிரக் கவனம் செலுத்த எதுவும் இல்லாமல் சிந்தனையை அலையவிட்டுப் பித்தனாகிப் போய்விடுவானோவென்று எனக்குத் தோன்றியிருக்கலாம். அவனைப் பார்க்கும்போது அதிகரிக்கும் எனது விரக்தியையும் கோழைத்தனத்தையும் நினைத்துக்கூட இப்படி நான் சொல்லியிருக்கலாம். அவன் மீது இம்முறை எனக்கு உண்மையிலேயே மதிப்பு உண்டாகியிருக்கக்கூடும். இதை அவன் செய்வானென்றால் எங்கள் இருவரின் வாழ்விலும் உண்மையிலேயே நல்லது ஏதாவது நடக்கக்கூடும். "அப்படியானால் நான் என்ன செய்யவேண்டும்?" கடைசியில் லஜ்ஜையை விட்டு கேட்டேவிட்டான். அவன் ஏன் இத்தகைய ஆளுமையைக் கொண்டவனாக இருக்கிறான் என்பதைப் பற்றி அவன் சிந்திக்கத் தொடங்க வேண்டுமென்றேன். அவனுக்கு அறிவுரை சொல்ல வேண்டுமென்ற நினைப்பில் சொல்லவில்லை; அவனுக்கு உதவிசெய்ய என்னால் இயலாமற் போகலாம், அவனேதான் இதற்கான வழியைக் கண்டடைய வேண்டும். "எனவே நான் என்ன செய்யவேண்டும்? கண்ணாடி முன்னால் நின்று என்னைப் பார்த்துக்கொண்டிருக்க வேண்டுமோ?" என்றான் எள்ளலாக. ஆனால், அவனுடைய மனக்கலக்கம் குறைந்த மாதிரி தெரியவில்லை. அவன் சற்று யோசிக்கட்டும் என்று நான் எதுவும்

பேசவில்லை. "என்ன, நான் கண்ணாடி முன் நின்று பார்க்க வேண்டுமா?" என்றான் மறுபடியும். சட்டென்று எனக்குக் கோபம் வந்தது. தானாக முயன்று இவனால் எதையும் சாதிக்க முடியாது என்று தோன்றியது. அவன் அதை உணரவேண்டுமென்று ஆசைப்பட்டேன். நான் இல்லாமல் அவனால் எதையுமே சிந்திக்கமுடியாது என்று அவன் முகத்துக்கெதிரே சொல்லவேண்டுமென்று விரும்பினாலும் அதற்கான துணிச்சல் இல்லை. எனவே, "சரி, போய் கண்ணாடியைப் பார்," என்றேன் அசட்டையாக. இல்லை, எனக்கு தைரியம் இல்லையென்று சொல்லமாட்டேன். அப்படி சொல்லத் தோன்றவில்லை, அவ்வளவுதான். அவனுக்குக் கோபம் வெறியாக மாறி, "நீ ஒரு முட்டாள்" என்று கத்திக்கொண்டே கதவை அறைந்து சாத்திவிட்டு வெளியேறினான்.

மூன்று நாட்கள் கழித்து இதே விஷயத்தை மீண்டும் ஆரம்பித்தேன். அவன் அப்போதும் 'அவர்களை'ப் பற்றிப் பேசுவதில்தான் ஆர்வமாக இருந்தான். என்ன நடந்தாலும் சரி, இந்த விளையாட்டைத் தொடர்ந்து ஆடலாம் என்று சந்தோஷமாகப் பேச்சை நீட்டித்தேன். அவன் ஏதாவதொன்றில் மனதைச் செலுத்திக் கொண்டிருந்தால் நல்லதுதானே. 'அவர்கள்' கண்ணாடியைப் பார்ப்பவர்கள்தான் என்று அழுத்திச் சொன்னேன். இங்கிருப்பவர்களைவிட 'அவர்கள்' அதிகமாகவே கண்ணாடி முன்நின்று அவதானிக்கிறார்கள், என்றேன். அரசர்கள், இளவரசர்கள், பிரபுக்களின் இல்லங்களில் மட்டுமல்ல, மிகச் சாதாரண மக்களின் வீடுகளில்கூட கண்ணாடிகள் சுவரெங்கும் மாட்டப்பட்டிருக்கும். இந்த ஓர் உபயோகத்திற்காக என்று மட்டும் இல்லாமல், 'அவர்கள்' தங்களைப் பற்றித் தொடர்ந்து யோசித்துக்கொண்டிருப்பவர்களாக இருப்பதாலும், இந்த விஷயத்தில் 'அவர்கள்' வெகுவாக முன்னேறியிருக்கிறார்கள் என்பதாலும், மிக அழகாக, ஜாக்கிரதையாகச் சட்டமிடப்பட்ட கண்ணாடிகள் வீடெங்கும் சுவர்களில் தொங்கிக்கொண்டிருக்கும், என்றேன். "எந்த விஷயத்தில்?" என்று கேட்டான். அவனது ஆர்வத்துடிப்பும் அப்பாவித்தனமும் என்னை வியப்பில் ஆழ்த்தின. நான் சொல்வதையெல்லாம் அவன் தீவிரமாக எடுத்துக்கொள்கிறான்! அவன் புன்னகைத்தான்: "அதாவது அவர்கள் காலையிலிருந்து ராத்திரி வரை கண்ணாடிமுன் நின்று முறைத்துப் பார்த்துக்கொண்டிருப்பார்கள், என்கிறாய்." என் நாட்டைப் பற்றியும், நான் பிரிந்து வந்திருப்பவர்களைப் பற்றியும் கிண்டல் செய்கிறான்! எனக்கு முதல்முறையாகக் கோபம் தலைக்கேறியது. அவனைக் காயப்படுத்தும்படி எதையாவது சொல்வதற்கு வெறியோடு யோசித்தேன். திடீரென, யோசிக்காமல், சொல்வதில் நம்பிக்கை இல்லாமல், "நீ யார் என்பதை நீதான் கண்டறிந்துகொள்ள வேண்டும். ஆனால் அதை முயற்சி செய்து பார்க்குமளவுக்கு உனக்கு தைரியம் இல்லை," என்றேன். அவன் முகம் வேதனையில் கோணலாவதைப் பார்க்க சந்தோஷமாக இருந்தது.

ஆனால் இந்த அற்ப சந்தோஷம் எனக்குப் பெரும் துன்பங்களைச் சம்பாதித்துத் தரப்போகிறது என்று அப்போது தெரியவில்லை. என்னை விஷம் வைத்து கொல்லப் போவதாக அவன் பயமுறுத்தியதை நான் பெரிதாக எடுத்துக்கொள்ளவில்லை. அவனுக்கு தைரியம் இல்லை என்று நான் சொன்னதை நிரூபித்துக் காட்டும் தைரியம் எனக்கு

இருக்கிறதா என்று சில நாட்கள் கழித்துக் கேட்டான். முதலில் இதை வேடிக்கையாகவே எடுத்துக்கொண்டு, "ஒரு மனிதன் தன்னைப்பற்றி கண்டறிய கண்ணாடிமுன் நின்று பார்த்துக் கொள்ளாமல் அதைப் பற்றியே யோசித்துக் கொண்டிருந்தால் முடியாது," என்றேன். அவனை எரிச்சல் படுத்துவதற்காகத்தான் அப்படிச் சொன்னேன், ஆனால் அவன் என்னை நம்புகிறமாதிரி தெரியவில்லை. என் தைரியத்தை அவனுக்கு நிரூபிக்காதவரை எனக்குச் சாப்பாட்டை குறைத்துவிடப் போவதாகவும், அறையில் அடைத்துவிடப் போவதாகவும் அச்சுறுத்தினான். நான் யாரென்பதை முழுதாகக் கண்டுகொண்டு அதை என் கைப்பட எழுதித் தரவேண்டுமாம். அதை எப்படி செய்தேன் என்பதையும் எனக்கு எவ்வளவு தைரியம் இருக்கிறது என்பதையும் தெரிந்து கொள்ளப்போகிறானாம்.

5

முதலில் எங்களது எம்போலி பண்ணை வீட்டில் சகோதர சகோதரிகளோடும், என் அம்மாவோடும், பாட்டியோடும் கழித்த எனது மகிழ்ச்சியான இளம் பருவ நினைவுகளைச் சில பக்கங்களுக்கு எழுதினேன். நான் ஏன் இப்படிப்பட்ட நானாக இருக்கிறேன் என்பதைக் கண்டுபிடிப்பதற்காக எதற்கு இக்குறிப்பிட்ட நினைவுகளை எழுதத் தேர்ந்தெடுத்தேன் என்று எனக்குத் தெரியவில்லை. ஒருவேளை நான் இழந்துவிட்ட சந்தோஷ வாழ்க்கைக்கான ஏக்கம் இவற்றைத் தூண்டியிருக்கலாம். நான் கோபத்தில் சொன்னதில் தூண்டப்பட்டு ஹோஜா என்னைக் கட்டாயப் படுத்தியதில் என் வாசகன் படிப்பதற்கு சுவையாகவும் அவன் நம்பும்படியாகவும் இருக்க வேண்டும் என்பதற்காவும் இருக்கலாம். ஹோஜாவுக்கு நான் எழுதியது முதலில் பிடிக்கவில்லை. யார் வேண்டுமானாலும் இப்படி எழுதி விடலாம், என்றான். கண்ணாடிமுன் நின்று தம்மைத்தாமே ஆராய்ந்து பார்த்துக் கொள்பவர்கள் இதைத்தான் சிந்திப்பார்களா என்று கேட்டான். அவனிடம் இல்லாததாக நான் சொன்ன தைரியம் இதுவாக இருக்க முடியாது என்றான். ஆல்ப்ஸ் மலைப் பிரதேசத்தில் என் அப்பா, சகோதரர்களோடு வேட்டைக்குச் சென்றிருந்த போது, திடீரென என்முன் வந்துநின்ற ஒரு மிகப்பெரிய கரடியைப் பற்றியும், நாங்களும் அக்கரடியும் ஒருவரையொருவர் வைத்த கண் வாங்காமல் வெறித்தபடி நெடுநேரம் அப்படியே நின்றிருந்ததையும் நான் எழுதியிருந்ததைப் படித்துவிட்டு அதையேதான் சொன்னான். எங்களுக்கு மிகவும் பிரியமானவனாக இருந்த குதிரை பயிற்சியாளன் ஒருவனை எங்கள் கண்ணெதிரிலேயே அக்குதிரைகள் கீழே தள்ளி, மிதித்து படுகாயப்படுத்தியதையும், மரணப்படுக்கையில் அவன் கிடந்தபோது எப்படி நான் மனமுடைந்து நின்றிருந்தேன் என்பதையும் எழுதியிருந்ததைப் படித்துவிட்டு, இதைப் போன்ற கதைகளை யார் வேண்டு மானாலும் எழுதிவிடலாம் என்றான்.

அங்கே இருப்பவர்கள் இதைத் தவிர வேறு எதையும் செய்வதில்லை என்று சொன்னேன். “நான் முன்பு மிகைப்படுத்தி சொன்னேன்; அதற்குக் காரணம் அப்போது உன்மீது கடும் கோபத்தில் இருந்தேன்; எனவே இதற்கு மேல் என்னிடம் எதையும் எதிர்பார்க்காதே” என்றேன். நான் சொன்னது எதுவும் அவன் காதில் விழுந்ததாகத் தெரியவில்லை. அறையில் வைத்து அடைத்துவிடுவானோ என்று பயந்தேன். எனவே, என் மனதுக்குத் தோன்றிய பிம்பங்கள் எல்லாவற்றையும் எழுதிக்கொண்டே வந்தேன். இப்படியே இரண்டு மாதங்கள் சென்றன. இதைப்போன்ற முக்கியமற்ற, ஆனால் நினைவுகூர்கையில் பரவசத்தைத் தரக் கூடிய ஞாபகங்களைச் சிலநேரங்களில் வேதனையோடும், சில நேரங்களில் சந்தோஷமாகவும் திருத்தியும், சற்று மாற்றியமைத்தும் எழுதி வந்தேன். அடிமையாவதற்கு முன் எனக்கு ஏற்பட்ட நல்ல, மோசமான அனுபவங்களை ஞாபகத்திற்குக் கொண்டு வந்து, அவற்றில் மீண்டும் வாழ்ந்து, அவற்றை எழுத்தாக மாற்றி முடிக்கும்போது அது சுகானுபவமாக இருந்தது. இப்போதெல்லாம் ஹோஜா என்னை எழுதவைக்கக் கட்டாயப்படுத்துவதில்லை. அதற்கு அவசியமில்லாமல் நானே உவப்புடன் எழுதிக் கொண்டிருந்தேன். அவனுக்கு நான் எழுதியது திருப்தியளிக்காவிட்டால், இன்னொரு விஷயத்தை, இன்னொரு கதையை எழுதத் தொடங்கிவிடுவேன். இதற்காகவே அடுத்து எதை எழுதலாமென்று முன்கூட்டியே தீர்மானித்து வைத்துக்கொள்கிற பழக்கம் வந்துவிட்டிருந்தது.

நான் எழுதுவதையெல்லாம் ஹோஜா ரசித்துப் படிக்கிறான் என்பது கொஞ்சநாட்கள் கழித்துத் தெரிந்தபோது அவனையும் இந்த விளையாட்டில் இழுத்துவிட ஒரு சந்தர்ப்பத்தை எதிர்பார்த்துக் காத்திருந்தேன். அதற்கு வாகாக, எனது சிறுவயதில் ஏற்பட்ட சில அனுபவங்களைப் பற்றிப் பேசத்தொடங்கினேன். “எனக்கு மிக நெருக்கமான நண்பன் ஒருவன் இருந்தான். எந்தளவுக்கு அணுக்கமானவன் என்றால் ஒரே விஷயத்தைப் பற்றி ஒரே நேரத்தில் இருவரும் யோசிப்போம். அவன் திடீரென்று இறந்து போனான். அப்போது அவனோடு சேர்த்து என்னையும் உயிரோடு புதைத்துவிடுவார்களோவென்று நடுங்கிப் போனேன். இரவு தூக்கமே வரவில்லை. எந்த நேரமும் என்னைத் தூக்கிக்கொண்டு போய்விடுவார்களோவென்று பயந்துகொண்டிருந்தேன்.” இந்தக் கதையில் அவன் அந்தளவுக்கு மயங்கிப் போவான் என்று நான் எதிர்பார்க்கவில்லை! அதற்குப் பிறகு, எனக்கு வந்த ஒரு கனவைப் பற்றிச் சொன்னேன்: “என் உடம்பு என்னை விட்டுப் பிரிந்து, என்னைப் போலவே தோற்றம் கொண்ட இன்னோர் உடம்புடன் சேர்ந்து கொள்கிறது. அந்த உடம்பின் முகம் இருட்டில் புதைந்திருக்கிறது. அவை இரண்டும் எனக்கெதிராக சதி செய்யத் தொடங்குகின்றன . . .” ஹோஜா என்னை நிறுத்தி, அவனுக்குள் அந்த பல்லவி மறுபடியும் கேட்கிறது, அந்த அபத்தமான பாட்டு வரிகள் திரும்பத் திரும்ப உக்கிரமாக வந்துகொண்டே இருக்கின்றன என்றான். நான் எதிர்பார்த்ததைப் போலவே, அந்தக் கனவினால் பாதிக்கப்பட்டிருக்கிறான் என்பது தெரிந்ததும், இதைப்போன்ற எழுத்தைத்தான் அவனும் எழுத முயற்சி செய்து பார்க்க வேண்டும் என்று வலியுறுத்தினேன். அது அவனை இந்த முடிவற்ற எதிர்பார்ப்புகளிலிருந்து கவனத்தைத் திருப்பும், மேலும்

அவனைச் சூழ்ந்துள்ள முட்டாள்களிடமிருந்து எது அவனை விலக்கி, தனித்துக் காட்டுகிறது என்பதை அவனால் கண்டுகொள்ள முடியும் என்றேன். அரண்மனையிலிருந்து அவ்வப்போது அவனுக்கு அழைப்புகள் வந்து கொண்டிருந்தாலும், ஊக்கமளிக்கும்படியான முன்னேற்றங்கள் எதுவும் நடக்கவில்லை. முதலில் என் யோசனையை அவன் ஏற்றுக்கொள்ளத் தயங்கிக் கொண்டுதான் இருந்தான். வற்புறுத்திச் சொன்னதும் ஆர்வம் அதிகரித்து, கூடவே சங்கடமும் சேர்ந்து கொண்டு, முயன்று பார்ப்பதாகச் சொன்னான். அபத்தமாக எதையாவது எழுதிவிடுவோமோ என்றும் பயந்தான். பின்பு வேடிக்கையாக, "நாம் இருவரும் ஒன்றாகச் சேர்ந்து எழுதுவதைப் போல, கண்ணாடி முன்னால் ஒன்றாக நின்று பார்த்தால் என்ன?" என்று கேட்டான்.

அவன் நாங்கள் இருவரும் சேர்ந்து எழுதவேண்டும் என்று சொன்னபோது, மேசையில் நாங்கள் இருவரும் ஒன்றாக உட்கார்ந்து எழுதவேண்டும் என்றுதான் குறிப்பிடுகிறான் என்பது முதலில் எனக்குத் தெரியவில்லை. அவன் எழுத ஆரம்பித்ததும் சோம்பேறி அடிமையாகிய எனக்கு எந்த வேலையும் இல்லாத விடுதலை திரும்பவும் கிடைத்து நிம்மதியாகப் பொழுதைக் கழிக்கலாம் என்று நினைத்திருந்தேன். அப்படி நினைத்தது தவறு. மேசையின் இரண்டு பக்கங்களிலும் ஒருவரையொருவர் பார்த்தபடி உட்கார்ந்து எழுதவேண்டும் என்றான். இத்தகைய அபாயகரமான விஷயங்களை எழுதும்போது எங்கள் மனம் அலைபாயலாம், கட்டுப்பாட்டை இழக்கலாம்; இவ்வாறு இருவரும் ஒன்றாக அமர்ந்து தொடங்கினால்தான், இருவரும் பரஸ்பர ஒழுங்குமுறைக்குட்பட்டு சிறப்பாக எழுத முடியும் என்றான். இதெல்லாம் வெறும் சாக்கு போக்குதான். அவனுக்குத் தனியாக உட்கார்ந்து, நினைப்பதை எழுதுவதற்கு பயம். இந்த பயம் வேறு விதத்திலும் வெளிப்படையாகத் தெரிந்தது. எழுத உட்கார்ந்ததும் வெற்றுத்தாளை வெறிப்பான். எழுதுவதற்குமுன் என் காதில் விழும்படியாகவே உத்தேசித்திருப்பதை முனகுவான். அதை நான் உற்றுக் கேட்டு, ஒப்புதல் தரவேண்டும். சில வரிகளை எழுதிவிட்டு, அப்பாவித் தனமான அடக்கத்துடன், குழந்தைத்தனமான ஆர்வத்துடன் என்னிடம் இயல்பாகவே காட்டுவான். "பரவாயில்லையா?" என்பான். நானும் அங்கீகரிப்பேன்.

இவ்வாறாக அவன் வாழ்க்கையைப்பற்றி பதினோரு வருடங்களில் தெரிந்துகொண்டதை விட அதிகமாக இந்த இரண்டுமாதங்களில் தெரிந்து கொண்டுவிட்டேன். அவன் குடும்பம் எதிர்னேவில் இருந்திருக்கிறது. இந்த ஊருக்கு மாமன்னருடன் பின்னர் சென்றிருக்கிறோம். அவனுடைய தந்தை இளம் வயதிலேயே இறந்துவிட்டிருக்கிறார். அவருடைய முகம்கூட அவனுக்கு நினைவில் இல்லை. அவனுடைய தாய் மிகக் கடுமையான உழைப்பாளியாம். கணவன் இறந்த பிறகு மறுமணம் செய்துகொண்டிருக்கிறார். முதல் கணவன் மூலம் ஒரு மகளும் ஒரு மகனும்; இரண்டாவது கணவன் மூலம் நான்கு மகன்கள். அவர் மெத்தை தைப்பவர். இந்தக் குழந்தைகளில் படிப்பில் பெரும் நாட்டம் கொண்டிருந்தது ஹோஜாதான். சகோதர்களிலேயே இவன்தான் மிகவும் அறிவாளி, புத்திக்கூர்மையானவன், சுறுசுறுப்பானவன், வலிமையானவன்

என்று சொன்னான். அதிக நேர்மையானவனும்கூட. அவனுடைய சகோதரியைத்தவிர மற்ற சகோதரர்கள் எல்லார் மீதும் அவனுக்கு வெறுப்பு இருந்தது. அவையெல்லாம் எழுதத் தகுதியானவையா என்று தெரியவில்லை என்றான். அவனை எழுதச் சொல்லி ஊக்கப்படுத்தினேன். இவனது குணாம்சங்களையும், வாழ்க்கைக் கதையையும் எனக்கேற்றாற்போல மாற்றிக் கொள்ளலாம் என்ற திட்டம் என் மனதுக்குள் இருந்ததால் கூட இருக்கலாம். அவனது மொழியிலும் சிந்திக்கும் முறையிலும் இருந்த ஏதோவொன்று எனக்குப் பிடித்தமானதாக, நான் பயில வேண்டியதாக இருந்தது. தனக்கென்று ஒரு வாழ்க்கையைத் தேர்ந்தெடுத்திருக்கும் ஒருவன், அதனை இறுதிவரை தனக்கானதென்று நேசிப்பவனாக இருக்கவேண்டும்; நான் அப்படித்தான். அவனுடைய அபிப்பிராயத்தில் கூடப் பிறந்த சகோதரர்கள் அனைவரும் முட்டாள்கள்; அவனிடமிருந்து பணம் கறப்பதில்தான் குறியாக இருந்தார்கள். ஆனால் அவனுக்குப் படிப்பில்தான் நாட்டம். இதையேதான் சொல்லிக்கொண்டிருந்தான். ஸெலிமியே சமயக் கல்லூரியில் சேர்ந்து படித்த அவன் மீது, படிப்பை முடிக்கும் தறுவாயில், பொய்க்குற்றச்சாட்டு சுமத்தப்பட்டு வெளியேற்றப்பட்டிருக்கிறான். ஆனால், போகிற போக்கில் குறிப்பிட்ட இச்சம்பவத்தை விரிவாகவோ, பிறகு எப்போதுமோ அவன் சொல்லவில்லை. அதேபோலப் பெண்களைப் பற்றி ஒரு வார்த்தை கூட பேசவில்லை. எழுத ஆரம்பித்த கட்டத்தில், அவனுக்கு ஒருமுறை திருமணத்துக்கு ஏற்பாடு செய்யப்பட்டிருந்ததைக் குறிப்பிட்டான். உடனே எழுதியவை எல்லாவற்றையும் கோபத்தோடு கிழித்துப் போட்டான். அன்றிரவு மழை பிசுபிசுத்துக் கொண்டிருந்தது. நான் அதன்பிறகு அனுபவிக்கப்போகிற பல கொடும் இரவுகளுக்கு அதுதான் ஆரம்பம். அவன் என்னை அவமானப்படுத்தினான். அதுவரை அவன் எழுதியது அனைத்தும் பொய் என்றான். மீண்டும் முதலிலிருந்து எழுதத் தொடங்கினான். அவன் எழுதும்போது, நானும் எதிரிலேயே உட்கார்ந்து எழுதியாக வேண்டுமென்று கட்டளையிட்டிருந்ததால், இரண்டு நாட்களைத் தூக்கமின்றி கழித்தேன். நான் என்ன எழுதுகிறேன். என்பதை இப்போதெல்லாம் அவன் கவனிப்பதில்லை. மேசையின் மறுமுனையில் அமர்ந்து, கற்பனையைச் செலவழிக்காமல் எழுதியதையே மீண்டும் பிரதியெடுத்தபடி, ஓரக்கண்ணில் அவனை கவனித்துக் கொண்டிருந்தேன்.

சில நாட்கள் கழித்து கீழை தேசத்திலிருந்து இறக்குமதி செய்யப்பட்ட அந்த, விலை மதிப்புள்ள, அழகிய தாளில் ‘நான் ஏன் நானாக இருக்கிறேன்’ என்று தலைப்பெழுதி, ஒவ்வொரு நாளும் காலையில் எழுந்து எழுதிக் கொண்டிருந்தான். ஆனால் அவன் எழுதியவையெல்லாம், ஏன் ‘அவர்கள்’ மிகவும் மட்டமானவர்களாக, மடையர்களாக இருக்கிறார்கள் என்பதற்கு அவன் கண்டுபிடித்த காரணங்கள். இருப்பினும், மேலும் சில விஷயங்களை அறிந்துகொள்ள முடிந்தது. அவனுடைய அம்மாவின் மரணத்துக்குப் பின், பாகப் பிரிவினையில் அவன் ஏமாற்றப் பட்டிருக்கிறான். கைக்குக் கிடைத்த பணத்தை வைத்துக்கொண்டு துறவியர் விடுதி ஒன்றில் தங்கியிருக்கிறான். கொஞ்ச நாட்களிலேயே அங்கிருப்பவர்கள் எல்லோருமே இழிவான, போலித்தனமான ஆசாமிகள் என்று முடிவெடுத்து வெளியேறி விட்டிருக்கிறான். இக்குறிப்பிட்ட அனுபவத்தை மட்டும் அவன் விரிவாகச் சொல்ல வேண்டுமென்று

நினைத்தேன். அவர்களிடமிருந்து விட்டு விடுதலையாகி வந்ததுதான் அவன் அடைந்த உண்மையான வெற்றி என்றேன். “அவர்களிடமிருந்து உங்களை விலக்கிக்கொண்டு வந்துவிட்டீர்கள்,” என்று சொன்னதும் அவன் கோபமுற்றான். அவனிடமிருந்து கீழ்த்தரமான விஷயங்களை உருவி எடுத்துக்கொண்டு, பிற்பாடு அவனுக்கெதிராக அவற்றைப் பயன்படுத்துவதுதான் என் உத்தேசம் என்றான். ஏற்கனவே நான் நிறைய தெரிந்துகொண்டு விட்டேன். இந்த விபரங்களையும் தெரிந்துகொள்ள முயல்கிறேன் என்று அவனுக்கு சந்தேகம். இதை அவன் சொல்லும்போது ஒரு பச்சையான, ஆபாச வசவைப் பிரயோகித்தான். பிறகு, அவனுடைய சகோதரி ஸெம்ராவைப்பற்றி நெடுநேரம் பேசினான். அவள் எவ்வளவு ஒழுக்கசீலி, அவளுடைய கணவன் எவ்வளவு குரூரமானவன் என்றெல்லாம் சொன்னான். பல வருடங்களாக அவளைப் பார்க்காதிருப்பதில் அவன் மிகவும் வருத்தமடைந்திருக்கிறானாம். இதையெல்லாம் நான் ஆர்வமாகக் கேட்பதைப் பார்த்து அவனுக்கு மீண்டும் என்மீது சந்தேகம் வந்தது. உடனே வேறு திசைக்குப் பேச்சை மாற்றினான். கையிலிருந்த பணம் மொத்தத்தையும் புத்தகங்கள் வாங்குவதில்தான் செலவழித்தானாம். அந்தப் புத்தகங்களைப் படித்துக்கொண்டிருப்பதே முழுநேரத் தொழிலாக இருந்திருக்கிறது. படியெடுப்பவனாக அங்குமிங்கும் வேலை பார்த்திருக்கிறான். “ஆனால் எல்லா இடங்களிலும் மனிதர்கள் வெட்கங்கெட்டவர்களாகத்தான் இருந்தார்கள்” என்றான். அப்போது அவனுக்கு சாதிக் பாஷாவின் ஞாபகம் வந்தது. அவருடைய மரணச்செய்தி ஏர்ஸின்ஜானிலிருந்து அப்போதுதான் கிடைத்திருந்தது. முதல்முறை சந்தித்தபோதே ஹோஜாவின் அறிவியல் நாட்டம் பாஷாவுக்கு மிகவும் பிடித்துப் போய்விட்டதாம். ஹோஜாவுக்கு அவர்தான் தொடக்கப்பள்ளியில் ஆசிரியர் வேலை வாங்கிக் கொடுத்தார். ஆனால் ‘பாஷா இன்னொரு முட்டாள்.’ ஒரு மாதத்திற்கு இடைவிடாமல் எழுதியவன், திடீரென்று ஒருநாள் இரவு ‘எழுதியவையெல்லாமே பெரும் அவமானத்தை உண்டாக்குவதாக இருப்பதால்’ அத்தனையையும் கிழித்தெறிந்தான். அதனால்தான் அவன் எழுதிய எல்லாவற்றையும் எனது சொந்த அனுபவங்களோடு சேர்த்து மீட்டுருவாக்கம் செய்ய முயன்று கொண்டிருக்கிறேன். என் நினைவுகளைத் தட்டியெழுப்பி எழுதும்போது என் முன்னால் குவிந்து நிற்கும் எண்ணற்ற விபரங்களைக் கண்டு இப்போது நான் மருட்சியடைவதில்லை. ஹோஜா அவற்றைக் கிழித்தெறிந்துவிட்டுப் புதிதாக ஆரம்பித்தான். தலைப்பு: ‘நான் நன்கறிந்த முட்டாள்கள்’. எழுத ஆரம்பித்தவுடனேயே அவனுக்கு வெறி தலைக்கேறியது. இவ்வளவு எழுதியும் தன்னால் எதையும் அடைய, உணர முடியவில்லை என்று கத்தினான். புதிதாக எதையுமே கற்றுக் கொள்ளவில்லையாம். அவன் ஏன் அவனாக இருக்கிறான் என்று இன்னும் அவனுக்குத் தெரியவில்லையாம். நான் அவனை ஏமாற்றியிருக்கிறேன், என்றான். அவன் நினைத்துப் பார்க்கவே விரும்பாத விஷயங்களை வீணாக அசைபோட வைத்திருக்கிறோம். அவன் என்னை தண்டிக்கப் போகிறானாம்.

எனக்கு தண்டனையளிப்பதிலேயே அவன் ஏன் அவ்வளவு ஆர்வமாக இருந்தானென்று தெரியவில்லை. இது எனது அடிமை வாழ்வின் ஆரம்பதினங்களை நினைவூட்டுவதாக இருந்தது. எனது கோழைத்தனமான

பணிவு அவனுக்கு இந்தத் துணிச்சலைத் தந்திருக்கவேண்டுமென்று சிலநேரங்களில் நினைத்தேன். ஆனால் இப்போது என்னை தண்டிக்கப் போவதாகச் சொன்னபோது, அவனை எதிர்த்து நிற்பது என்று முடிவெடுத்தேன். கடந்த காலத்தைப் பற்றி எழுதிச் சலித்த பிறகு ஹோராஜா வீட்டுக்குள்ளேயே அங்குமிங்கும் சுற்றிச் சுற்றி வந்தான். பின், என்னிடம் வந்து, மீண்டும் நாம் எழுதத் தொடங்கவேண்டும் என்றான். "கண்ணாடியில் தன் உருவத்தை ஒருவன் பார்ப்பதைப் போலவே, தனது எண்ணங்களுக்குள் தன் உள்ளியல்பை அவனால் ஆராய முடியும்," என்றான்.

இந்த ஒப்பீட்டிலிருந்த ஒத்திசைவு எனக்கும் கிளர்ச்சியை உண்டாக்கியது. உடனே மேசையில் அமர்ந்தோம். இம்முறை நானும் 'நான் ஏன் நானாக இருக்கிறேன்' என்று தலைப்பை எழுதும்போது பாதி நகை முரணாகவே உணர்ந்தேன். எனது ஆளுமையின் தனித்துவமான அம்சம் என்று என் இளம் பிராயத்துக் கூச்சவுணர்வைச் சொல்லலாமென்று தோன்றியதால் முதலில் அதனைப்பற்றி எழுதத் தொடங்கினேன். ஹோராஜா மற்றவர்களின் கீழ்மைத் தனங்களைப் பற்றி எழுதிக்கொண்டிருப்பதைப் படித்தபோது என் மனதுக்கு முக்கியமென்று தோன்றியதை சொல்லியும் விட்டேன்: "நீங்கள் உங்களுடைய குறைகளையும் எழுதவேண்டும்." நான் எழுதியவற்றை அவன் வாங்கிப் படித்துப் பார்த்துவிட்டு, தானொன்றும் கோழையில்லை என்றான். அவன் கோழையில்லாவிட்டாலும்கூட, மற்றவர்களைப் போலவே அவனுக்கும் எதிர்மறையான அம்சங்கள் சில இருக்கின்றன, என்றேன். அவற்றை அலசிப் பார்த்து வெளிக்கொண்டுவந்தால்தான் அவனது உண்மையான ஆளுமையைக் கண்டறிய முடியும் என்றேன். "நான் இதைச் செய்திருக்கிறேன் என்பதால் என்னைப் போலி செய்ய விரும்புகிறாய். இதை என்னால் உணரமுடிகிறது" என்றதும் அவனுக்குக் கோபம் பீறிட்டது. அடக்கிக்கொண்டு பகுத்தறிவோடு பேச முயல்பவனாக, "மற்றவர்கள்தான் தீயவர்களாக இருக்கிறார்கள்; எல்லோரையும் சொல்லவில்லை, பெரும்பாலானவர்கள் மோசமானவர்களாக இருப்பதால் உலகில் எல்லாமே தவறாக இருக்கிறது," என்றான். நான் மறுத்தேன். அவனிடமும் நிறைய வக்கிரங்கள், கீழ்மைத்தனங்கள், இழிவுகள் இருக்கின்றன. அவற்றை அவன் உணரவேண்டும், என்றேன். அதோடு நிறுத்தாமல், என்னைவிட அவன் மிகவும் மோசமானவன், என்று இத்தனை நாட்களாக அடக்கி வைத்திருந்ததைச் சொல்லிவிட்டேன்.

அவ்வளவுதான், அந்தக் கணத்திலிருந்து எனக்குப் போதாத காலம் ஆரம்பித்தது! நாற்காலியோடு சேர்த்து என்னைக் கட்டிப்போட்டு, என்னெதிரே உட்கார்ந்துகொள்வான். அவன் விரும்பியதை எழுதும்படி எனக்கு உத்தரவிடுவான். அதே சமயம், அவன் என்ன எதிர்பார்க்கிறான் என்பது அவனுக்கே தெரியாது எனும்போது நான் எதை எழுத? அவன் மனதில் இருப்பதாக அவன் சொல்வதெல்லாம் அந்தப் பல்லவி. அதைத் தவிர வேறு எதுவுமில்லையாம். ஒருவன் கண்ணாடியில் பார்க்கும்போது அவனுடைய வெளித்தோற்றம் தெரிவதைப் போல, அவன் எண்ணங்களின் வழியே மனதின் உட்பகுதியை அவனால் காண இயல வேண்டும். இதை எப்படிச் செய்வது என்று எனக்குத் தெரியும், ஆனால் அந்த

ரகசியத்தை அவனிடம் சொல்லாமல் மறைக்கிறேன். இதுதான் அவனது குற்றச்சாட்டு. எனக்கெதிரே உட்கார்ந்துகொண்டு நான் அந்த ரகசியத்தை எழுதுகிறேனாவென்று ஹோஜா கவனித்துக் கொண்டிருக்க, எனது குறைகளை அதீதமாக மிகைப்படுத்தி எழுதிக்கொண்டிருந்தேன். சிறுவயதில் செய்த அற்பத்திருட்டுகள், பொறாமையில் சொன்ன பொய்கள், என் சகோதரர்களையும் சகோதரிகளையும்விட எனக்கு அதிகம் செல்லம் கொடுக்கவேண்டுமென்பதற்காக என் பெற்றோர்களிடம் செய்த சதிச் செயல்கள், வாலிப வயதின் பாலியற்சேட்டைகள், என உண்மைகளை இஷ்டத்திற்கு இழுத்து இழுத்து சுவாரஸ்ய புனைவுகளாக்கி எழுதிக்கொண்டிருந்தேன். இவற்றைப் பேராவலோடு, வக்கிரம் கலந்த இச்சையோடு ஹோஜா ரசித்துப் படித்தது என்னை அதிர்ச்சிக்குள்ளாக்கியது. படித்து முடித்ததும் அவனுக்குக் கோபம் அதிகரிக்கும். ஏற்கனவே எனக்கு செய்து வந்த இம்சைகள் உக்கிரமாகும். தன்னுடையவையாக ஆக்கிக்கொள்ள வேண்டியிருக்கும் என்று அவன் ஏற்கெனவே உணர்ந்துவிட்ட ஒரு கடந்த காலத்தின் பாவச்செயல்களை சகித்துக்கொள்ள முடியாமல் அவன் இப்படி நடந்துகொண்டிருக்கலாம் என்று நினைத்தேன். படித்துக்கொண்டே இருப்பவன் திடீரென எழுந்து வந்து என்னை அடிப்பான். "அயோக்கியப் பயலே" என்று கத்தியபடியே ஒருமுறை முகத்தில் கூட குத்தினான். ஓரிருமுறை கன்னத்தில் அறைந்திருக்கிறான். இப்போதெல்லாம் அரண்மனையிலிருந்து அடிக்கடி அழைப்பு வராமல் போனதும் அவனது வெறிக்குக் காரணமாக இருக்கலாம், அல்லது என்னையும் அவனையும் விட்டால் பரஸ்பரம் சந்தித்துக்கொள்ளக்கூட வேறுயாருமில்லை என்ற வெறுப்பாக இருக்கலாம், இல்லாவிட்டால் வெறும் விரக்தியாகக் கூட இருக்கலாம். ஆனால் எனது பாவ அறிக்கைகளைப் படித்துவிட்டு, அவனது சிறுபிள்ளைத் தனமான தண்டனைகளும் அதிகரித்துக்கொண்டேயிருக்க, எனக்குள் ஒரு பத்திரவுணர்வு ஆழமாக ஊன்றிக்கொண்டது. முதல்முறையாக அவனை முழுக்க என் கைப்பிடிக்குள், என் ஆதிக்கத்தில் கொண்டு வந்துவிட்டேன் என்ற நம்பிக்கை.

ஒருநாள் வழக்கத்தைவிட அதிகமாக அடித்ததில், மோசமாகக் காயமுற்றுவிட்டதைப் பார்த்ததும், திடீரென அவனுக்கு என்மீது பரிவு ஏற்பட்டுவிட்டது. இது அசலான பச்சாதாபம் அல்ல. எந்த விதத்திலும் தனக்குச் சமமாக இருப்பவனென்று கருதமுடியாத ஒருவனுடைய துன்பத்தைக் கண்டு வெளிப்படும் பரிதாப இரக்கம். முதல்முறையாக அவன் என்னைப் பார்த்த பார்வையில் வெறுப்பு இல்லாததைக் கவனித்தேன். "இனி நாம் எதையும் எழுத வேண்டாம்," என்றான். பிறகு தான் சொன்னதைத் திருத்தம் செய்து, "*நீ* இனி எதையும் எழுதவேண்டாம்," என்றான். நான் எழுதி வந்ததை வாரக்கணக்காக வேடிக்கை பார்த்தும், வாசித்தும் வந்த அலுப்போ என்னவோ. "இந்த வீட்டைவிட்டு முதலில் வெளியே செல்வோம். ஒவ்வொரு நாளும் இந்த வீட்டின்மேல் கவிகிற கருமை அதிகமாகிக் கொண்டே வருகிறது. எங்காவது போகலாம். முதலில் கெப்ஸிக்குப் போகலாம்," என்றான். அங்கு சென்றதும் மீண்டும் வானியல் ஆராய்ச்சியில் இறங்கப்போவதாகச் சொன்னான். கூடவே, எறும்புகளின் நடத்தை முறை குறித்து விரிவான ஆய்வுக்கட்டுரை எழுதப் போவதாகவும்

சொன்னான். திடீரென அவனது ஆர்வம் திசை மாறிவிட்டதில், என்மீது அவனுக்கு ஏற்பட்டிருக்கும் மரியாதை விலகிவிடுமோவென்று எனக்கு பயமேற்பட்டது. அவனது ஆர்வத்தைத் தக்கவைத்துக் கொள்வதற்காக எனது உள்மன வக்கிரத்தை மிக மோசமாக வெளிப்படுத்துவதைப் போல ஒரு கதையை உருவாக்கினேன். அவன் அதை ரசித்துப் படித்தான். ஆச்சரியகரமாகக் கோபப்படவில்லை. இவ்வளவு வக்கிரம் பிடித்த அகத்தை எப்படி எனக்குள் மறைத்து வைத்திருக்கிறேன் என்று அவன் வியப்பதாகத் தோன்றியது. இவ்வளவு கேவலத்தைக் கண்டதாலோ என்னவோ, என்னைப் பின்பற்ற வேண்டாமென்று முடிவெடுத்து, இனி அவனாகவே கடைசிவரை இருப்பதென்று முடிவெடுத்து விட்டானோ என்று நினைத்தேன். ஆனால் என்னைப் பற்றி அவன் நன்றாகவே அறிவான். இது எல்லாவற்றிலும் பின்னியிருக்கும் விளையாட்டு அவனுக்குத் தெரியும். அன்று அவனிடம் அரண்மனை முகஸ்துதியாளனைப் போல இச்சகம் பேசி, ஆர்வத்தைக் கிளப்ப முயற்சி செய்தேன். கெப்ஸிக்குச் செல்வதற்கு முன் கடைசியாக ஒருமுறை–நான் இவ்வாறிருப்பதைப் புரிந்துகொள்ளும் முகமாக – “உனது தவறுகளை மீட்டெடுத்து எழுதினால் என்ன? நீ எழுதுவது உண்மையாக இருக்கவேண்டும் என்றுகூட அவசியமில்லை. யாரும் அவற்றை நம்பக்கூட வேண்டாம். நீ இதைச் செய்தால், என்னையும் என்னைப் போன்றவர்களையும் நீ முற்றாக புரிந்துகொள்வாய். இந்த அறிவு உனக்குப் பேருதவியாக இருக்கும்!” என்றேன். கடைசியில் அவனது சொந்த ஆர்வத்தையும், என் உளறலையும் தாங்கமுடியாமல், அடுத்தநாள் முயன்று பார்ப்பதாகச் சொல்லிவிட்டான். உடனே, அவன் எழுதுவதாக முடிவெடுத்தது கூட அவனது சொந்த விருப்பத்தால்தானே யொழிய, எனது மடத்தனமான மயக்கும் வார்த்தை விளையாட்டுகளால் அல்ல என்றான்.

அடுத்தநாள் எனது அடிமை வாழ்வின் மிக மகிழ்ச்சியான தினமாக இருந்தது. என்னை நாற்காலியோடு சேர்த்து கட்டிப் போட வில்லையென்றாலும் நாள் முழுக்க அவனெதிரே உட்கார்ந்து, அவன் வேறு யாரோவாக மாறுவதைப் பார்த்துக்கொண்டிருந்தேன். முதலில் எழுத ஆரம்பித்த மும்முரத்தில் அந்த அபத்தமான தலைப்பான ‘நான் ஏன் நானாக இருக்கிறேன்’ – ஐக்கூட எழுதவில்லை. தான் செய்வதில் தீவிர நம்பிக்கை கொண்டிருந்தான். சுவாரஸ்யமான பொய் ஒன்றை நம்பிக்கையோடு சொல்கின்ற ஒரு குறும்புக்கார சிறுவனைப் போலக் காணப்பட்டான். வெளியிலிருந்து பார்க்கும்போதே அவன் தனக்குச் சொந்தமான அந்தரங்க உலகத்தில் மூழ்கியிருப்பது தெரிந்தது. ஆனால் செயற்கையாக அவன் ஊதிப் பெருக்கிக்கொண்ட பாதுகாப்புணர்வோ, என் பொருட்டு அவன் புனைந்துகொண்ட கழிவிரக்கமோ நெடுநேரத்திற்கு நிலைக்கவில்லை. சிறிது நேரத்திலேயே அவன் பாசாங்காக உருவாக்கி வைத்திருந்த அலட்சிய பாவம் கவலையாக உருமாறியது; விளையாட்டு நிஜமாகியது; பாவனையாக இருந்த போதிலும் இந்தத் தற்குற்றச்சாட்டை எழுத்தில் சுமத்தி வைப்பது அவனைத் தடுமாற வைத்து கதிகலங்கச் செய்தது. எழுதியதை என்னிடம் காண்பிப்பதற்கு முன்பாகவே மொத்தத்தையும் அடித்துவிட்டான். ஆனால் இந்த சுயவெளிப்பாட்டில் அவனுக்கு ஆர்வம் மட்டும் அதிகரித்திருந்தது. ஆனால் என்னெதிரிலேயே அதனோடு

விடாப்பிடியாக போராடிக் கொண்டிருந்ததில் அவமானமாக உணர்ந்தான் என்று நினைத்தேன். ஆரம்பத்திலேயே அவனுக்குத் தோன்றியதைப் போல மேசையிலிருந்து எழுந்து சென்றுவிட்டிருந்தால், மன நிம்மதியை இழந்திருக்காமல் இருந்திருக்கக் கூடும்.

அடுத்த சில மணிநேரங்களுக்கு அவனது சிக்கல்கள் மெதுவாக முடிச்சவிழ்வதைப் பார்த்துக்கொண்டிருந்தேன். தன்னைப் பற்றி முக்கியமாக எதையோ எழுதுவான், அதை என்னிடம் காட்டாமலேயே கிழித்துப் போட்டுவிடுவான். ஒவ்வொரு தடவையும் அவனது தன்னம்பிக்கையும் சுயமரியாதையும் குறைந்துகொண்டே வந்தன. இழந்ததை மீட்டெடுப்பதற்காக மீண்டும் ஆரம்பிப்பான். அவனுக்கு தனது வாக்குமூலங்களை என்னிடம் காட்டவேண்டுமென்றுதான் விருப்பம் என்பது என் நம்பிக்கை. ஆனால், நான் ஆர்வத்தோடு படிக்கக் காத்திருந்த அவற்றில் ஒரே ஒரு சொல்லைக்கூட இரவு வரை பார்க்க முடியவில்லை. எல்லாவற்றையும் கிழித் தெறிந்து விட்டிருந்தான். சக்தியெல்லாம் இழந்தும் தளர்ந்தும் காணப்பட்டான். இவையெல்லாமே ஒரு கேடுகெட்ட மிலேச்சனின் சூதுவிளையாட்டு என்று என்னைநோக்கி வசைகளோடு கத்தியபோது அவனது தன்னம்பிக்கையை அநேகமாக முற்றிலும் இழந்திருந்தான். அதையே சாக்காக வைத்து, அவனைச் சீண்டும் படியாக, “இந்தக் குற்றவுணர்வு, புரிந்த துர்ச் செய்கைகள் இவையெல்லாம் சீக்கிரத்திலேயே உனக்கு மரத்துப் போய்விடும், கவலைப்படாதே” என்றேன். அவன் எழுந்து வீட்டைவிட்டு வெளியேறினான். நான் அவனை தீர்க்கமாக கவனித்துக் கொண்டிருப்பதை அவனால் சகித்துக் கொண்டிருக்க முடியவில்லையென்று நினைத்தேன். தாமதமாகத் திரும்பி வந்தபோது, அவனிடமிருந்து வீசிய நறுமணத்தைலத்திலிருந்து, நான் சந்தேகப்பட்டதைப் போலவே, விபச்சார விடுதிக்குச் சென்று வந்திருக்கிறான் என்பது தெரிந்தது.

மறுநாள் பிற்பகல், அவனை எழுதத் தூண்டுவதற்காக அவனை ஊக்குவிக்கும் முயற்சியைத் தொடங்கினேன். இத்தகைய அபாயமற்ற விளையாட்டுகளால் பலம் வாய்ந்த அவன் பாதிக்கப்பட மாட்டான் என்றேன். மேலும் அவர்கள் இதில் ஈடுபடுவதற்கு காரணம், பொழுதைப் போக்குவதற்கல்ல, இன்றியமையாத உண்மைகளைக் கண்டறிந்து கொள்வதற்காக. அவன் மூடர்கள் என்றழைக்கும் மனிதர்கள் ஏன் அவ்வாறு இருக்கிறார்கள் என்று இறுதியில் அவனால் புரிந்துகொள்ள முடியும். ஒருவரையொருவர் முற்றிலுமாக அறிந்து கொள்வதென்பது மிகவும் சுவாரஸ்யமானது இல்லையா? ஒரு மனிதனுக்குத் தனது ஆன்மாவின் நுட்பமான விவரங்களைக்கூட இன்னொருவன் அறிந்திருக்கிறான் என்று தெரியும் போது, துர்க்கனவைக் கண்டதுபோல விக்கித்துப் போய்விடும்.

அரண்மனை விதூஷகக் குள்ளனின் இச்சகப் பேச்சைக் கேட்பது போலவே எனது புகழ்ச்சி வார்த்தைகளையும் நிஜம் போலவே நம்பிக் கேட்டுக் கொண்டிருந்தான். ஆனால், அவனை மீண்டும் மேசையில் அமர்ந்து எழுதவைத்ததற்குக் காரணம் அவையல்ல, பகல்வெளிச்சம் அளித்த தைரியம்தான். மாலை எழுதி முடித்துவிட்டு எழுந்திருக்கும்போது முன்தினத்தைவிட நம்பிக்கையிழந்து காணப்பட்டான். அவன் மீண்டும்

விபச்சார விடுதிக்குக் கிளம்பிச் சென்றதைப் பார்த்தபோது எனக்கு அவன் மீது பாவமாக இருந்தது.

இவ்வாறாக ஒவ்வொரு நாள் காலையிலும், மேசையில் அமர்ந்து, அவனை அன்றைய தினம் அவன் எழுத்தில் இடம்பெறப்போகும் துர்சக்திகள் அனைத்தையும் வென்று கடக்கத் தன்னால் இயலும் என்று கற்பனை செய்தபடி, முந்தைய தினம் இழந்தவற்றை மீட்டெடுக்கும் முயற்சியில் எழுதத் தொடங்கி, மாலை முடிக்கும்போது மிச்சமிருந்த தன்னம்பிக்கையையும் இழந்து எழுந்திருப்பான். இப்போதெல்லாம் தன்னையே மிகவும் வெறுக்கத்தக்க ஜென்மமாக நினைத்துக்கொண்டிருப்பதால் என்னை வெறுப்போடு பார்ப்பதில்லை. நாங்கள் ஒன்றாகக் கழிக்க நேர்ந்த அந்த ஆரம்ப தினங்களில் எங்களிடையே நிலவி வந்ததாக நான் தவறாகக் கருதி வந்த சமத்துவத்தைக் கடைசியில் சற்று ஊர்ஜிதப்படுத்திக் கொள்ள முடிந்ததாக நம்பினேன். இது என்னை வெகுவாக சந்தோஷப்படுத்தியது. என்மீது எழுந்த எச்சரிக்கையுணர்வால், அவனுக்கெதிரே மேசையில் இனி நான் அமர வேண்டாம் என்று சொல்லிவிட்டான். இதுவும் ஒரு நல்ல அறிகுறிதான். ஆனால் வருடக்கணக்காகச் சேர்ந்துகொண்டே வந்த எனது வெறி, இப்போது அதன் கோரப்பற்களை அவன் மீது பதிக்கத் தொடங்கியது. பழி வாங்கவும், திருப்பித் தாக்கவும் துடித்தேன். அவனைப் போலவே எனக்கும் சமநிலை குலைந்தது. ஹோஜாவை இன்னும் கொஞ்சம் என்னால் நம்பிக்கையிழக்கச் செய்ய முடியுமென்றால், என்னிடமிருந்து ஜாக்கிரதையாக ஒளித்து வைக்கும் அவனது ரகசிய வாக்குமூலங்களை எப்படியாவது படித்துவிட முடியுமென்றால், அவனை நுட்பமாக அவமதித்து வெட்கமுறச் செய்வேன். அதன்பின் இந்த வீட்டின் அடிமையாகவும் பாவகர்த்தாவாகவும் நானல்ல, அவன்தான் இருப்பான். இதற்கான அறிகுறிகள் ஏற்கனவே தென்படத் தொடங்கிவிட்டன. நான் அவனை கிண்டல் செய்கிறேனா இல்லையாவென்று தெரிந்துகொள்ள அவ்வப்போது முயல்கிறான் என்று புரிந்தது. இப்போதெல்லாம் அவனுக்குத் தன் மீதே நம்பிக்கை இல்லாமல் போய், எனது அங்கீகாரத்தை எதிர்பார்க்கத் தொடங்கி விட்டான். அற்பமான தினசரி விஷயங்களில்கூட அடிக்கடி எனது அபிப்பிராயத்தைக் கேட்டுக் கொண்டிருந்தான்: அணிந்திருக்கும் உடை பொருத்தமாக இருக்கிறதா, யாருக்கோ அவன் சொன்ன பதில் சரியானதுதானா, அவனது கையெழுத்து எனக்குப் பிடித்திருக்கிறதா, நான் என்ன நினைக்கிறேன்? அவனை முற்றிலுமாகச் சோர்வடையச் செய்துவிடக் கூடாதென்பதற்காகச் சில நேரங்களில் என்னையே மட்டம் தட்டிக்கொண்டு அவனை உற்சாகப்படுத்துவேன். அப்போது அவன் என்னைப் பார்க்கும் பார்வை, ‘அட, அயோக்கியப்பயலே’ என்பதுபோல இருக்கும். ஆனால் இப்போதெல்லாம் என்மீது அவன் கை நீட்டுவதில்லை. அடிவாங்க வேண்டியவன் தானும் தான் என்பது அவனுக்குப் புரிந்திருக்கும் என்பது எனக்கு உறுதியாகத் தெரிந்தது.

இந்தளவு அவனை சுயவெறுப்புக்குத் தள்ளியிருக்கக்கூடிய இந்த ஒப்புதல் வாக்குமூலங்களைத் தெரிந்துகொள்ள எனக்கு மிகவும் ஆவலாக இருந்தது. வெளிப்படையாகச் சொல்லாவிட்டாலும் அவனை என்னைவிட மிகத் தாழ்ந்தவனாகவே, மனதுக்குள் ரகசியமாகக் கருதி வந்திருக்கிறேன்.

இருந்தாலும் அவன் செய்ததாக ஒப்புக்கொள்கிற பாவங்கள் எல்லாமே பொருட்படுத்த வேண்டாத சில்லறைப் பாவங்களாகத்தான் இருக்குமென்று என்னால் சொல்லமுடியும். எனது கடந்தகால ஞாபகங்களுக்கு இப்போது யதார்த்த ரசத்தைச் சேர்ப்பதற்காக, நான் இதுவரை ஒரேயொரு வாக்கியத்தைக்கூட வாசித்திருக்காத இந்த வாக்குமூலங்களில் ஒன்றிரண்டை கற்பனை செய்துகொள்ள முயல்கிறேன். ஆனால் எனது கதையின் சீர்மையையும், நான் கற்பனை செய்து வைத்திருந்த வாழ்க்கையையும் கெடுப்பதாக ஹோஜா செய்திருக்கக் கூடிய ஒரு பாவம்கூட எனக்குத் தோன்றவில்லை. ஆனால் என் இடத்தில் இருந்திருக்கக்கூடிய எவரும் அவனை மீண்டும் நம்புவதற்குக் கற்றுக்கொள்வார்களென்றே நினைக்கிறேன். அவன் உணராமலேயே ஒரு பெரிய கண்டுபிடிப்பை நிகழ்த்த ஹோஜாவுக்கு நான் உதவியிருக்கிறேன் என்றுதான் சொல்லவேண்டும். அவனுடையதைப்போலவே, மற்றவர்களுடைய பலவீனங்களையும் மிகத் தெளிவாகவும், வெளிப்படையாகவும் இல்லாவிட்டால்கூட ஓரளவுக்கு அவனுக்குப் புலப்படுத்தியிருக்கிறேன். அவனைப் பற்றியும் மற்றவர்களைப் பற்றியும் நான் என்ன நினைக்கிறேன் என்பதைச் சொல்லிவிடும் நாள் அதிக தூரத்தில் இல்லையென்றே நினைத்தேன். அவர்கள் எல்லோரும் எவ்வளவு அவக்கேடானவர்கள் என்று நிரூபித்து எல்லோரையும் அழிக்கப் போகிறேன். இதுவரை என் கதையைப் படித்து வந்தவர்களுக்கு, ஹோஜாவிடமிருந்து நான் எந்தளவுக்குக் கற்றுக்கொண்டிருந்தேனோ, அந்தளவுக்கு அவன் என்னிடமிருந்து கற்றுக்கொண்டிருந்தான் என்பது புரிந்திருக்கும். இதைப்போல நான் சிந்திப்பதற்குக் காரணம், நமக்கு வயதான பின்பு எல்லாவற்றிலும், நாம் வாசிக்கும் கதைகளிலும் கூட, மேலதிகமான ஒத்திசைவை எதிர்பார்க்கிறோம் என்பதால் இருக்கலாம். இவ்வளவு வருடங்களாக எனக்குள் கொதித்துக் கொண்டிருந்த வெறுப்பு இப்போது பொங்கி வழிந்துவிட்டிருக்க வேண்டும். ஹோஜா சீக்கிரத்திலேயே முற்றிலுமாக சுயமதிப்பிழந்து போனபின் நான் அவனைவிட எவ்வளவு உயர்ந்தவன் என்பதை, என் சுயச்சார்பை, ஒப்புக்கொள்ள வைப்பேன். அவனை ஏளனத்தோடு பார்ப்பேன். என்னை விடுதலை செய்யச் சொல்லி உரிமையோடு வற்புறுத்துவேன். எனது கற்பனைகள் விரிந்துகொண்டிருந்தன. எந்தவிதமான முணுமுணுப்புமின்றி அவன் என்னை விடுதலை செய்துவிடுவான் என்று கனவு கண்டுகொண்டிருந்தேன். என் தாய்நாட்டுக்குத் திரும்பியதும் துருக்கியர்களிடையே எனக்கு நிகழ்ந்த சாகசங்கள் பற்றி எப்படி புத்தகங்கள் எழுதுவது என்று இப்போதே யோசிக்கத் தொடங்கிவிட்டிருந்தேன். மட்டுமீறிய கற்பனைகள் எவ்வளவு எளிதாக நம்மைக் கவிழ்த்து விடுகின்றன! ஒருநாள் காலை அவன் கொண்டுவந்த செய்தி இவையனைத்தையும் சடுதியில் தலைகீழாக மாற்றியது.

பிளேக் என்ற கொள்ளை நோய் நகரத்தைத் தாக்கியிருக்கிறது! அவன் இதைச் சொல்லும்போது, இஸ்தான்புல்லைப் பற்றிச் சொல்வதைப் போலில்லாமல் ஏதோ தொலைதூரத்து ஊரைப்பற்றிப் பேசுவதைப் போலச் சொன்னான். முதலில் நான் நம்பவில்லை. அவனுக்கு யார் சொன்னது, எப்படித் தெரியும் என்று துருவித்துருவிக் கேட்டேன். திடீரென தெளிவான காரணம் தெரியாமல் மரணங்கள் நிகழ்வது

அதிகரித்திருப்பதாகச் சொன்னான். ஏதோ நோய் என்று மட்டும் தெரிகிறது என்றான். என்ன மாதிரியான நோய் அறிகுறிகள் தெரிகின்றன, என்று கேட்டேன். ஒருவேளை பிளேக்காக இல்லாமல் வேறு ஏதோ நோயாகக் கூட இருக்கலாம் என்றபோது ஹோஜா சிரித்தான். "கவலைப்படாதே, உனக்கே வரும்போது இந்த சந்தேகமெல்லாம் போய்விடும்," என்றான். "மூன்று நாள்தான் காய்ச்சல். அப்புறம் சாவுதான். சிலருக்குக் காது மடல்களுக்குப் பின்னால் வீக்கம் ஏற்படுகிறது. சிலருக்கு அக்குளில், வயிற்றில். பிறகு கட்டிகள். அப்புறம் காய்ச்சல் வருகிறது. இந்த வீக்கங்கள் சில சமயங்களில் உடைந்து விடுகின்றன. சிலருக்கு நுரையீரலிலிருந்து ரத்தம் கசிந்து, எலும்புருக்கி கண்டவர்கள்போல பயங்கரமாக இருமி இருமிச் சாகிறார்கள். நகரத்தின் எல்லாப் பகுதிகளிலும் கொத்துக் கொத்தாக செத்துக் கொண்டிருக்கிறார்கள்." நான் கவலை மேலீட்டவனாக, எங்கள் பகுதியில் நிலவரம் எப்படி இருக்கிறது என்று கேட்டேன். "கேள்விப்படவில்லையா? அண்டை வீட்டாரோடு அவர்களுடைய கோழிகள் வந்து சேதப்படுத்துவதாக சண்டை போட்டுக்கொண்டே இருப்பானே, அந்தக் கொத்தனார் ஒரு வாரத்துக்கு முன்னால் காய்ச்சல் வந்து, வலி தாங்க முடியாமல் கத்திக்கொண்டே செத்திருக்கிறான். இப்போதுதான் அவனுக்கு பிளேக் தாக்கியிருக்கக் கூடுமென்று எல்லோருக்கும் தெரிகிறது."

ஆனாலும் எனக்கு நம்ப விருப்பமில்லை. தெருவில் பார்ப்பதற்கு எல்லாமே சாதாரணமாகத்தான் இருந்தது. சன்னலுக்கு வெளியே செல்பவர்கள் எல்லோரும் அமைதியாகத்தான் தெரிந்தார்கள். உண்மையாகவே பிளேக் என்றால் கொஞ்சம் பரபரப்பு இருக்காதா? அடுத்த நாள் ஹோஜா பள்ளிக்குச் சென்றதும் வெளியே ஓடினேன். இங்கு வந்த பதினோரு வருடங்களில் பழக்கமாகியிருந்த, மதம்மாறிய இத்தாலியர்களைத் தேடினேன். முஸ்தபா ரெய்ஸ் என்று புதிய பெயரை வைத்துக்கொண்டிருந்தவன் கப்பல்துறையகத்துக்குப் போய்விட்டிருந்தான். ஒஸ்மான் எஃபெண்டி என்பவன் என்னைப் பார்த்ததும் கதவைச் சாத்திக் கொண்டான். கையே உடைந்துபோகும்படி கதவை இடித்ததும் வேலைக்காரன் திறந்து, முதலாளி வெளியே சென்றிருப்பதாகச் சொன்னான். விடாமல் முயன்றபிறகு, அவன் வெளியே வந்து என்னைப் பார்த்துக் கத்தினான். "வந்திருப்பது பிளேக்தானா என்று இன்னும் உனக்கென்ன சந்தேகம்? என்று சத்தமிட்டான். "தெருவில் சவப்பெட்டிகளை வரிசையாகத் தூக்கிக்கொண்டு போவது கண்ணுக்குத் தெரியவில்லையா?" நான் மிரண்டு போயிருப்பது முகத்தைப் பார்த்தாலே தெரிகிறது என்றான். கிருத்துவ மதத்திலேயே நான் ஒட்டிக்கொண்டிருப்பதுதான் எனது பயத்துக்குக் காரணம் என்றான்! தொடர்ந்து திட்டிக் கொண்டிருந்தான். இங்கே மகிழ்ச்சியாக வாழ வேண்டுமானால் ஒருவன் முஸ்லிமாகத்தான் இருந்தாக வேண்டும் என்றான். விடைபெறும்போது நான் கையை நீட்ட, அவன் மறுத்துவிட்டு வீட்டின் கும்மிருட்டுக்குள் நுழைந்து கொண்டான். அது தொழுகை நேரம் மசூதிகளின் முற்றங்களில் கூடியிருந்த கூட்டத்தைப் பார்த்தபோது அச்சம் பீடித்தது. வீட்டுக்கு விரைந்தேன். பேரழிவுத் தருணங்களில் மக்களைப் பீடிக்கும் தடுமாற்றம் என்னையும் தாக்கியது. எனது கடந்த காலத்தை இழந்துவிட்டதைப் போலவும் எனது ஞாபகங்கள்

எல்லாமே வற்றிவிட்டதைப் போலவும் ஸ்தம்பித்துப் போனேன். பக்கத்துத் தெருவைக் கடக்கும் போது எதிரில் வந்த சவஊர்வலம் என்னை முற்றிலுமாகக் குலைய வைத்தது.

ஹோஜா பள்ளியிலிருந்து திரும்பிவந்தான். நான் இருந்த நிலைமை அவனை மிகவும் சந்தோஷப்படுத்தியதைப் போலிருந்தது. என்னை ஆட்கொண்டிருந்த அச்சம் அவனது தன்னம்பிக்கையை அதிகரித்திருப்பது என்னை அசௌகரியப்படுத்துவதாக இருந்தது. பயமற்றவனாகத் தன்னைக் காட்டிக்கொள்ளும் இந்த வெற்றுப் பெருமிதத்தை அவனிடமிருந்து கலைக்க விரும்பினேன். ஆத்திரத்தைக் கட்டுப்படுத்திக்கொண்டு எனக்குத் தெரிந்த எல்லா மருத்துவ, இலக்கிய அறிவையும் கொட்டினேன். ஹிப்பாக்ரடீஸ், தியூஸிடிடீஸ், பொக்காச்சியோ ஆகியோரின் நூல்களிலிருந்து பிளேக் காட்சிகளை நினைவுபடுத்திச் சொன்னேன். இந்தப் பயங்கரமான நோய் ஒரு தொற்று என்று சொன்னதும் அவனது இறுமாப்பு மேலும் அதிகரித்தது. அவனுக்கு பிளேக் என்றால் பயம் கிடையாது என்றான். “நோய் வருவது இறைவனின் சித்தம். ஒருவனுக்குச் சாகவேண்டுமென்று விதிக்கப்பட்டிருந்தால் செத்துப் போவான்.” அதனால் வீட்டுக்குள்ளேயே அடைந்து கிடக்கவேண்டும், வெளியே செல்லக்கூடாது, இஸ்தான்புல்லை விட்டுத் தப்பியோட வெளியே வந்தால் நோய் தொற்றிக் கொள்ளும் என்றெல்லாம் கோழைத்தனமாக நான் உளறுவதெல்லாம் அபத்தம் என்றான். “தலைவிதியில் எழுதப்பட்டிருந்தால் நடந்தே தீரும், மரணம் தேடிவந்து நம்மை அடையும். நீ ஏன் பயப்படுகிறாய் தெரியுமா? தினம் தினம் நீ செய்த பாவங்களைப் பக்கம்பக்கமாக எழுதி வைத்திருக்கிறாயே, அதனால்.” அவன் கண்கள் உறுதியுடன் பளிச்சிட்டன.

நாங்கள் ஒருவரை விட்டு ஒருவர் நிரந்தரமாகப் பிரியும் நாள் வரையிலும், அவன் சொன்ன எல்லாவற்றையும் முழு நம்பிக்கையோடுதான் சொன்னானா என்பதை ஒருபோதும் என்னால் அறிந்துகொள்ள முடியவில்லை. பிளேக் பயம் கொஞ்சம்கூட இல்லாமல் அவன் இருப்பதைப் பார்த்து ஒரு கணம் மிரண்டு போனேன். ஆனால் அதன் பின்னர், நாங்கள் ஒன்றாக மேசையில் அமர்ந்து நடத்திய விவாதங்களை, அந்தப் பயங்கரமான விளையாட்டுகளை நினைவுகூர்ந்தபோது, சந்தேகம் ஏற்பட்டது. அவன் என்னைச் சுற்றிச் சுற்றி வந்தபடியே, பேச்சை நாங்களிருவரும் ஒன்றாக அமர்ந்து எழுதிய பாவக் கணக்குகளுக்குத் திருப்பினான். முன்பு சொன்னதையே மீண்டும் அகந்தை தொனிக்க அழுத்திச் சொல்லிக் கொண்டிருந்தபோது எனக்குக் கோபம் தலைக்கேறியது. “உனக்கு அந்தளவுக்கு மரணபயம் இருந்திருந்தால், அவ்வளவு தைரியமாக உன் பாவங்களைப் பட்டியலிட்டிருக்கமாட்டாய். அது உன்னிடம் நிரம்பியிருக்கும் பழிபாவத்துக்கு அஞ்சாத தன்மைதான். பாவக்கணக்கை அவ்வளவு வெளிப்படையாகக் கொட்டி உனது வெட்கமற்ற தன்மையைக் காட்டிக் கொண்டிருக்கிறாய். நான் என்னுடையவற்றை எழுதச் சற்றுத் தயங்கினேன் என்றால், சின்னச்சின்ன தவறுகளைக்கூட ஒன்றுவிடாமல் நினைவுகூர்ந்ததன் வேதனையால்தான். ஆனால் இப்போது அமைதியாக, நிம்மதியாக இருக்கிறேன். பிளேக் பரவியிருக்கும் நேரத்தில்கூட ஆழ்ந்த நம்பிக்கையோடு நான் இருப்பதற்குக் காரணம், என் இதயம் களங்கமில்லாமல் இருப்பதுதான்.”

அவனது இந்த விளக்கத்தை நான் வெறுத்தாலும் முட்டாள்தனமாக நம்பினேன். அதை சகிக்க முடியாமல் அவனோடு விவாதிக்கத் தொடங்கினேன். அவன் அவ்வளவு திடசித்தத்தோடு இருப்பதற்குக் காரணம், அவன் மனசாட்சி சுத்தமாக இருப்பது அல்ல, மரணம் அவ்வளவு நெருக்கத்தில் வந்திருக்கிறது என்ற உண்மையைத் தெரிந்து கொள்ளாமல் இருப்பதுதான் என்று அப்பாவித்தனமாக வாதிட்டேன். மரணத்திலிருந்து எப்படி நம்மைத் தடுத்துக் கொள்வது என்று விளக்கினேன்: பிளேக் நோயால் பாதிக்கப்பட்டிருப்பவரைத் தொடக்கூடாது, புதைகுழியில் சுண்ணாம்புத் தூளை தாராளமாகத் தெளித்துவிட்டுத்தான் பிரேதத்தைப் புதைக்க வேண்டும். பொதுவாகவே மக்கள் ஒருவரோடு ஒருவர் நெருக்கமாகப் பழகுவதைத் தவிர்க்க வேண்டும். ஹோஜா அந்த ஜனசந்தடி மிக்க பள்ளிக்குச் செல்லக்கூடாது.

நான் கடைசியாகச் சொன்னதுதான் பிளேக்கின் பயங்கர அம்சங்களை விட அதிகமான யோசனைகளை அவனுக்குத் தந்துவிட்டது போல. அடுத்த நாள் மதியம் பள்ளியிலிருந்து திரும்பி வந்தவுடனேயே, பள்ளியில் இருந்த எல்லாச் சிறுவர்களையும் அவன் தொட்டுவிட்டு வந்திருப்பதாகச் சொல்லிக்கொண்டே கைகளை நீட்டி என்னை நோக்கி வந்தான். நான் பயந்து ஒடுங்குவதைப் பார்த்து, குரூரமான இளிப்போடு என்னைக் கட்டிப் பிடித்தான். நான் பெருங்குரலெடுத்து வீறிட விரும்பினாலும், கனவில் கத்த முயல்வதைப் போல குரலே எழவில்லை. அப்புறம் பல நாட்கள் கழித்து இதைப்பற்றி ஏளனத்தோடு குறிப்பிட்டு, எனக்கு அச்சம் தெளிவிப்பதற்காகத்தான் அப்படி செய்ததாக ஹோஜா தெரிவித்தான்.

6

பிளேக் வேகமாகப் பரவிக்கொண்டிருந்தது. அச்ச மின்மை என்று ஹோஜா சொன்ன ஒரு விஷயத்தை என்னால் கற்றுக்கொள்ளவே முடியவில்லை. அதே நேரத்தில் நானும் முதலில் இருந்ததைப்போல அந்தளவுக்கு எச்சரிக்கையாகவும் இருக்கவில்லை. ஒரே அறையில் நோய்வாய்ப்பட்ட கிழவி போல அடைந்து கிடந்து, நாட்கணக்காக சன்னல் வழியே வெறித்துக் கொண்டிருப்பது முடியாத காரியமாக இருந்தது. அவ்வப்போது குடிகாரனைப்போலக் கதவைத் திறந்து கொண்டு ஓடிவிடுவேன். அங்காடித் தெருவில் பெண்கள் பொருட்களை வாங்குவதையும், கடைக்காரர்கள் வியாபாரம் செய்வதையும், நெருங்கியவர்களை சவக்குழியில் புதைத்துவிட்டு காபி கடைகளில் சோகமாகக் குழுமியிருப்பவர்களையும் வேடிக்கை பார்த்தபடி செல்வேன். பிளேக்கோடு வாழக் கற்றுக்கொள்பவர்களாகத் தெரிவார்கள். நானும் அவர்களைப் பின்பற்ற முயன்றிருப்பேன், ஆனால் ஹோஜா என்னை நிம்மதியாக இருக்க விடமாட்டான்.

ஒவ்வொரு இரவிலும், அன்று முழுக்க யார்யாரையோ தொட்டுவிட்டு வந்திருப்பதாகச் சொல்லிக்கொண்டு இரண்டு கைகளையும் விரித்தபடி என்னை நெருங்குவான். ஆடாமல் அசங்காமல் அப்படியே உறைந்திருப்பேன். பாதித் தூக்கத்தில் இருக்கும்போது உங்கள் உடல்மீது தேள் ஒன்று ஏறி, மெதுவாக ஊர்ந்து செல்வதைப் பார்த்துவிட்டீர்களென்றால் எப்படி சிலையைப்போல உறைந்திருப்பீர்களோ, அப்படி இருப்பேன். அவனுடைய விரல்கள் என்னுடையவைபோல இருக்காது. என் சருமத்தின் மீது அவற்றை ஓடவிட்டபடியே, "பயப்படுகிறாயா?" என்பான். நான் அசையவே மாட்டேன். "நீ பயந்து போயிருக் கிறாய். எதற்காக பயப்படுகிறாய்?" சில நேரங்களில் அவனை அப்படியே பிடித்துத் தள்ளிவிடலாமாவென்று தோன்றும். ஆனால் அப்படி நடந்துகொள்வது அவனது வெறியை மேலும் தூண்டிவிடும் என்று தெரிந்து அடக்கிக் கொண்டிருப்பேன். "நீ ஏன் பயப்படுகிறாய் என்று சொல்கிறேன். உன் குற்றமுள்ள

நெஞ்சம் குறுகுறுக்கிறது. பாவத்தில் ஊறிப் போயிருக்கிறாய். நீ பயந்து போயிருப்பதற்குக் காரணம், நான் உன்னை நம்புவதைவிட நீ என்னை அதிகமாக நம்புவதுதான்."

மேசையின் இரண்டு முனைகளிலும் நாங்கள் அமர்ந்து ஒன்றாக எழுதவேண்டும் என்று வற்புறுத்தியதே அவன்தான். நாங்கள், நாங்களாக இருப்பது ஏன் என்று எழுத வேண்டிய நேரம் இது. ஆனால், அவன் எழுதியது என்னவோ 'மற்றவர்கள்' ஏன் அவ்வாறு இருக்கிறார்கள் என்பதைத்தான். அவன் எழுதியதை முதன்முறையாக என்னிடம் பெருமிதத்துடன் காட்டினான். அதைப் படித்த பிறகு என் செருக்கு நீங்கும் என்று அவன் எதிர்பார்த்தான் போலிருக்கிறது. ஆனால் எனது எரிச்சலை என்னால் மறைக்க முடியவில்லை. அவன் விஸ்தாரமாக விவரித்து எழுதியிருக்கும் முட்டாள்களிலிருந்து அவனொன்றும் பெரிதாக வேறுபட்டிருப்பவனல்ல, என்றேன். மேலும் நான் இறந்து போவதற்கு முன் அவன் செத்துப்போவான் என்று சொன்னேன்.

இந்தக் கணிப்புத்தான் எனது பலம் வாய்ந்த ஆயுதமாக இருக்கு மென்று அப்போது முடிவெடுத்தேன். அவனுடைய பத்து வருட உழைப்பையும் அண்ட அமைப்பியல் கோட்பாடுகளில் அவன் கழித்த பல வருடங்களையும் கண்பார்வையில் கேடு உண்டாகும் அளவுக்கு அவன் செய்த வானியல் ஆய்வுகளையும் புத்தகத்திலிருந்து தலையை நிமிர்த்தாமல் அவன் கழித்த நாள்களையும் அவனுக்கு நினைவூட்டினேன். அவனை சஞ்சலப்படுத்தி அமைதி குலைய வைப்பதுதான் இனிமேல் என்வேலை என்று முடிவெடுத்தேன். பிளேக்கிலிருந்து தப்பி தொடர்ந்து வாழ்வது சாத்தியமாக இருக்கும்போது முரட்டுப்பிடிவாதத்துடன் இங்கேயே இருப்பது மடத்தனம் என்று சொன்னேன். இவற்றையெல்லாம் சொன்னதும் அவனுக்கு சந்தேகங்கள் அதிகரித்தளவுக்கு எனக்குத் தரும் தண்டனைகளும் அதிகரித்தன. நான் எழுதியவற்றை அவன் உன்னிப்பாக வாசிப்பதைக் கவனித்தபோது ஒன்று புலப்பட்டது: என்மீது அவன் முதலில் வைத்திருந்து, பின் துறந்து விட்டிருந்த மரியாதையை வேண்டாவெறுப்பாக மீண்டும் கைக்கொள்ளத் தொடங்கியிருக்கிறான் என்பதுதான் அது.

எனவே எனது துரதிருஷ்டங்களை மறப்பதற்காக ஒவ்வொரு நாள் இரவிலும், மதியத் தூக்கத்திலும் கண்ட இனிமையான கனவுகளைப் பக்கம் பக்கமாக நிரப்பிக் கொண்டிருந்தேன். எல்லாவற்றையும் மறப்பதற்காக, தூங்கி எழுந்தவுடனேயே, செயலும் அர்த்தமும் ஒன்றாக இருக்கும் அந்தக் கனவுகள் அனைத்தையும் எழுதி விடுவேன். எழுதும் நடை கவித்துவமாக இருக்கவேண்டுமென்பதில் கடும் முயற்சி எடுத்துக்கொள்வேன்: எங்கள் வீட்டைச் சுற்றியிருந்த காடுகளில் சிலர் இருந்ததாகவும், அவர்கள் நம்மால் பல வருடங்களாகக் கண்டறிந்து கொள்ள முடியாத மர்மங்களைத் தீர்த்து வைக்கும் திறன் கொண்டிருந்தவர்களாகவும் கனவு கண்டேன். வனத்தின் அடர் இருட்டுக்குள் தைரியமாக நுழைந்து சென்றால், எதிர்ப்படும் அவர்கள் நம்மிடம் சிநேகமாக இருப்பார்கள்; சூரியன் மறைந்த பின்பும் நமது நிழல்கள் அங்கு அழிவதில்லை; அவற்றுக்கு ஒரு தனி வாழ்க்கை ஆரம்பித்துவிடுகிறது; நமது சுத்தமான, குளிர்ந்த படுக்கையில் நாம்

அமைதியாகத் தூங்கிக்கொண்டிருக்கும்போது நாம் கற்றுத் தேர்ந்திருக்க வேண்டிய ஆயிரம் எளிய விஷயங்களை அப்போது கற்றுத் தேர்வோம். என் கனவு ஓவியங்களிலிருந்து முப்பரிமாண மனிதர்கள் வெளிவந்து எங்களோடு ஒன்று கலந்து விடுகிறார்கள்; என் அம்மாவும் அப்பாவும் நானும் வீட்டு வேலைகளைச் செய்து கொடுக்கும் இரும்பு இயந்திரங்களை எங்கள் தோட்டத்தில் அமைக்கிறோம்...

இந்தக் கனவுகளெல்லாம் அதிபயங்கர அறிவியலின் இருண்மைக்குள் அவனை இழுத்துவிடக்கூடிய மோசமான பொறிகள் என்பதை ஹோஜா அறியாமல் இல்லை. தொடர்ந்து சந்தேகங்களை எழுப்பிக் கொண்டே இருந்தான். இந்த அபத்தமான கனவுகளுக்கு என்ன அர்த்தம்? உண்மையிலேயே இந்தக் கனவுகளை நீ கண்டிருக்கிறாயா? ஒவ்வொரு கேள்வியின் போதும் அவனது தன்னம்பிக்கை குறைந்து கொண்டே வந்தது. இவை நடந்து பல வருடங்கள் கழித்து சுல்தானோடு சேர்ந்து நாங்கள் செய்தவற்றை முதலில் அவன்மீது பிரயோகித்தேன். எங்கள் கனவுகளிலிருந்து எங்களுடைய எதிர்காலங்களைக் கணித்துச் சொன்னேன். ஒருவன் அறிவியலின் கவர்ச்சியில் மயங்கிவிட்டானென்றால், பிளேக்கால் பாதிக்கப்பட்டவனைப்போல அதன் பிடியிலிருந்து அவனால் தப்பிக்கவே முடியாது. இந்தப் போதை ஹோஜாவையும் பீடித்துக் கொண்டது என்பதை உறுதியாகக் கணிக்க முடிந்தாலும் அவனது கனவுகள் என்னவாக இருக்கின்றன என்பதை அறிய இயலவில்லை! நான் சொல்வதையெல்லாம் கேட்டுக் கொண்டான், வெளிப்படையாகக் கிண்டல் செய்தான். ஆனால் என்னிடம் சந்தேகம் கேட்கும் அளவுக்கு தன் கௌரவத்தை விட்டுக் கொடுப்பவனாக ஆகிவிட்டிருந்ததால் அவன் மீதான வன்மம் எனக்குக் குறைந்திருந்தது. நான் அளிக்கும் பதில்கள் அவனது சுவாரஸ்யத்தைத் தூண்டிவிடுகின்றன என்பது தெரிந்தது. பிளேக் பரவியிருந்தபோதுகூட சலனமற்றிருந்த ஹோஜாவின் சமநிலை சற்று ஆட்டம் கண்டிருப்பதை உணர்ந்தேன். என்னுடைய மரணபயம் குறைந்திருக்காவிட்டாலும், கூடவே பயப்படுவதற்கு ஒருவன் கிடைத்திருப்பதில் நிம்மதியாக இருந்தது. இரவுதோறும் என்னை அவன் வதைத்துக்கொண்டிருந்ததற்கு நான் பெரும் விலை கொடுத்திருக்கிறேன். நான் பட்ட அவஸ்தைகளுக்கு இப்போது பலன் கிடைக்கிறது என்று நினைத்துக்கொண்டேன். பிளேக் நோயாளிகளைத் தொட்டுவிட்டு, அந்தக் கைகளை நீட்டிக் கொண்டு ஹோஜா என்னை நெருங்கும்போது "எனக்கு முன்பாக நீ சாகப்போகிறாய், தெரிந்துகொள்," என்றேன். "பயப்பட வேண்டியதற்கு பயமில்லாமல் இருப்பது துணிச்சல் அல்ல, முட்டாள்தனம்... நீ எழுதியவை எல்லாமே அரைகுறையாக நிற்கின்றன... நீ இன்று படித்த எனது கனவுகள் எல்லாவற்றிலும் மகிழ்ச்சி நிரம்பி வழிவதைப் பார்த்துக்கொள்."

ஆனால் நிலைமை முற்றிவிட்டது. நான் சொன்ன விஷயங்களால் அல்ல, வேறொன்றினால். ஒருநாள் அவனுடைய மாணவன் ஒருவனின் தந்தை வீட்டுக்கு வந்தார். பார்ப்பதற்கு சாதுவாக, அடக்க ஒடுக்கமாக சின்ன உருவத்தில் இருந்தார். எங்கள் பகுதியில் வசிப்பவர்தான் அவர். அவர்கள் உரையாடுவதை அடுத்த அறையில் மூலையில் பூனைக்குட்டி

போலச் சுருண்டு படுத்துக்கொண்டு கேட்டுக் கொண்டிருந்தேன். வெகு நேரத்திற்கு எதையெதையோ பேசிக்கொண்டிருந்தார்கள். கடைசியில் எந்த விஷயத்தைக் கேட்பதற்காக வந்தாரோ, அதைத் திடீரென ஆரம்பித்தார். அவருடைய அப்பாவழி மைத்துனி ஒருத்தி சென்ற வருடம் விதவையாகி விட்டாளாம். கூரை மாற்றிக் கொண்டிருக்கும்போது அவள் கணவன் கீழே விழுந்து இறந்துவிட்டிருக்கிறான். இப்போது அவளை மறுமணம் செய்துகொள்ள நிறைய பேர் வந்து கொண்டிருந்தாலும், அவளுக்கு ஹோஜாதான் பொருத்தமாக இருப்பானென்று நினைக்கிறாராம். அவனும் பெண் தேடிக் கொண்டிருப்பதாக அயலார் சொன்னதால் வந்திருப்பதாகச் சொன்னார். சற்றும் எதிர்ப்பார்க்காத வகையில் ஹோஜா முரட்டுத்தனமக ஆரம்பித்தான். “நான் திருமணம் செய்துகொள்ளப் போகிறேனென்று யார் சொன்னது? அப்படியே செய்து கொண்டாலும் ஒரு விதவையையா மணப்பேன்?” என்று கத்தினான். அந்த மனிதர் பொறுமையிழக்காமல், இறைத்தூதர் அவர்களே ஹதீஜா என்ற விதவையை முதல் மனைவியாக மணந்துகொள்ளவில்லையா, என்றார். இதைக் கேட்டதும் ஹோஜா மேலும் கோபமாக, “நீங்கள் சொல்லும் அந்த விதவையைப்பற்றி எனக்குத் தெரியும். அவள் ஹதீஜாவின் கால் விரலுக்குக்கூட சமமாகமாட்டாள்,” என்றான். அதற்கு மேலும் அமைதி காக்க முடியாமல் வந்தவர் வெடித்தார். “நீ முழு பைத்தியமாகிவிட்டாய் என்று அக்கம் பக்கத்தில் இருப்பவர்கள் சொன்னபோது நான் நம்பவில்லை. இப்போதுதான் தெரிகிறது,” என்றார். நட்சத்திரங்களை ஆய்வு செய்வதாக உருப்பெருக்காடிகளை வைத்துக் கொண்டு அவன் நடத்தும் ஆட்டங்களையும், வினோதமான கடிகாரங்களைச் செய்து வித்தை காட்டுவதையும் யாரும் பெருமையாகப் பேசுவதாக நினைக்க வேண்டாம் என்றார். அவர்கள் எல்லோரும் அவனைக் கிறுக்கன் என்று கேவலமாகத்தான் நினைக்கிறார்கள். மிலேச்சனைப் போல மேசையில் வைத்து உணவை சாப்பிடுகிறான். ஒரு முஸ்லிம் சப்பணமிட்டல்லவா சாப்பிட வேண்டும்? வண்டி வண்டியாகப் பணத்தைக் கொட்டி புத்தகங்களை வாங்கிக் கொண்டு வந்து, தரையில் இறைத்து வைத்திருக்கிறான். இறைத்தூதரின் நாமம் பொறித்த பக்கங்களின் மீது கால் வைத்து நடந்து போகிறான். அவனுக்குள்ளேயிருக்கும் பிசாசை சாந்தப்படுத்துவற்காகத்தான் ராத்திரியெல்லாம் கண்விழித்து நட்சத்திரங்களை வெறித்துக் கொண்டிருக்கிறான். அதுவும் முடியாமல் போவதால் பட்டப்பகலில் படுக்கையில் மல்லாந்து படுத்துக்கொண்டு அழுக்கு உத்தரத்தை முறைத்துப்பார்த்துக் கொண்டிருக்கிறான். உடற்பசிக்குப் பெண்களிடம் செல்லாமல் சிறுவர்களைத் தேடிப்போகும் வக்கிரம் பிடித்தவன் அவன், நாங்கள் இருவரும் இரட்டையர்கள், ரம்ஜான் நேரத்தில் கூட நோன்பு இருக்காதவன் அவன். அவனால்தான் இந்த ஊருக்கே பிளேக் வந்திருக்கிறது.

அந்த ஆளை அனுப்பிவிட்டு வந்ததும் ஹோஜாவுக்குக் கோபாவேசம் அதிகரித்திருந்தது. மற்றவர்களைப் போலவே ஒரேவிதமான மனப்பாங்கைக் கொண்டிருப்பதில், அல்லது அதைப்போல பாசாங்கு செய்திருப்பதில் அவன் அடைந்து வந்த மனத்திருப்தி முடிவுக்கு வந்துவிட்டது என்றேன். கடைசியாக ஒரு பலத்த அடியை அவன்மீது இறக்க விரும்பி, “பிளேக்கைக் கண்டு பயப்படாதவர்களும் இந்த ஆளுக்குச் சமமான முட்டாள்கள்தான்

என்றேன். அவனிடம் பயம் உண்டானது. ஆனால், அவனுக்கு பிளேக் மீது பயம் இருக்கவில்லையென்று மீண்டும் அழுத்தமாகவே சொன்னான். காரணம் எதுவாக இருந்தாலும் இதை அவன் உண்மையாகச் சொன்னதாகத்தான் தோன்றியது. அவன் அதீதமான பதற்றத்தில் இருந்தான். கைகளை வைத்துக் கொண்டு எதுவும் செய்யமுடியாமல் தவித்தான். சமீபகாலமாக மறந்திருந்த பல்லவியை – முட்டாள்கள் பற்றிய நக்கல் பேச்சுகளை – மீண்டும் ஆரம்பித்தான். இரவு விளக்கை ஏற்றி, மேசையின் நடுவே வைத்துவிட்டு, "நாம் உட்கார்ந்து எழுதியாக வேண்டும்," என்றான்.

விடியாமல் நீளும் குளிர்கால இரவுகளில், பொழுதைப் போக்க இரண்டு திருமணமாகா வாலிபர்கள் ஒருவருக்கொருவர் தங்களுக்கு நிகழும் நல்லதுகெட்டதுகளைச் சொல்லிக் கொண்டிருப்பதைப் போல, மேசையில் எதிரெதிரே அமர்ந்து வெற்றுத்தாளில் மனதுக்குத் தோன்றுவதைக் கிறுக்கிக் கொண்டிருந்தோம். அதன் அபத்தம் மறுநாள்தான் தெரிந்தது. அவன் கண்ட கனவாக எழுதிக்காட்டியிருந்தது என்னுடையதைவிட கேலிக்குரியதாக இருந்தது. அவன் என்னுடைய கனவையே போலி செய்து எழுதியிருந்தான். எல்லா அம்சங்களும் தெள்ளத்தெளிவாக தெரியவந்தபோது இந்த விநோதக் கற்பனைக்கதை உண்மையில் கனவாகக் காணப்பட்டதே அல்ல என்று புரிந்தது. அந்தக் கனவு நாங்கள் இருவரும் சகோதரர்கள் என்றதாம். இந்தக் கதையில் மூத்த சகோதரனாக அவன் தனது அபாரமான அறிவியல் கருத்துக்களையெல்லாம் சொல்ல சொல்ல, நான் அடக்கத்தோடு அமர்ந்து கேட்டுக் கொண்டிருக்கிறேனாம். காலை உணவுக்கு உட்கார்ந்ததும், எங்களை இரட்டையர்கள் என்று ஊரில் வதந்தி இருப்பதைப்பற்றி நான் என்ன நினைக்கிறேன் என்று கேட்டான். இந்தக் கேள்வி என்னை முகப்புகழ்ச்சி செய்வதாகப் படவில்லையென்றாலும் கொஞ்சம் சந்தோஷமாகவே இருந்தது. நான் எதுவும் சொல்லவில்லை. இரண்டு நாட்கள் கழித்து, நடு ராத்திரியில் என்னை எழுப்பினான். இம்முறை அவன் எழுதியிருந்த கனவை உண்மையிலேயே கண்டதாகச் சொன்னான். அது உண்மையாகவே இருந்திருக்கக் கூடுமென்றாலும் ஏதோ காரணத்தால் அதில் நான் அக்கறை காட்டவில்லை. அடுத்த நாளிரவு, தான் பிளேக்கினால் இறந்துவிடுவோமோவென்று புதிதாக பயம் வந்திருப்பதாகச் சொன்னான்.

வீட்டிலே அடைந்துகிடந்தது வெறுப்பாக இருந்ததால் அந்திக் கருக்கலில் வெளியே வந்தேன். பூங்காவில் சிறுவர்கள் தமது வண்ண மயமான காலணிகளைத் தரையில் உதிர்த்துவிட்டு, மரமேறிக் கொண்டிருந்தனர். தெருக்குழாய்களில் கூடியிருந்த பெண்கள், நான் கடந்து செல்லும்போது முன்னைப்போலப் பேச்சை நிறுத்தாமல் தொடர்ந்து வம்பளந்து கொண்டிருந்தார்கள். அங்காடித் தெரு வணிகர்களால் நிரம்பி வழிந்தது. நடுத்தெருவில் இரண்டு பேர் கட்டிப்புரண்டு சண்டையிட்டுக் கொண்டிருக்க, சிலர் மட்டும் அவர்களைப் பிரித்துவிட முயல, ஒரு கூட்டம் சுவாரஸ்யமாக வேடிக்கை பார்த்துக்கொண்டிருந்தது. அந்தக் கொடிய தொற்றுநோய் வந்ததுபோலவே சென்று மறைந்துவிட்டதோ என்று நினைக்கத் தோன்றிற்று. ஆனால் அந்த எண்ணத்தை நொறுக்கும்படியாக பேயாஸித் மசூதி முற்றத்திலிருந்து வரிசையாக சவப்பெட்டிகள்

வெளியே வர, திகிலடைந்து வீட்டுக்கு ஓடினேன். உள்ளே நுழைந்ததுமே ஹோஜா, "இங்கே இதை வந்துப் பார்," என்று கூப்பிட்டான். சட்டையை அவிழ்த்துவிட்டிருந்தான். தொப்புளுக்குக் கீழே சின்னதாக சிவந்திருந்த வீக்கத்தைத் தொட்டுக்காட்டினான். "இங்கே பூச்சிகள் தொல்லை அதிகமாகிவிட்டது," என்றான். அருகில் சென்று கவனமாகப் பார்த்தேன். அது ஒரு சிறிய சிவப்புப் புள்ளி. கொஞ்சமாக வீங்கியிருந்தது. சாதாரண பூச்சிக்கடி வீக்கத்தைவிட சற்றுப் பெரிதாக இருந்தது. இதை எதற்காக என்னிடம் காட்டுகிறான். முகத்தைக் கிட்டே கொண்டு செல்ல பயந்து விலகினேன். "பூச்சிக்கடிதானே?" என்று கேட்டான். வீக்கத்தை விரல் நுனியால் தொட்டு, "ஒரு வேளை தெள்ளுப் பூச்சியோ?" என்றான். பேசாமலிருந்தேன். இவ்வளவு பெரிய தெள்ளுப்பூச்சிக்கடியை இதுவரை பார்த்ததில்லை என்பதை நான் சொல்லவில்லை.

ஏதோ சாக்கு சொல்லிவிட்டு மாலை வரை தோட்டத்திலேயே கழித்தேன். இனி இந்த வீட்டில் தங்கக்கூடாது. ஆனால் வேறு எங்கு செல்ல? அந்த வீக்கம் பூச்சிக்கடியைப் போலத்தான் தெரிந்தது. பிளேக் கட்டி இன்னும் பெரிசாக இருக்கும். ஆனால் என் கற்பனை வேறுவிதமாகத் திரும்பியது. ஒருவேளை இப்போது தோட்டத்தில் பூச்செடிகளுக்கு மத்தியில் இருப்பதாலோ என்னவோ, அந்த சிவப்பு வீக்கம் இன்னும் இரண்டு நாட்களில் பெரிதாக, பூப்போல மலர்ந்து, பின் வெடித்து, ஹோஜா வேதனை அனுபவித்து செத்துப்போகப் போவதைப் போலத் தோன்றியது. அது அஜீர்ணத்தால் உண்டான கழலையாக இருக்கலாம் என்று சொல்லிக் கொண்டேன். இல்லை, அது பூச்சிக்கடியைப் போலத்தான் தெரிகிறது. இதைப்போல கடிக்கும் ஒரு பூச்சியை எனக்குத் தெரியும் என்று ஒரு கணம் தோன்றிற்று. வெப்ப மண்டலப் பகுதிகளில் ராத்திரி நேரங்களில் வருகின்ற பெரிய பறக்கும் பூச்சி அது. பயங்கரமான தோற்றம் கொண்ட அதன் பெயர் நாக்கு நுனிவரை வருவதாக இருந்தும் ஞாபகத்துக்கு எட்ட மறுத்தது.

இரவு உணவுக்கு உட்கார்ந்தபோது ஹோஜா பயந்திருப்பவன் போல காட்டிக்கொள்ளாமல் சகஜமாகக் கிண்டல் செய்தான், சிரிப்பாகப் பேசினான், ஆனால் இந்தப் பாசாங்கை ஒரு கட்டத்துக்கு மேல் தொடர முடியாமல் சோர்ந்து போனான். எதுவும் பேசாமல் சாப்பிட்டு முடித்தோம். அந்த இரவு காற்று வீசாமல் நிசப்தமாக இருந்தது. "எனக்கு ஏதோ அசௌகரியமாக இருக்கிறது," என்றான். "தலை கனக்கிறது. வா, உட்கார்ந்து எழுதலாம்." தனது மனக்குழப்பத்திலிருந்து விலகுவதற்கு அவனுக்கு அது ஒன்றுதான் வழியாக இருந்தது.

அவனால் எழுத முடியவில்லை. நிச்சலமாக அமர்ந்து நான் எழுதிக்கொண்டிருப்பதை ஓரக்கண்ணால் பார்த்துக்கொண்டிருந்தான். "என்ன எழுதிக் கொண்டிருக்கிறாய்?" நான் படித்துக் காட்டினேன். முதல் வருட பொறியியல் படிப்பை முடித்துவிட்டு வீட்டுக்குக் குதிரைவண்டியில் ஆவலோடு திரும்பிக் கொண்டிருந்ததை, எனது பள்ளியையும் நண்பர்களையும் நான் எவ்வளவு நேசித்தேன் என்பதை, விடுமுறையின்போது வாசிக்கக் கொண்டுவந்த புத்தகங்களை நீரோடைக்கரையில் அமர்ந்து படிக்க முற்படுகையில் என்னைப் பிரிந்து சென்ற நண்பர்களின் நினைவு

அலைக்கழித்ததை வாசித்துக் காட்டியதும் ஹோஜா மௌனத்தில் ஆழ்ந்தான். சில நிமிடங்கள் கழித்து ரகசியக்குரலில், "அங்கே எல்லோருமே எப்போதும் இந்தளவுக்கு சந்தோஷமாக இருக்கிறார்களா?" என்று கேட்டான். உடனே இதைக் கேட்டதற்காக வருத்தப்படுவான் என்று நினைத்தேன். ஆனாலும் ஒரு சிறுவனுக்கான ஆர்வத்தோடு என் முகத்தைக் கூர்ந்து கவனித்துக் கொண்டிருந்தான். நானும் கிசுகிசுப்பான குரலில், "நான் மகிழ்ச்சியாக இருந்தேன்!" என்றேன். அவன் முகத்தில் பொறாமை நிழலாகக் கடந்து சென்றது. ஆனால் அது என்னை அச்சுறுத்துவதாக இல்லை. அவன் தனது கதையைக் கூச்சத்தோடு, விட்டு விட்டுச் சொல்லத் தொடங்கினான்.

எதிர்னேவில் அவன் பனிரெண்டு வயதுச் சிறுவனாக வாழ்ந்துவந்த காலத்தில் அவன் தாயோடும் சகோதரியோடும் சேர்ந்து பேயாஸித் மசூதி மருத்துவமனையில் வயிற்று வலிக்காக சிகிச்சை பெற்றுக் கொண்டிருந்த தாய்வழி பாட்டனாரைப் பார்க்கச் செல்வானாம். ஹோஜாவின் தம்பி கைக்குழந்தை என்பதால் பக்கத்து வீட்டாரிடம் ஒப்படைத்துவிட்டு ஹோஜாவையும், மகளையும் கூட்டிக்கொண்டு அவனுடைய அம்மா காலையிலேயே கிளம்பிவிடுவார். ஏற்கனவே சமைத்து வைத்திருந்த களியை ஒரு பாத்திரத்தில் எடுத்துச் செல்வார்கள். செல்லும் தூரம் குறைவுதானென்றாலும், பொப்ளார் மரங்கள் வரிசையிட்ட நிழற்சாலையில் நடந்து செல்வது பரவசமூட்டுவதாக இருக்கும். அவனுடைய தாத்தா அவர்களுக்கு நிறைய கதைகள் சொல்வார். ஹோஜாவுக்கு அந்தக் கதைகள் பிடிக்கும். அவற்றைவிட மருத்துவமனையை அதிகம் பிடிக்கும். அதன் நடைவழிகளிலும் முற்றத்திலும் ஓடித்திரிவான். ஒருமுறை மனநலம் பாதிக்கப்பட்ட நோயாளிகளுக்காக ஒரு மிகப் பெரிய கவிகை மாடத்தின் கீழ் விளக்கொளியில் சங்கீதம் இசைப்பதைக் கேட்டான். கூடவே தண்ணீர் களகளக்கும் ஒலியும் கேட்டது. எங்கேயோ ஓடும் நீரின் ஒலி. விநோதமான, பிரகாச நிறங்களில் பளிச்சிடும் குப்பிகளும் சீசாக்களும் நிறைந்த அறைகளை வியப்போடு பார்த்தபடியே சுற்றி வருவான். இன்னொரு முறை வழிதவறிவிட்டு, அழத் தொடங்கினான். அவர்கள் அவனைத் தூக்கிக்கொண்டு அந்த மருத்துவமனையில் அறை அறையாகச் சென்று தேடி, அவனுடைய பாட்டனார் அப்துல்லா எஃபெண்டியின் அறையைக் கண்டு பிடித்தனர். அந்தக் கிழவர் சொல்லும் கதைகளைக் கேட்டு அவன் அம்மா சிலநேரம் அழுவார். களியைச் சாப்பிட்டுவிட்டு காலி பாத்திரத்தைத் தாத்தா கொடுக்க, அவர்கள் கிளம்புவார்கள். வீட்டுக்கு வரும் வழியில் அவர்களுக்கு அம்மா ஹல்வா வாங்கித்தருவார். "மற்றவர்கள் பார்ப்பதற்கு முன் சாப்பிட்டு விடலாம்," என்று ஓடைக்கரையில் பொப்ளார் மரங்களுக்கடியில் ஒரு ரகசிய இடத்தைத் தேர்ந்தெடுத்து மூவரும் ஓடைநீரில் கால்களை அளைந்தபடி கரையில் அமர்ந்து ஹல்வா சாப்பிடுவார்கள்.

ஹோஜா பேசியதை நிறுத்தியதும் மௌனம் கவிந்தது. அது எங்களிருவரிடையே காரணம் கூற முடியாத சகோதரத்துவ உணர்வை உண்டாக்கி அசௌகரியமாக நெருங்கவைத்தது. சூழலில் இருந்த இறுக்கத்தை ஹோஜா வெகு நேரத்திற்குத் தவிர்த்து வந்தான். சற்று

நேரத்தில் பக்கத்தில் இருந்த ஒரு வீட்டுக்கதவு அறைந்து சாத்தப்பட்ட சத்தத்தில் கலைந்தான். அவனுக்கு அறிவியலில் முதல் ஆர்வம் உண்டானது அந்த மருத்துவமனை நோயாளிகளையும், வண்ணவண்ண சீசாக்கள், குடுவைகளையும் பார்த்துதான் என்றான். அவனுடைய பாட்டனார் இறந்ததும் அவர்கள் மறுபடியும் அங்கு போகவில்லை. ஆனால் ஹோஜா வுக்கு, பெரியவனானதும் தனியாக அங்குச் செல்லவேண்டுமென்ற கனவு உண்டானது. எதிர்பாராத விதமாக அதுவும் நிறைவேறவில்லை. ஒரு வருடம் கழித்து மருத்துவமனையை அடுத்திருந்த துஞ்சா ஆற்றில் வெள்ளம் பெருக்கெடுத்து, கரை மீறி மருத்துவமனைக்குள் புகுந்து, நோயாளிகள் அவசர அவசரமாக அகற்றப்பட்டனர். அந்தப் பெருவெள்ளம் மருத்துவமனை அறைகளை வண்டல் மண்ணையும், குப்பைக் கூளங்களையும் கொண்டு நிரப்பியது. கடைசியில் வெள்ளம் வடிந்தபோது அந்த அழகான மருத்துவமனை அசிங்கமான, துர்நாற்றச் சேற்றில் பாதியளவுக்குப் புதைந்து கிடந்தது. இப்போதுவரை சுத்தப்படுத்த முடியாமல்தான் இருக்கிறது.

ஹோஜா மீண்டும் மௌனத்தில் ஆழ்ந்ததும், எங்களது நெருக்க உணர்வு குலைந்தது. அவன் மேசையிலிருந்து எழுந்தான். அவனது நிழல் என்னெதிரே அங்குமிங்கும் அலைவதை ஓரக்கண்ணால் பார்த்துக் கொண்டிருந்தேன். மேசை மீதிருந்த விளக்கை எடுத்துக்கொண்டு என் முதுகுக்குப் பின்னால் சென்றான். அவனும், அவனது நிழலும் என் பார்வையிலிருந்து மறைய, தலையைத் திருப்பி என்ன செய்கிறான் என்று பார்க்க ஆவலாக இருந்தது. திரும்பவில்லை. பயமாக இருந்தது. எதையோ மோசமாக எதிர்பார்த்தேன். சில விநாடிகள் கழித்து, உடைகளைக் களையும் சத்தம் கேட்டது. சந்தேகத்தோடு திரும்பினேன். அவன் கண்ணாடி எதிரே இடுப்புக்குமேல் அரை நிர்வாணமாக நின்றிருந்தான். கையிலிருந்த விளக்கால் மார்பையும் வயிற்றுப் பகுதியையும் கவனமாக ஆராய்ந்து கொண்டிருந்தான். "கடவுளே, என்ன மாதிரியான கொப்புளம் இது?" என்று கூவினான். அமைதியாக இருந்தேன். "இதை வந்து பார்," என்றான். நான் அசையவில்லை. "இங்கே வா" என்று அதட்டினான். தண்டனை வாங்கச் செல்லும் மாணவன் போல பயத்தோடு அவனிடம் சென்றேன்.

நிர்வாண உடம்புக்குப் பக்கத்தில் இதுவரை நான் நின்றதில்லை. எனக்கு அரூயையாக இருந்தது. இதற்காகத்தான் அவனை நெருங்க விரும்பவில்லை. அந்தக் கொப்புளம் என்னை அச்சுறுத்தியது. அது அவனுக்கும் தெரிந்திருந்தது. பயத்தை மறைப்பதற்காக என் தலையை அதனருகில் கொண்டுவந்து, எதையோ முனகினேன். அந்த சிவந்த கொப்புளத்தை மருத்துவரைப் போன்ற பாவனையில் உற்றுப்பார்த்துக் கொண்டிருந்தேன். "உனக்கு பயமாக இருக்கிறது, இல்லையா?" என்றான் ஹோஜா. இல்லை என்று நிரூபிப்பதற்காக இன்னும் நெருங்கிப் பார்த்தேன். "உனக்கு இது பிளேக் கட்டியோ என்ற பயம்," என்றான். அது காதில் விழாததைப் போல பூச்சிதான் கடித்திருக்கிறது என்று சொல்ல முயன்றேன். இந்த வினோத பூச்சி என்னைக்கூட எப்போதோ கடித்திருக்கிறது என்று சொல்ல விரும்பி அந்தப் பூச்சியின் பெயரை ஞாபகத்தில் தேடினேன். "தொட்டுப்பார்" என்று கட்டளையிட்டான். "தொட்டுப்பார்க்காமல் உனக்கு என்ன தெரியும்? தொடு!"

நான் தொடமாட்டேன் என்று தெரிந்ததும் அவன் சந்தோஷமடைந்தான். கொப்புளத்தைத் தொட்ட விரல்களை என் முகத்தின் மேல் வைப்பதைப்போல நீட்டிக்கொண்டு நெருங்கினான். நான் அருவறுப்போடு ஒதுங்குவதைக் கண்டு உரக்கச் சிரித்தான். ஒரு சாதாரண பூச்சிக்கடிக்கு பயப்படுகிறேன் என்று கிண்டல் செய்தான். அவனது இந்தக் குதூகலம் நெடுநேரம் நீடிக்கவில்லை. திடீரென்று, "மரணத்தைக் கண்டு பயமாக இருக்கிறது," என்றான். வேறு எதைப்பற்றியோ அவன் பேசுவதைப் போல இருந்தது. கூச்சத்தைவிட கோபமாகத்தான் இருந்தான். துரோகம் இழைக்கப்பட்டதாக உணர்பவனின் கோபம். "உன் உடம்பில் இதைப்போல கொப்புளங்கள் இல்லையா? உண்மையாகவா? சட்டையைக் கழற்றிக் காட்டு!" குளிக்க மறுத்து அடம்பிடிக்கும் குழந்தையை அதட்டுவதைப்போல மிரட்டி சட்டையைக் கழற்ற வைத்தான். அறை புழுக்கமாக இருந்தது. சன்னல்கள் அடைக்கப்பட்டிருந்தாலும் திடீரென எங்கிருந்தோ சில்லென்ற காற்று வீசியது. ஒருவேளை இந்த நிலைக் கண்ணாடியின் குளிர்ச்சி என்னை நடுக்குற வைத்ததோ என்னவோ, தெரியவில்லை. வெட்கப்பட்டு, கண்ணாடியின் பார்வையிலிருந்து நகர்ந்து நின்றேன். ஆனால் ஹோஜா குனிந்து என் மார்புப் பகுதியை ஆராய்வது கண்ணாடி ஓரத்தில் பிரதிபலித்தது. என் தலையை ஒத்திருப்பதாக எல்லாரும் சொல்லும் அவனுடைய மிகப்பெரிய தலையை என் உடம்புக்கு அவ்வளவு அருகே கொண்டு வருவதெல்லாம் என்னைத் தளர்வுறச் செய்வதற்கும், எனக்குள் விஷத்தை ஏற்றுவதற்கும்தான் என்று தோன்றிற்று. நான் இதுவரை அவனிடம் இப்படி நடந்து கொண்டதில்லை; அவனுக்கு ஆசிரியனாக இருப்பதில்தான் பெருமையுற்று வந்திருக்கிறேன். அபத்தமாக இருந்தாலும், அந்த அரையிருட்டில் அந்தத் தாடிவைத்த விசித்திர முகம், தன் பற்களால் கடித்து என் ரத்தத்தை உறிவதற்காகத்தான் வருவதைப் போலிருந்தது! சிறுவயதில் நான் விரும்பிக் கேட்ட பயங்கரக் கதைகளின் விளைவாகத்தான் இருக்கும். இப்படி யோசித்துப் கொண்டிருக்கும்போதே அவனுடைய விரல்களை என் அடிவயிற்றில் உணர்ந்தேன். அங்கிருந்து ஓடிவிடவேண்டும் போல, எதையாவது எடுத்து அவன் மண்டையில் அடிக்க வேண்டும்போல இருந்தது. "உனக்கு எதுவும் இல்லை," என்றான். முதுகுப் பக்கம் சென்று என் அக்குளில், கழுத்தில், செவிமடலுக்குப் பின்னால் தேடினான். "எதுவுமே இல்லை. பூச்சி உன்னை மட்டும் கடிக்கவில்லை போலிருக்கிறது."

என் தோள் மீது கையைப் போட்டுக்கொண்டு, பால்யகால நண்பன் போல, என் ரகசியங்கள் அனைத்தையும் அறிந்த அணுக்கத் தோழன் போல ஒட்டிக் கொண்டான். என் பின்னங்கழுத்தை விரல்களால் பிசைந்துகொண்டே தன்பக்கமாக இழுத்துக் கொண்டு, "வா, கண்ணாடியில் பார்ப்போம்," என்று கண்ணாடியின் முன்னால் நிறுத்தினான். அந்த விளக்கின் சோகை வெளிச்சத்தில் நாங்கள் இருவரும் எந்தளவுக்கு ஒன்று போலவே இருக்கிறோம் என்று கண்ணாடியில் தெரிந்தது. சாதிக் பாஷாவின் வீட்டு வாசலில் அவனை முதல் முறையாகப் பார்த்தபோது எனக்கேற்பட்ட திகைப்பு நினைவுக்கு வந்தது. அந்த சமயத்தில் நானாக இருக்க வேண்டிய ஒருவனைப் பார்த்துக்கொண்டிருப்பதாகத்தான் நினைத்தேன்.

இப்போது அவனும்கூட என்னைப்போல இருப்பவனாகத்தான் இருக்கக்கூடுமென்று நினைக்கிறேன். நாங்கள் இருவரும் ஒருவரே! இப்போது இது வெளிப்படையான உண்மையாகத் தெரிந்தது. என்னை யாரோ படுவேகமாக இறுக்கிக் கட்டிவிட்டதைப்போல, கைகளைப் பிணைத்து விட்டதைப்போல, என்னால் குனியக்கூட முடியாதிருப்பதைப் போல ஏதோ என்னைத் தாக்கியது. என்னை விடுவித்துக் கொள்வதற்காக, நான் இன்னும் நானாகவே இருக்கிறேனா என்பதை உறுதி செய்வதற்காக அசைந்து பார்த்தேன். என் தலைமுடியை அவசரமாகக் கோதிக் கொண்டேன். அவன் உடனே நான் செய்ததைப் போலவே அச்சு அசலாகப் போலி செய்து காட்ட, எங்கள் கண்ணாடி பிம்பங்கள் இரண்டும் ஒன்றியைந்து இயங்கியதைக் கண்டு அதிர்ந்தேன். அவன் எனது தோற்றத்தை தலையை நான் வைத்திருக்கும் தோரணையை, என் முகத்தில் இப்போது ஏற்பட்ட கலவரத்தைத் தத்ரூபமாகச் செய்து காட்டினான். அவன் முகத்தை நேராகப் பார்க்காமல் கண்ணாடியில் பார்த்துக் கொண்டிருந்த எனக்கு, இதைக்கண்ட திகிலில் பார்வையை நகர்த்த முடியவில்லை. சிறுவன் ஒருவன் தன் நண்பனைக் கிண்டல் செய்வதற்காக அவன் பேசுவதையும் செய்வதையும் போலி செய்து காட்டி வெறுப்பேற்றுவதைப் போல எனது திகைப்பு அவனுக்கு ஒரு குதூகலத்தை உண்டாக்கியிருந்தது. “நாம் இருவரும் ஒன்றாக, ஒரே நேரத்தில்தான் சாகப் போகிறோம்!” என்று கூச்சலிட்டான். இது என்ன அபத்தம் என்று எனக்கு எரிச்சலாக இருந்தது. ஆனால் பயமாகவும் இருந்தது. அவனுடன் கழித்த இரவுகளிலேயே மிகவும் பயங்கரமான இரவு அதுதான்.

பிளேக்கைக் கண்டு அவனுக்கு ஆரம்பத்திலிருந்தே பயம் இருந்ததாகச் சொன்னான். என்னை சோதிப்பதற்காகத்தான் இப்படியெல்லாம் நடந்து கொண்டானாம். சாதிக் பாஷாவின் ஆட்கள் என்னைக் கொலைக் களத்திற்குக் கூட்டிப் போனபோதும், மற்றவர்கள் எங்கள் இருவருக்குமிடையேயுள்ள ஒற்றுமையைப் பற்றிப் பேசிக் கொண்டிருந்தபோதும், அவன் அந்த முடிவை எடுத்துவிட்டானாம். எனது ஆன்மாவை அவன் கையகப்படுத்திவிட்டதாகக் கூறினான். சற்று நேரத்துக்கு முன்பு, கண்ணாடிக்கெதிரே எனது அங்க அசைவுகள் அனைத்தையும் படியெடுத்துக் காட்டியதைப் போல, நான் நினைத்துக்கொண்டிருப்பதெல்லாம் அவனுக்குத் தெரியுமாம், எனக்கு எது தெரியுமோ அதை அவன் நினைத்துக்கொண்டிருக்கிறானாம்! இந்தக் கணம் நான் என்ன சிந்தித்துக் கொண்டிருக்கிறேன் என்று அவன் கேட்டபோது அவனைத் தவிர வேறெதைப்பற்றியும் என்னால் நினைக்க முடியவில்லை என்றேன். ஆனால் நான் சொல்வதை அவன் கேட்பதாக இல்லை. எதையும் கண்டறிந்து கொள்வதற்காக அவன் பேசிக்கொண்டிருக்கவில்லை. என்னை அச்சுறுத்தவும், அவனது அச்சத்தையே என் மீதும் ஏற்றி பகிர்ந்துகொள்ளவும்தான் முயன்று கொண்டிருந்தான். எந்தளவுக்கு அவனது தனிமையை உணர்கிறானோ, அந்தளவுக்கு என்னைத் துன்புறுத்திக் கொண்டிருந்தான். அவன் விரல்களை எங்கள் இருவர் முகங்களின் மீதும் ஓடவிட்டுக்கொண்டிருக்கையிலும், எங்களிடையேயுள்ள இந்த மர்மமான உருவ ஒற்றுமையை வைத்து

என்னை மயக்கவைக்க முயன்றுகொண்டிருக்கையிலும், இந்த ஒற்றுமை யால் என்னைவிட அவன் அதிக பரவசமும் பதற்றமும் கொண்டு தவித்துக்கொண்டிருக்கையிலும், அவன் மிக மோசமாக எதையோ செய்வதற்குத் திட்டமிட்டுக் கொண்டிருக்கிறான் என்றே நினைத்தேன். அந்த துர்ச்செயலை உடனே செய்வதற்கு மனமில்லாமல்தான் என்னைக் கண்ணாடிமுன் இழுத்து நிறுத்தியதும், என் பின்னங்கழுத்தைப் பிசைந்து கொண்டிருந்ததும் என்று எனக்கு நானே சொல்லிக்கொண்டேன். ஆனால் அவனைப் பார்த்தால் நிராதரவாகவோ, அவன் செய்கைகள் அபத்தமாகவோ முதல் பார்வைக்குத் தெரியவில்லை. அவன் செய்வது சரிதான். நானும் கூட அவன் சொல்வதையும் செய்வதையும் சொல்லவும் செய்யவும்தான் விரும்பினேன். அவனால் அவற்றை நிறைவேற்றிக்காட்ட முடிவது குறித்தும் என்னால் முடியாததைக் குறித்தும் பொறாமையாகவே இருந்தது. என்னால் முடியாததற்குக் காரணம் அவனது அச்சங்களை பிளேக் மீதும், கண்ணாடியின் மீதும் ஏற்றி என்மேல் சுமத்துவதால்தான்.

கடும் அச்சத்தையும் மீறி, என்னைப்பற்றி இதுவரை நான் கவனித்திராத விஷயங்களை இப்போது அறிந்திருப்பதாக நம்பினாலும், இவையெல்லாமே ஒரு விளையாட்டுதான் என்ற எண்ணத்தை உதறமுடியவில்லை. என் கழுத்திலிருந்து அவன் விரல்கள் அகன்றுவிட்டாலும் கண்ணாடியின் சட்டகப் பரப்பிலிருந்து நான் வெளியே நகரவில்லை. "இப்போது நான் உன்னைப் போலாகிவிட்டேன்," என்றான். "எனக்கு உன்னுடைய அச்சம் தெரியும். நான் நீயாகிவிட்டேன்!" அவன் என்ன சொல்கிறானென்று புரிந்தது. அவன் சொல்வதில் பாதி உண்மைதான் என்று சந்தேகமின்றி தெரிந்தாலும், இந்தத் தீர்க்கதரிசனம் முட்டாள்தனமான, குழந்தைத்தனமானவொன்று என்பதை எனக்கு நானே நம்பவைத்துக் கொள்ள வேண்டியிருந்தது. நான் இந்த உலகத்தைப் பார்க்கும் விதத்திலேயே அவனாலும் பார்க்க முடிகிறது என்றபடி, மீண்டும் 'அவர்களைப்' பற்றிப் பேசத்தொடங்கினான். இப்போது 'அவர்கள்' எப்படி சிந்திக்கிறார்கள், 'அவர்கள்' எப்படி உணர்கிறார்கள் என்பதெல்லாம் அவனால் உணரமுடிகிறது என்றான். நிலைக்கண்ணாடி சட்டகத்திலிருந்து அவன் பார்வை விலகி, மேசையின் மீது பரவியிருந்த நிழல்களை, கோப்பைகளை, நாற்காலிகளை, மங்கிய விளக்கொளியில் புலப்பட்ட பொருட்களை வருட, தொடர்ந்து பேசிக்கொண்டிருந்தான். இதற்கு முன்னால் பேசமுடியாதவற்றை இப்போது ஏன் பேசமுடிகிறதென்றால், முன்பு அவற்றை அவனால் காணமுடியாததுதான் காரணமாம். ஆனால் அவன் பேசுவது எல்லாமே தவறு என்று நினைத்தேன். அவன் சொற்களும், பேசும் விஷயங்களும் பழையவைதான். புதிதான ஒன்றே ஒன்று அவனது அச்சம். இல்லை, அதுகூட அல்ல; அவன் அனுபவத்தின் வடிவம். அதுகூட, இப்போது என்னால் தெளிவாக விவரிக்க முடியாவிட்டாலும், ஒரு புதிய தந்திரமாகக் கண்ணாடியின் முன் அவன் அணிந்துகொண்ட வேடம்தான், என்று நினைத்தேன். இந்த விளையாட்டு எல்லாவற்றையும் விருப்பமில்லாமல் ஒதுக்கி வைத்துவிட்டு, அந்த சிவப்புக் கொப்புளம் பூச்சிக்கடியா, அல்லது பிளேக்கா என்று அவன் மனம் குழம்பித் தத்தளித்துக் கொண்டிருந்தது.

நான் எந்த இடத்தில் நிறுத்தினேனோ, அங்கிருந்து தொடர வேண்டுமென்பதுதான் அவன் விருப்பம் என்று கொஞ்ச நேரத்துக்கு விளக்கிக் கொண்டிருந்தான். இருவருமே பாதி நிர்வாணமாகக் கண்ணாடிக்கெதிரே நின்றிருந்தோம். அவன் என்னுடைய இடத்தையும், நான் அவனுடைய இடத்தையும் எடுத்துக்கொள்ளப் போகிறோமாம். இதற்காக நாங்கள் உடைகளை பரஸ்பரம் மாற்றிக்கொள்ள வேண்டும். அவன் தாடியை மழித்துக்கொள்ள வேண்டும். அதே போல நான் தாடி வளர்த்துக்கொள்ள வேண்டும். இதைக் கேட்கும்போது கண்ணாடியிலிருந்த எங்கள் பிம்பங்கள் மேலும் விகாரமாகித் தெரிந்தன. அப்படி நடந்த பிறகு, அவனை நான் சுதந்திர புருஷனாக்கி விடுவேன் என்று அவன் சொன்னபோது என் நரம்புகள் விறைத்தன. என்னுடைய இடத்தை எடுத்துக்கொண்டு, என் நாட்டுக்கு அவன் என்னுடைய பெயரில் செல்லும்போது என்னென்னவெல்லாம் செய்வான் என்று உற்சாகத்தோடு சொல்லிக் கொண்டிருந்தான். எனது பால்யகாலத்தைப் பற்றியும், இளமைப்பருவத்தைப் பற்றியும் சொல்லியிருந்த சின்னச்சின்ன விஷயங்களைக்கூட அவன் ஞாபகத்தில் வைத்திருப்பதைக் கண்டு மிரட்சியாக இருந்தது. இந்தச் சின்னச்சின்ன விபரங்களைவைத்து அவன் விருப்பத்துக்கேற்றபடி ஒரு கற்பனை நிலத்தை உருவாக்கிக் கொண்டிருந்தான். என் வாழ்க்கை என்னுடைய கட்டுப்பாட்டிலிருந்து போய்விட்டது. அதை அவன் பற்றி இழுத்துக் கொண்டு வேறெங்கோ ஓடுகிறான். எதுவும் குறுக்கிட முடியாமல் வெளியிலிருந்து வெறுமனே வேடிக்கைதான் பார்த்துக் கொண்டிருக்க வேண்டியிருக்கிறது. எல்லாமே கனவைப்போல என் கட்டுப்பாட்டை மீறி நிகழ்வதாக உணர்ந்தேன். எனது நாட்டுக்கு, என்னுடைய அடையாளத்தோடு அவன் செல்லப்போவதாகச் சொல்வதில் இருக்கும் விநோதமும் அப்பாவித்தனமும், அதை முழுமையாக நம்புவதற்குத் தடுத்தது. அதே நேரத்தில் அவனுடைய அதீதக் கற்பனையில் உள்ள நுட்பங்களின் தர்க்க நியாயங்கள் என்னை வியப்பிலாழ்த்துபவையாக இருந்தன. இதுகூட, என் வாழ்க்கைகூட இதுபோல வாழப்பட்டிருக்கலாம் என்று சொல்லத் தோன்றியது. முதல் முறையாக ஹோஜாவின் வாழ்க்கையைப்பற்றி ஆழமான ஏதோ ஓர் அம்சத்தைப் புரிந்துகொள்ளமுடிவதைப்போல உணர்ந்தேன். ஆனால் அது என்னவென்று குறிப்பாகச் சொல்ல முடியவில்லை. நான் இவ்வளவு காலமாகத் திரும்பிச் செல்ல ஏங்கிக் கொண்டிருந்த எனது பழைய உலகில் நான் என்ன செய்வேன் என்பதைக் குழப்பத்தோடு அவனிடமிருந்து கேட்டுக் கொண்டிருக்கும்போது, என்னால் செய்யமுடிந்த ஒரே காரியம், பிளேக் பற்றிய அச்சத்தை மறந்ததுதான்.

ஆனால் இது நீடிக்கவில்லை. அவனுடைய இடத்துக்கு வந்தபிறகு நான் என்ன செய்வேன் என்று ஹோஜா கேட்டான். இந்த விநோதமான தோரணையில் நின்றுகொண்டு, கண்ணாடியைப் பார்த்து நாங்கள் இருவரும் அந்தளவுக்கு ஒரே மாதிரியாகத் தோற்றமளிக்கவில்லையென்றும், இந்த வீக்கம் வெறும் பூச்சிக்கடியாகத்தான் இருக்குமென்றும் எங்களை நாங்களே நம்பவைத்துக்கொண்டிருந்த வியர்த்தமான முயற்சியில் மனம் ஸ்தம்பித்து, எதுவுமே தோன்றாமலிருந்தது. அவன் மேலும் வற்புறுத்திக் கேட்டதும், என் நாட்டுக்குத் திரும்பியதும் என் அனுபவங்களைப் பற்றி எழுதலாமென்று திட்டமிட்டிருந்தது நினைவுக்கு வந்தது: அவனுடைய

சாகசங்களை வைத்து ஒருநாள் நான் நல்லதொரு கதையை எழுதுவேன் என்று சொன்னதும் என்னை வெறுப்புடன் பார்த்தான். என்னை அவன் அறிந்திருக்குமளவுக்கு நான் அவனை அறிந்திருக்கவில்லை. சொல்லப்போனால் ஒன்றுமே தெரியாது! அவன் என்னை ஒதுக்கித் தள்ளிவிட்டு கண்ணாடியின் முன் தனியாக நின்று பார்த்தான். என் இடத்தை அவன் வரித்துக்கொண்டதும் எனக்கு என்ன நடக்குமென்று அவன் முடிவு செய்வதாகச் சொன்னான். அந்த வீக்கம் பிளேக் கட்டிதான் என்றான். அதனால் நான் சாகப்போகிறேன். சாவதற்கு முன் எப்படியெல்லாம் வேதனைப்பட்டு சாகப்போகிறேனென்று வர்ணித்தான். இந்த மரணபயத்துக்கு நான் தயாராக இருக்கவில்லை. வருமென்று எதிர்பார்த்திராத இந்த அச்சம் மரணத்தைவிட மோசமாக இருக்கும். இந்த நோயால் நான் எப்படியெல்லாம் அவஸ்தைக்குள்ளாவேன் என்று வர்ணித்தபடியே நிலைக்கண்ணாடியின் பார்வைக்கு வெளியே நகர்ந்தான். படுக்கையைத் தாறுமாறாகத் தரையில் விரித்து படுத்துக்கொண்டான். வயிற்றின் மேல் கையைத் தடவிக்கொண்டு துடிக்கும்போது எனக்கே வலிப்பது போலிருந்தது. என்னை அருகில் வரும்படி அழைத்தான். நடுங்கிக்கொண்டே பக்கத்தில் சென்றேன். நான் சென்றிருக்கக்கூடாது. என்னைத் தொடுவதற்கு மீண்டும் கையை நீட்டினான். இது பூச்சிக் கடியாகத்தான் இருக்குமென்றாலும் பயமாகத்தான் இருந்தது.

ராத்திரி முழுதும் இப்படியே கழிந்தது. என்னைத் தொட்டுத் தொட்டு, நான் அவனாகவும், அவன் நானாகவும் மாறிவிட்டதாகச் சொல்லிக் கொண்டே நோயையும், அச்சத்தையும் எனக்குக் கடத்த முயன்று கொண்டிருந்தான். அவன் இதுபோல பாவித்துக் கொள்வதற்கு அவனுக்கே தன்னைவிட்டு வெளியே செல்ல வேண்டும் என்ற ஆசை இருப்பதும், தன்னைத்தானே எட்ட இருந்து பார்க்க வேண்டும் என்று ஆசைப்படுவதும் தான் காரணம் என்று நினைத்தேன். துர்க்கனவில் சிக்கிக் கொண்டு, தூக்கத்திலிருந்து உதறியெழ முடியாதவன் போல, 'இதெல்லாம் ஒரு விளையாட்டு அவ்வளவுதான்' என்று திரும்பத்திரும்ப எனக்குள் சொல்லிக்கொண்டேன். அவனுமே 'விளையாட்டு' என்ற வார்த்தையைப் பயன்படுத்திக் கொண்டிருந்தான். இப்போது அவனைப் பார்த்தால், ஒரு புழுக்கமான அறைக்குள் வேண்டாத எண்ணங்களைத் தலைக்குள் புகுத்திக்கொண்டு அல்லல் படுபவனைப்போலத் தெரியவில்லை. உண்மையாகவே வலியில் துடிப்பவனைப்போல, அபரிமிதமாக வியர்த்துக் கொட்டிக் கொண்டு, புரண்டு கொண்டிருந்தான்.

பொழுது விடியத்தொடங்கியது. அப்போதும் அவன் என்னென்னவோ பேசிக் கொண்டிருந்தான். நட்சத்திரங்களைப்பற்றி, மரணத்தைப்பற்றி, பொய்த்துப் போன அவனது கணிப்புகளைப்பற்றி, சுல்தானின் முட்டாள் தனத்தைப்பற்றி, அவரது நன்றி கெட்டத்தனத்தைப் பற்றி, அவனுடைய அபிமான 'முட்டாள்களைப் பற்றி' 'நம்மவர்கள்' 'பிறத்தியார்கள்' பற்றி, அவன் ஒரு மகோன்னத ஆளுமையாக விரும்பியதைப் பற்றி. இவையெல்லாம் என் காதில் விழச் சகிக்காமல் வெளியே தோட்டத்துக்குச் சென்றேன். ஏதோ விளங்கமுடியாத காரணத்துக்காக சாசுவதத்தைப்பற்றி எண்ணங்கள் சூழ்ந்தன. சமீபத்தில் ஒரு புராதன நூலில் அழியாமை பற்றிப் படித்துக்

கொண்டிருந்ததன் விளைவு. சிட்டுக்குருவிகளின் கீச்சிடல்களையும், எலுமிச்சை மரக் கிளைகளுக்கிடையே படபடத்துப் பறப்பதையும் தவிர வேறெந்தச் சலனமும் ஒலியும் இல்லை. இந்த அசைவின்மை எவ்வளவு திகைப்பூட்டக் கூடியதாயிருக்கிறது! இஸ்தான்புல் நகரில் பிளேக் வந்து ஆங்காங்கே அறைகளுக்குள் துடித்தபடி மெதுவாக இறந்து கொண்டிருப்பவர்களைப்பற்றி நினைத்தேன். ஹோஜாவுக்கு வந்திருப்பது பிளேக்தானென்றால், அவன் இப்படியே துடிதுடித்து செத்துப் போகப்போகிறான். அது பிளேக் இல்லையென்றால் அந்த சிவப்புக் கொப்புளம் மறையும்வரை இப்படியே நாடகமாடிக் கொண்டிருக்கப் போகிறான். இனி இந்த வீட்டில் என்னால் தங்கியிருக்க முடியாது என்று புரிந்தது. உள்ளே செல்லும்போது, எங்கே தப்பிச்செல்வது, எங்கே ஒளிந்திருப்பது என ஒன்றும் தெரியவில்லை. ஹோஜாவிடமிருந்தும், பிளேக்கிலிருந்தும் தூர விலகியிருக்கும் இடமாக இருக்க வேண்டும். வழியில் யாரிடமும் சிக்கிவிடக்கூடாத குறைவான தூரத்தில் அது இருக்க வேண்டும். எனது உடைகள் சிலவற்றை மட்டும் எடுத்து மூட்டை கட்டினேன்.

7

அவ்வப்போது ஹோஜாவிடமிருந்து சிறுகச் சிறுகத் திருடியும், அங்குமிங்கும் சம்பாதித்தும் கொஞ்சம் பணம் சேர்த்து வைத்திருந்தேன். அவன் இப்போதெல்லாம் ஏறெடுத்தும் பார்க்காத புத்தகங்கள் அடுக்கியிருந்த அலமாரியில் ஒரு துணிப்பையில் கட்டிவைத்திருந்த அப்பணத்தை எடுத்துக் கொண்டு வீட்டைவிட்டு வெளியேறுவதற்கு முன் ஹோஜாவின் அறைக்குள் எட்டிப்பார்த்தேன். தூங்கிக் கொண்டிருந்தான். அபரிமிதமாக வியர்த்திருந்தது. விளக்கு இன்னமும் எரிந்து கொண்டிருக்க, இரவெல்லாம் நம்பமுடியாதளவுக்கு உருவ ஒற்றுமையைக் காட்டி மயக்கிய அந்த நிலைக்கண்ணாடி இப்போது பார்க்கும்போது சின்னதாகத் தெரிந்தது. எதை யும் தொடாமல் அவசர அவசரமாக வெளியே வந்தேன். காலியான தெருக்கள். என் பதற்றத்துக்கு நேரெதிராகக் காற்று மென்மையாக வீசிக்கொண்டிருந்தது. என் கைகளைச் சுத்தமாகக் கழுவிக்கொள்ள வேண்டுமென்று நினைத்துக் கொண்டேன். எங்கே போவது என்று தெரியும். பதற்றமே கூடாது. நிதானித்துக்கொண்டேன். கடலை நோக்கிச் சரியும் சாலைகளில், புலரியின் அமைதியில் நடப்பது சந்தோஷமாக இருந்தது. வழியில் தெருக்குழாயில் கைகால்களை அழுத்த மாகத் தேய்த்து நன்றாகக் கழுவிக் கொண்டேன். நிமிர்ந்தபோது தங்கக்கொம்பு ஜலசந்தி மகோன்னதமாக எதிரே விரிந்திருந்தது.

ஹேபெலி தீவைப்பற்றி இளம் துறவி ஒருவனிடமிருந்து கேள்விப்பட்டிருந்தேன். அவன் அங்கிருந்து வந்திருந்தான். காலதாவின் ஐரோப்பியர் பகுதியில் அவனைச் சந்தித்தபோது அந்தத் தீவின் அழகை ரசனையோடு அவன் வர்ணித்தது நினைவில் இருந்தது. அது என் மனதில் பதிந்திருந்ததால் அங்குதான் போவேனென்று எனக்குத் தெரிந்திருந்தது. படகோட்டிகளும், மீனவர்களும் அந்தத் தீவுக்குக் கூட்டிச் செல்வதற்குக் கேட்ட கூலி தலையைச் சுற்றவைத்தது. நான் திருட்டுத்தனமாக ஓடுகிறேன் என்பது அவர்களுக்குத் தெரிந்திருக்கிறது போல. பின்னாலேயே ஹோஜாவுக்குத்

தகவல் சொல்லி அனுப்பிவிடுவார்களோ என்று பயந்தேன். பிளேக்கிற்கு பயந்து வெளியேறிய கிருஸ்துவர்களிடம் இப்படித்தான் இவர்கள் மிரட்டியிருப்பார்கள் என்று நினைத்துக்கொண்டேன். பிறரின் கவனத்தை ஈர்க்கக்கூடாது என்றெண்ணி அவர்களிடம் வாதம் செய்யாமல் விலகி, தொலைவில் சாதுவாகத் தெரிந்த படகோட்டி ஒருவனிடம் சென்று பேரம் பேசி அமர்த்திக்கொண்டேன். அவனைப் பார்த்தால் பலசாலியாகத் தெரியவில்லை. துடுப்புப் போடுவதைவிட பிளேக்கைப் பற்றியும் மனிதர்களின் பாவங்களுக்காக இறைவனால் வழங்கப்பட்ட தண்டனைதான் இந்நோய் என்று பிரசங்கம் செய்வதற்கும்தான் அதிக சக்தியைச் செலவழிப்பவனாக இருந்தான். பிளேக்கிற்கு பயந்து தீவுக்கு ஓடுவதால் எந்தப் பலனும் இல்லை என்றான். என்னளவுக்கு அவனும் பயந்திருந்தான் என்பது பேசும்போது தெரிந்தது. தீவைச் சென்றடைய ஆறுமணி நேரமானது.

இந்தத் தீவில் நான் இருந்த நாட்கள்தாம் மிகவும் மகிழ்ச்சிகரமானவையாக வாய்த்தன என்பதையே பிற்பாடுதான் அறிந்தேன். அங்கிருந்த ஒரே கிரேக்க மீனவனின் வீட்டில் சொற்ப வாடகையில் தங்கினேன். இங்குகூட பரிபூரண பாதுகாப்பில் இருப்பதாகத் தோன்றாததால் அதிகம் வெளியில் தலைகாட்டவில்லை. சில நேரங்களில் ஹோஜா இந்நேரம் இறந்துவிட்டிருப்பான் என்று தோன்றும். பிறகு என்னைப் பிடித்துவர ஆட்களை அனுப்பப் போகிறானென்றும் தோன்றும். தீவில் என்னைப்போலவே பிளேக்கிற்கு பயந்து தப்பியோடி வந்த கிருஸ்துவர்கள் பலர் இருந்தாலும் அவர்கள் கண்ணில்பட விரும்பவில்லை.

ஒவ்வொரு நாள் காலையும் மீனவர்களோடு கடலுக்குச் சென்று மாலை திரும்புவேன். முதலில் சில நாட்கள் மீனெறி ஈட்டியில் இறால், நண்டு பிடித்தேன். கடலுக்குள் செல்ல தோதுப்படாத சீதோஷ்ண நாட்களில் தீவைச் சுற்றி நடந்து வருவேன். பல நாட்கள் அங்கிருந்த துறவியர் மடத்தின் சோலையில், திராட்சைக்கொடிப் பந்தலுக்கடியில் நிம்மதியாகப் படுத்துறங்கியிருக்கிறேன். குறிப்பாக ஓர் அத்திமரத்தடியிலிருந்த கொடிப் பந்தலிலிருந்து பார்க்கும்போது, தெளிவான வானிலையில் ஹாஜியா ஸோஃபியாவே தெரியும். பல மணிநேரங்களுக்கு அந்த இஸ்தான்புல் தூரக் காட்சியை வெறித்தபடி பகற்கனவுகளில் ஆழ்ந்திருப்பேன். ஒரு கனவில் அந்தத் தீவுக்குப் படகில் சென்றுகொண்டிருக்கிறேன். கூடவே ஹோஜாவும் டால்ஃபின்களோடு சேர்ந்து படகோடு சேர்ந்து நீந்தி வருகிறான். தீவில் இருப்பவர்களோடு சிநேகிதமாகி என்னைப் பற்றிக் கேட்கிறான். இன்னொரு கனவில் அவர்களோடு என் அம்மாவும் இருக்கிறார். தாமதமாக வந்ததற்காக அவர்கள் என்னைத் திட்டுகிறார்கள். வெயிலில் கண்கள் கூச, வியர்த்து வழிந்தபடி எழுந்திருக்கும்போது, மீண்டும் அந்தக் கனவுகளுக்குள் நுழைந்துவிடவேண்டும் போலிருக்கும். ஆனால், முடியாது. வலுக்கட்டாயமாக சில கற்பனைகளை உருவாக்கிக்கொள்வேன். ஹோஜா இறந்துவிட்டிருப்பதாகவும் நான் கைவிட்டு வந்த வீட்டுக்குள் அவனது உடல் தனியாகக் கிடப்பது போலவும் ஒரு கற்பனை. அவனது ஈமச்சடங்கு வெகு அமைதியாக நடந்தேறும். ஒருவரும் கலந்து கொண்டிருக்கமாட்டார்கள். பிறகு அவனது கணிப்புகளைப் பற்றி,

அவன் சந்தோஷமாக உருவாக்கிய வியப்பூட்டும் சாதனங்களைப்பற்றி, வெறுப்பிலும் கோபத்திலும் அவன் உருவாக்கிய சாதனங்களைப்பற்றி, சுல்தானைப்பற்றி, அவரது வளர்ப்பு மிருகங்களைப் பற்றி சிந்திப்பேன். இந்தப் பகற்கனவுகள், கற்பனைகளோடு நான் ஈட்டியில் குத்திப்பிடித்த இறால்களும் நண்டுகளும் தமது கொடுக்குகளை ஆட்டி நெளிந்தாடிக் கொண்டிருக்கும்.

எப்படியும் கொஞ்ச நாட்களில் என் தாய்நாட்டுக்குத் தப்பிச்சென்று விடுவேன் என்று எனக்கு நானே நம்பிக்கையூட்டிக் கொண்டிருந்தேன். இந்தத் தீவில் அங்குமிங்கும் கொஞ்சம் பணத்தைத் திருடிச் சேர்த்துக் கொள்ள வேண்டும். முக்கியமாக ஹோஜாவை முற்றிலுமாக மறக்க வேண்டும். ஏனெனில், எனக்கு நிகழ்ந்த விநோத அனுபவங்களின் வசியத்துக்கும் நினைவின் சபலத்துக்கும் என்னையறியாமலேயே ஆட்பட்டுவிட்டேன். என்னைப் போலவே தோற்றத்தில் இருந்த ஒருவனை நிராதரவாக விட்டு வந்ததைப்பற்றி என்னை நானே ஏறக்குறைய திட்டிக் கொண்டிருக்கிறேன். ரகசியமாக அவனுக்காக ஏங்குகிறேனோ என்றுகூட நினைத்தேன். அவன் உண்மையிலேயே என்னைப் போல் இருந்தானா, அல்லது ஞாபகக் குழப்பத்தில் என்னை நானே ஏமாற்றிக்கொண்டிருக்கிறேனா? இந்த பதினோரு வருடங்களில் அவன் முகத்தை நேராக உற்றுப் பார்த்தே இருக்கவில்லையோ? இல்லை, பல முறை பார்த்திருக்கிறேன். இஸ்தான்புல்லுக்குச் சென்று அவன் சடலத்தைக் கடைசிமுறையாகப் பார்த்துவிட்டு வரவேண்டுமென்றுகூடத் தோன்றியது. நான் முற்றிலும் சுதந்திரமானவனாக ஆகவேண்டுமானால் எங்களிருவருக்குமிடையே இருந்ததாகத் தோன்றும் உருவ ஒற்றுமையை ஒரு மனத்தோற்றப் பிறழ்வென்று, மறக்கப்பட வேண்டிய மாயை என்று நம்பி, அதற்குப் பழகிக் கொள்ளவேண்டும், என்று சொல்லிக்கொண்டேன்.

அதிருஷ்டவசமாக அதற்குப் பழகிக் கொள்ளவில்லை. ஏனென்றால் ஒருநாள் ஹோஜா திடீரென என்னெதிரே தோன்றினான். அந்த மீனவன் வீட்டுப் புழைக்கடையில் படுத்துக்கொண்டு பகற்கனவு கண்டுகொண்டிருந்தபோது, மூடிய கண்களின் மீது நிழல் பரவியது. விளையாட்டில் என்னைத் தோற்கடித்துவிட்டவனைப் போல இல்லாமல் என்னை நேசிப்பவனைப்போல அவன் புன்னகைத்துக் கொண்டிருந்தான். சட்டென எனக்கு முதலில் தோன்றியது அசாதாரணமான ஒரு பத்திர உணர்வு. இந்த அதீத பாதுகாப்புணர்வு என்னை பீதிகொள்ள வைப்பதாக இருந்தது. இதற்காகவே உள்மனதில் காத்துக்கொண்டிருந்தேன் போலிருந்தது. ஒரு சோம்பேறி அடிமையைப்போல, ஒரு அடக்கவொடுக்கமான அடிமையைப்போல, தாழ்ந்து பணிகின்ற அடிமையைப்போல குற்றவுணர்வு உடனே என்னை ஆக்கிரமித்தது. எனது பொருட்களைச் சேகரித்து மூட்டைகட்டத் தொடங்கும்போது, ஹோஜாவின் மீது வெறுப்பு தோன்றாமல், விநோதமாக என்னையே மனதுக்குள் திட்டிக் கொண்டிருந்தேன். அந்த மீனவனுக்கு நான் தரவேண்டிய பாக்கித் தொகையை ஹோஜாவே கொடுத்தான். தன்னுடன் இரண்டுபேரை அழைத்து வந்திருந்தான். நால்வரும் இரட்டைத் துடுப்புப் படகில் விரைவாகத் திரும்பினோம். இரவு சாய்வதற்குள் வீடு வந்துவிட்டோம்.

இந்த வீட்டின் வாசனையை எப்படி இவ்வளவு நாட்களாக மறந்திருந்தேன்? நிலைக்கண்ணாடி சுவரிலிருந்து கழற்றி வைக்கப்பட்டிருந்தது.

அடுத்த நாள் காலை ஹோஜா என்னிடம் சண்டையிடத் தொடங்கினான். நான் செய்தது தீவிரமான குற்றமாம். என்னை உரியமுறையில் தண்டிப்பதற்குத் துடித்துக் கொண்டிருக்கிறானாம். வீட்டைவிட்டு ஓடியதற்காக மட்டுமல்ல, ஒரு பூச்சிக்கடியை பிளேக் என்று நினைத்து அவனை மரணப்படுக்கையில் கைவிட்டுப் போனது பெரும் குற்றம்; ஆனால் அதை கவனிக்க இப்போது சமயமில்லை, என்றான். முந்தைய வாரம் சுல்தான் ஒருவழியாக ஹோஜாவுக்கு அழைப்பு விடுத்துவிட்டிருந்தார். இந்த பிளேக் எப்போது நீங்கும். இன்னும் எத்தனை உயிர்களை இது போக்கும், அவருடைய உயிருக்கு ஆபத்து உண்டா இல்லையா என்று கேட்டாராம். ஹோஜா உற்சாகமடைந்து, ஏதேதோ மழுப்பியிருக்கிறான். பிறகு, அவன் கிரகங்களை வைத்து ஆய்வு செய்யவேண்டுமென்று அவகாசம் கேட்டுக்கொண்டு வந்திருக்கிறானாம். வீட்டுக்கு சந்தோஷமாக ஆடிப்பாடி குதித்துக்கொண்டு வந்ததாகச் சொன்னான். சுல்தான் இப்போது கேட்டிருக்கும் சந்தேகங்களை எப்படித் தனக்கு ஆதாயமாக்கிக் கொள்வது என்று புரியாமல்தான் என்னைத் திரும்பக் கூட்டிக்கொண்டு வந்திருக்கிறானாம்.

அந்தத் தீவில்தான் நான் இருக்கிறேன் என்று முதலிலேயே அவனுக்குத் தெரியுமாம். நான் வீட்டைவிட்டு ஓடியபிறகு அவனுக்குக் கடும் ஜலதோஷம் பீடித்ததாம். மூன்று நாட்கள் கழித்து மீனவர்களிடம் கொஞ்சம் காசைக் கொடுத்துக் கேட்டவுடன் அந்த வாயாடி படகோட்டி என்னை ஹேபெலி தீவுக்குக் கொண்டு சேர்த்ததை உளறிவிட்டிருக்கிறான். அந்தத் தீவிலிருந்து வேறெங்கும் என்னால் தப்பிப்போக முடியாதென்பதால் அவன் உடனே தேடிக்கொண்டு வரவில்லையாம். ஆனால் இப்போது சுல்தானுடன் நிகழ்ந்திருக்கும் சந்திப்பு மிக மிக முக்கியமானது, அவன் வாழ்க்கையில் பெரும் திருப்பத்தைக் கொண்டுவரக்கூடியது என்று சொன்னான். எனது உதவி அவனுக்குத் தேவைப்படுவதாக வெளிப்படையாகக் கேட்டுக்கொண்டான்.

நாங்கள் உடனே வேலையைத் தொடங்கினோம். என்ன செய்யவேண்டுமென்ற தெளிவு ஹோஜாவிடம் தென்பட்டது. இதற்கு முன் கண்டிராத மனத்திட்பம் அவனிடம் வந்திருப்பது எனக்கு மகிழ்வூட்டியது. அடுத்த நாள் எப்படியும் அவனுக்கு அழைப்பு வரும் என்று தெரிந்திருந்ததால், சுல்தானிடம் எடுத்த எடுப்பிலேயே மேலும் கொஞ்சம் அவகாசம் கேட்பதென்று முடிவெடுத்துக்கொண்டோம். அவர் கேட்கும்போது அதிக தகவல்களைத் தந்துவிடக்கூடாது. நிச்சயமாக உறுதிசெய்யப்படக்கூடியவற்றை மட்டும் தெரிவிக்கவேண்டும். ‘கணிப்புகள் கோமாளித்தனமானவை; ஆனால் முட்டாள்களைக் கவர்வதற்கு அவை பெரிதும் பயன்படும்’ என்ற பழமொழியை ஹோஜாவின் புத்திக்கூர்மை உறுதி செய்வதாக இருந்தது. பிளேக் என்பது மிகக்கொடுமையான தொற்றுநோய்; போதிய மருத்துவ முன்னெச்சரிக்கைகளால் மட்டுமே இதனைத் தடுக்கமுடியுமென்று நான் சொன்னதை அவனும் ஒப்புக் கொண்டான். இந்த நோய் இறைவன் தண்டனையாக வழங்கியதல்ல என்ற என் கருத்தை

அவன் வெளிப்படையாக ஏற்றுக்கொள்ளாவிட்டாலும் மறைமுகமாக ஒப்புக்கொண்டான். அதனால் கடவுளை இழிவுபடுத்தாமலேயே, இந்நோயிலிருந்து நம்மைப் பாதுகாத்துக் கொள்வதற்கு அற்ப மனிதர்களான நமக்கு இடமிருக்கிறது. தீர்க்கமான அறிவைக் கொண்ட காலிப் உமர், சிரியாவில் பிளேக் பரவியிருக்கிறது என்பதற்காகப் படைத்தலைவர் ஈபு உபைதுவை மதினாவுக்குத் திரும்ப அழைத்துக் கொண்டார் இல்லையா? எனவே இதையெல்லாம் சொல்லி, சுல்தான் பார்வையாளர்களைச் சந்திப்பதைக் குறைத்துக் கொள்ளவேண்டும் என்று ஹோஜா கேட்டுக்கொள்ளவேண்டும் என முடிவெடுத்தோம். இந்நடவடிக்கை அவரது பாதுகாப்புக்காகத்தானென்று நிதானமாகப் புரியவைக்கவேண்டும். அதே நேரத்தில் அவருக்கு மரணபயத்தைத் தூண்டிவிடக்கூடாது. அது ஆபத்தில் முடியும். பிளேக் எப்படிப்பட்ட வேதனையான மரணத்தைக் கொண்டுவருமென்று அவரை மருளச் செய்வதில் பலனில்லை. ஹோஜாவின் பேச்சைக் கேட்க சுல்தான் தயாராக இருந்தாலும் அவரைச் சுற்றியுள்ள மூடர்கள் அவரிடம் வீணான அச்சத்தை எழுப்பி, திட்டத்தைக் கலைத்துவிடுவார்கள். இந்த மூடர்கள் எப்போதுமே ஹோஜாவை மதத்துக்கு எதிரானவன் என்று பிரச்சாரம் செய்து வருவதால் கவனமாகச் செயல்படவேண்டும். எனவே எனது இலக்கிய அறிவைப் பயன்படுத்தி சுல்தானை மசியவைக்க ஒரு கதையை இட்டுக்கட்ட முடிவெடுத்தோம்.

ஹோஜாவைப் பெரிதும் திகைக்கவைத்த விஷயம், பிளேக் எப்போது முடியும் என்று சுல்தானிடம் சொல்வது என்பதுதான். தினசரி பலி எண்ணிக்கையைக் கணக்கிடுவதில் தொடங்க வேண்டும் என்று நான் சொன்னதை ஹோஜா ஏற்றுக்கொண்ட மாதிரி தெரியவில்லை. சுல்தானிடம் கேட்டு இந்தப் புள்ளி விபரத்தைப் பெற்றுவிடலாம் என்பதை ஒப்புக்கொண்டான். ஆனால் எதற்காகக் கேட்கிறோம் என்று வெளிப்படையாகச் சொல்லாமல் வேறு ஏதாவது காரணம் சொல்லிப் பெறவேண்டும். இதில் உள்ள சிக்கல் எனக்குக் கணிதம் அவ்வளவாக வராது. ஆனால் வேறு வழியில்லை. எங்கள் கைகள் கட்டப்பட்டிருக்கின்றன.

அடுத்தநாள் காலை அவன் அரண்மனைக்குச் செல்ல, நான் பிளேக் பாதித்த நகர்ப்பகுதிக்குச் சென்றேன். முன்பைப் போலவே இப்போதும் பிளேக்கைக் கண்டு பயமிருந்தாலும், சாதாரண மக்களின் அலைமோதும் ஆர்வ அலைச்சலும், உலகிலிருந்து எதையாவது, எவ்வளவு சிறிதாக இருந்தாலும், வாங்கிக் கொண்டேயிருப்பதில் காட்டுகின்ற துடிப்பும், என் தலையைச் சுற்ற வைத்தது. அது ஒரு குளிர்ந்த காற்றோட்டமான தினம். இறந்தவர்களுக்கும் இறந்துகொண்டிருப்பவர்களுக்கும் இடையே அலையும்போது, இந்தளவுக்கு வாழ்க்கையை நேசித்து எனக்கு வருடங்களாகிவிட்டது என்று தோன்றியது. மசூதிகளின் முற்றங்களுக்குச் சென்று சவப்பெட்டிகளை எண்ணிப்பார்த்து காகிதத்துண்டில் குறித்துக் கொண்டேன். பல்வேறு நகர்ப்பகுதிகளுக்குச் சென்று அங்கே பார்த்ததற்கும் பலி எண்ணிக்கைக்கும் ஏதாவது தொடர்பிருந்தால் அதனை நிறுவ முயன்றேன். எல்லா வீடுகளிலும், மனிதர்களிடமும், ஜனக்கூட்டத்திலும், அந்த உற்சாகத்திலும், சோகத்திலும், குதூகலத்திலும் ஓர் அர்த்தத்தைக்

கண்டுபிடிப்பது எளிதாக இருக்கவில்லை. மேலும் என் கண்கள், அவர்களுடைய வாழ்க்கை முறையை, மகிழ்ச்சியை, ஆதரவின்மையை, குடும்ப உறுப்பினர்களோடும் நண்பர்களோடும் அவர்களுடைய சொந்த வீடுகளில் வாழ்ந்தவர்கள் பிறரிடம் காட்டிய உதாசீனத்தைப் பதிவு செய்து கொண்டிருந்தன.

மதியம் நெருங்கும்போது தங்கக் கொம்பு ஜலசந்தியின் மறுகரையான காலதாவின் ஐரோப்பியப் பகுதிக்குச் சென்றேன். உற்சாக மனிதர்களும் சவ ஊர்வலங்களும் சுறுசுறுப்பாக இயங்கிக் கொண்டிருந்த கலவையான சூழலில், எளிய காபி கடைகள், படகுத் துறை என அலைந்தேன். கூச்சத்தோடு புகையிலை புகைத்தேன். எளிய உணவகம் ஒன்றில் பசியில்லாமல் அங்கே நிலைமையை அறிந்து கொள்வதற்காகவே உண்டேன். கடைத்தெருவில் சுற்றினேன். பார்த்த எல்லா விவரங்களையும் மனதில் பதித்து ஒரு முடிவுக்கு வர முயன்றேன். மாலை மங்கிய பின்பு, சோர்ந்து வீடு திரும்பினேன். ஹோஜாவிடம் அரண்மனைச் செய்திகளைக் கேட்டேன்.

திட்டமிட்டபடியே காரியங்கள் சரியாக நடந்தன: நாங்கள் கண்டுபிடித்துச் சொன்ன கதை சுல்தானை ஆழமாகவே பாதித்திருக்கிறது. பிளேக் என்பது மனித உருக்கொண்டு அவரை ஏமாற்றி ஆக்கிரமிக்க முயலும் ஒரு பிசாசு என்பதை சுல்தான் மனதளவில் ஏற்றுக் கொண்டார். அந்நியர்களை அரண்மனைக்குள் அனுமதிப்பதில்லை என முடிவெடுத்துவிட்டார். வருவோர் போவோரை கவனமாக மேற்பார்வையிட வேண்டும், தேவைப்படும்போது சோதித்துப்பார்க்க வேண்டுமென்று உத்தரவிட்டார். பிளேக் எப்போது அகலும் என்று சுல்தான் கேட்டதற்கு ஹோஜா அவிழ்த்துவிட்ட கதை ஒரு சூறாவளியையே கிளப்பிவிட்டது. சுல்தான் கண்கலங்க, மரணதேவதை அஸ்ரேல் தன் கண்ணுக்குத் தெரிவதாகவும், குடிகாரனைப்போல நகரமெங்கும் அது அலைவதைத் தன்னால் உணரமுடிவதாகவும் அச்சத்தில் நடுங்கிக்கொண்டே தழுதழுத்தார். அஸ்ரேலின் பார்வை யார்மீது பதிகிறதோ அவர்களை இழுத்துக்கொண்டு போய்விடுகிறது என்று அவர் சொல்லிக் கொண்டிருந்தபோது ஹோஜா குறுக்கிட்டு, அது அஸ்ரேல் அல்ல, சாத்தான் என்றான். அது குடிகாரனல்ல, சூழ்ச்சிக்காரன் என்று விளக்கினான். நாங்கள் ஏற்கனவே திட்டமிட்டிருந்தபடி, சாத்தானின் மீது நாம் போர் தொடுப்பது தவிர்க்கமுடியாதது என்று அவரிடம் தெளிவாக்கினான். நகரைவிட்டு பிளேக் எப்போது அகலும் என்பதை அறிந்துகொள்ள வேண்டுமென்றால் சாத்தானின் நடமாட்டத்தை உன்னிப்பாக கவனித்தாகவேண்டும் என்று சொல்லிவிட்டு, "தங்களுடைய பரிவாரத்திலேயே பிளேக்கை ஒழிக்க எடுக்கும் நடவடிக்கைகள் இறைவனுக்கு எதிரானவை, என்று சொல்பவர்கள் இருக்கிறார்கள்," என்றான். சுல்தான் அதைப் பொருட்படுத்தாமல், அவருடைய வளர்ப்பு மிருகங்களான வல்லூறுகள், பருந்துகள், சிங்கங்கள், குரங்குகள் போன்றவற்றை பிளேக் தாக்குமா என்று கேட்டார். ஹோஜா அதற்கு உடனே, "பிசாசு மனிதர்களிடம் மனித ரூபத்திலும், மிருகங்களிடம் சுண்டெலி ரூபத்திலும் வருகிறது," என்றான். சுல்தான், பிளேக்கால்

பாதிக்கப்படாத நகர்பகுதியிலிருந்து ஐநூறு பூனைகளை உடனடியாக பிடித்துக்கொண்டு வரவேண்டுமென்று உத்தரவிட்டு, ஹோஜாவிடம் அவனுக்கு எவ்வளவு ஆட்கள் தேவைப்படுமோ வழங்கப்படும் என்றார்.

எங்களுக்கு வழங்கப்பட்ட பனிரெண்டு ஆட்களையும் நகரின் நான்கு மூலைகளுக்கும் அனுப்பினோம். ஒவ்வொரு வட்டாரத்திலும் தீவிரமாகக் களஆய்வு செய்து, இறப்புக் கணக்கையும் அங்கே கண்ணுற்ற எல்லாவற்றையும் எங்களிடம் வந்து தெரிவிக்கவேண்டுமென்று உத்தர விட்டோம். இஸ்தான்புல் நகர வரைபடத்தைப் புத்தகங்களைப் பார்த்து குத்துமதிப்பாக நானே வரைந்து மேசைமீது விரித்தேன். இரவில் அச்சமும் மகிழ்ச்சியும் கலவையாக பீடித்திருக்க அந்த வரைபடத்தில் பிளேக் பரவியுள்ள இடங்களில் அடையாளக் குறியிட்டு, சுல்தானிடம் சமர்ப்பிக்கப்பட வேண்டிய ஆய்வுமுடிவுகளைத் தொகுப்போம்.

முதலில் எங்களுக்கு நம்பிக்கை ஏற்படவில்லை. சூழ்ச்சிக்கார பிசாசைப் போல இல்லாமல், ஓர் இலக்கற்ற நாடோடி போல பிளேக் நகரத்தைச் சுற்றி வந்து கொண்டிருந்தது. ஒருநாள் அக்ஸாரே வட்டாரத்தில் நாற்பது பேரை பலிவாங்கியது.

அடுத்தநாள் எதிர்க்கரையில் ஜிஹாங்கீரின் டோஃபேன் பகுதியிலிருந்த ஃபதீஹ் என்ற இடத்தைத் தாக்கியது. அதற்கு மறுநாள் இந்த இடங்கள் எதையும் அது தொடவில்லை. பிறகு ஸெய்ரெக் வழியாக தங்கக்கொம்பு ஜலசந்திக்கெதிரே எங்கள் வட்டாரத்துக்குள் நுழைந்து இருபது பேரின் உயிரை விழுங்கியது. இந்த பலி எண்ணிக்கையிலிருந்து எந்த முடிவுக்கும் எங்களால் வர முடியவில்லை. ஒருநாள் *500* பேர், அடுத்த நாள் நூறு. இந்த ஆராய்ச்சியிலேயே கணிசமான நேரத்தை விரயம் செய்தபிறகு, பிளேக் மரணங்கள் நிகழ்ந்த இடத்தை அறிந்து கொள்வதைவிட முக்கியமானது, அந்நோய் எந்த இடத்திலிருந்து தொற்றிக் கொண்டது என்பதைக் கண்டுபிடிப்பதே என முடிவுக்கு வந்தோம். சுல்தான் ஹோஜாவை மீண்டும் அழைத்தார். அவரிடம் ஹோஜா என்ன பேசவேண்டுமென்று தீவிரமாக யோசித்தோம். ஜனநெரிசல் மிக்க அங்காடிப் பகுதிகளில், கடைத்தெருக்களில், மக்கள் நெருக்கமாக உட்கார்ந்து கதையளக்கிற காபி கடைகளிலிருந்துதான் பிளேக் பரவுகிறது என்று சொல்லவேண்டுமென முடிவெடுத்தோம். ஹோஜா கிளம்பிச்சென்றான். மாலை திரும்பினான்.

ஹோஜா திட்டமிட்டபடியே பேசியிருக்கிறான். சுல்தான், "நாம் என்ன செய்யவேண்டும்?" என்று கேட்டிருக்கிறார். அங்காடிப் பகுதிக்கும், நகரத்துக்கும் வந்து செல்லும் சாலைகளில் போக்குவரத்தை வலுக் கட்டாயமாகக் குறைத்தாக வேண்டும். படைவீரர்களை இதற்குப் பயன்படுத்திக்கொள்ளலாம். இதைச் சொன்னதும், அரசவையின் அசடுகள் உடனே எதிர்ப்பைக் கிளப்பியிருக்கின்றன. அங்காடிப் பகுதிக்கான வழியை மூடிவிட்டால் நகர மக்கள் எப்படி சமைக்கமுடியும்? வியாபாரம் நின்றுவிட்டால் வாழ்க்கையை எப்படி நடத்துவது? பிளேக் வியாதி மனித உருவில் அலைந்து கொண்டிருக்கிறது என்ற செய்தி பரவினால் இறுதித் தீர்ப்புநாள் வந்துவிட்டதென்று மனிதர்கள் கட்டுப்பாட்டை இழந்து பொருட்களை சூறையாடிவிட மாட்டார்களா? பிளேக் சாத்தான் நடமாடும்

பகுதியில் யாரும் சிறையில் இருக்க விரும்பமாட்டார்கள். உள்நாட்டுக் கலகம் ஏற்பட்டுவிடுமே என்றெல்லாம் பீதியைக் கிளப்பியிருக்கிறார்கள். "அவர்கள் சொல்வது உண்மைதான்" என்றான் ஹோஜா. அந்த நேரத்தில் மூடன் ஒருவன், கலகக் கும்பலை அடக்குமளவுக்கு நம்மிடம் படைபலம் இருக்கவேண்டுமே என்று உளற, சுல்தான் கோபத்தில் வெடித்திருக்கிறார். "எனது படைபல பராக்கிரமத்தை யாராவது சந்தேகித்தால், அவர்கள் தலை துண்டிக்கப்படும்" என்று அவர் சப்தமிட, அனைவரும் அச்சத்தில் உறைந்து விட்டனராம். அதே வேகத்தோடு ஹோஜா பரிந்துரைத்த எல்லாவற்றிற்கும் ஒப்புதல் அறித்துவிட்டாராம். ஒப்புதல் அளிப்பதற்கு முன் அவருடைய நெருங்கிய அமைச்சரவை சகாக்களைக் கேட்டுத்தான் முடிவெடுக்க வேண்டும் என்றாராம். அரசவைச் சோதிடர் ஸித்கி எபெண்டிக்கு ஹோஜாவின் மேல் எப்போதுமே காழ்ப்பு. பிளேக் எப்போது அகலும் என்ற கேள்விக்கு மட்டும் அவன் பதிலளிக்கவில்லையே என்று சுல்தானின் முன்னிலையிலேயே நினைவூட்டியிருக்கிறார். சுல்தான் ஒப்புதலை ரத்து செய்துவிடுவாரோ என்ற பயத்தோடு, ஹோஜா அடுத்தமுறை வரும்போது கால அட்டவணையோடு வருவதாக உறுதியளித்துவிட்டு வந்திருக்கிறான்.

மேசை மீது விரிக்கப்பட்டிருந்த வரைபடத்தில் அடையாளக்குறிகளையும் உருவச் சின்னங்களையும் நிரப்பினோம். ஆனால் நகரத்தில் பிளேக் பரவுகின்ற முறைக்கு தர்க்க பூர்வமான ஒழுங்கு ஏதும் இருப்பதாகத் தெரியவில்லை. இதற்குள் சுல்தான் படைவீரர்களை போக்குவரத்தைக் கட்டுப்படுத்த அனுப்பிவிட்டிருந்தார். மூன்று நாட்களுக்கு மேலாக ஜானிஸரிகள் அங்காடிப் பகுதி நுழைவாயில்களிலும் தெருமுனைகளிலும், பகுதிதுறைகளிலும் மக்களை நிறுத்தி, "நீங்கள் யார்? எங்கே செல்கிறீர்கள்? எங்கிருந்து வருகிறீர்கள்?" என்று விசாரணை செய்து கொண்டிருந்தனர். இந்த விசாரணை வெறுமனே வெட்டியாகச் சுற்றிக் கொண்டிருப்பவர்களையும், பயந்த ஆசாமிகளையும் வீட்டுக்குத் திருப்பி அனுப்பிவைத்து நோய்ப் பரவலிலிருந்து அவர்களைக் காத்தது. பெரிய கடைத்தெருவிலும் உன்காபியிலும் ஜனநடமாட்டம் இதனால் குறைந்ததும், கடந்த ஒரு மாதமாக நாங்கள் சேகரித்த பலி எண்ணிக்கை புள்ளி விபரத்தோடு தற்போதைய நிலைமையை ஒப்பிட்டு, சுவரில் ஒட்டிவைத்தோம். ஹோஜாவுக்கு இந்தச் செயல்முறையில் அதிகம் நம்பிக்கையில்லை. பிளேக் ஏதோவொரு ஒழுங்குமுறையில் பரவும் என்ற நம்பிக்கையில் வீணாகக் காலத்தைக் கழித்துக் கொண்டிருப்பதாக நினைத்தான். அறிவியல் முறைப்படி கண்டுபிடிக்கிறோமோ இல்லையோ, நம் தலைகளைக் காப்பாற்றிக் கொள்வதற்காக, சுல்தானின் கவனத்தைத் திருப்பும் வகையில் ஏதோவொரு கற்பனைக் கோட்பாட்டை கண்டுபிடித்துச் சொல்லவேண்டும் என்றான்.

இதே நேரத்தில் வணிக இசைவாணை முறையும் அமலுக்கு வந்தது. ஆகா என்றழைக்கப்பட்ட ஜானிஸரிகளின் தளபதி, அத்தியாவசியப் பணிகளுக்காக நகருக்குள் தினமும் பிரவேசிக்க வேண்டியிருப்பவர்களுக்கு அனுமதிச் சீட்டுகளை வழங்கிக் கொண்டிருந்தார். பலி எண்ணிக்கையில் ஓர் ஒழுங்குமுறை தென்படுவதை முதல்முறையாக நான் கண்டறிந்த வேளையில், இசைவாணை வழங்குவதற்காக அவர் ஏராளமான பணத்தை

வசூலித்துக் கொண்டிருக்கும் தகவலும் எங்களுக்குக் கிடைத்தது. சிறு வணிகர்கள் பணம் கொடுக்கமுடியாமல் திரும்பிவிடுகிறார்கள் என்றும், அவர்களெல்லோரும் சேர்ந்து கலகம் செய்யத் திட்டமிடுகிறார்கள் என்றும் செய்தி வந்தது. கொப்ரூலு என்ற சேனாதிபதி இந்தச் சிறுவணிகர்களின் உதவியோடு கலகத்துக்குத் திட்டமிடுவதாக ஹோஜா சொல்லிக் கொண்டிருந்தபோது நான் குறுக்கிட்டு, பிளேக் பரவும் விதத்தை கண்டுபிடித்திருப்பதை விளக்கினேன். புற நகர்ப் பகுதிகளிலும் வறிய வட்டாரங்களிலும் பலி எண்ணிக்கை தற்போது குறைந்திருப்பதைச் சுட்டிக்காட்டினேன்.

நான் சொன்னது எதுவும் அவனைத் திருப்திப்படுத்தவில்லை. ஆனால் கால அட்டவணையைத் தயாரிக்கும் வேலையை மட்டும் என்னிடம் தந்துவிட்டான். சுல்தானின் கவனத்தைத் திருப்புவதற்காகக் கதை ஒன்றை எழுதியிருப்பதாகச் சொன்னான். அர்த்தமற்ற கதை அது. அதிலிருந்து யாரும் எந்த முடிவுக்கும் வரமுடியாது. சில நாட்கள் கழித்து, “எந்தவொரு நீதியையும் அறிவுறுத்தாத, எவ்வித அர்த்தமும் இல்லாத, ஆனால் படிக்கும் போதும், படிப்பதைக் கேட்கும்போதும் சுகமாக உணரவைக்கக்கூடியதாக ஒரு கதையை நம்மால் உருவாக்க முடியுமா?” என்று கேட்டான். “சங்கீதத்தைப் போலவா?” என்றேன். ஹோஜாவின் முகத்தில் வியப்பு தெரிந்தது. ஒரு சிறப்பான சிறுகதை என்பது தேவதைக் கதையைப் போல கபடமின்றித் தொடங்கி, துர்கனவினைப் போல நடுப்பகுதியில் அச்சுறுத்தி, பிரிவில் முடியும் காதல் கதையைப்போலச் சோகமாக முடியவேண்டும் என்று பேசிக்கொண்டோம். அரண்மனைக்கு அவன் செல்வதற்கு முதல் நாளிரவு சந்தோஷமாக அரட்டை அடித்துக்கொண்டே, வேலையை அவசரமாகச் செய்தோம். அடுத்த அறையில் எங்கள் நண்பனான இடதுகை எழுத்தோவியன் கொஞ்ச நாட்களுக்கு முன்பு ஹோஜா முடிக்காமல் அரைகுறையாக விட்டுவைத்திருந்த கதையை அழகாகப் படியெடுத்துக் கொண்டிருந்தான். விடியும் தறுவாயில், என் கையிலிருந்த சொற்ப புள்ளி விபரங்களின் அடிப்படையில், இவ்வளவு நாட்களாக ஆய்வு செய்து ஒருவாறாக உருவாக்கிய கோட்பாட்டின்படி, பிளேக் தனது கடைசி உயிர்ப்பலிகளை அங்காடிப் பகுதியில் நிகழ்த்திவிட்டு, இன்னும் இருபது நாட்களில் நகரைவிட்டு அகன்றுவிடுமென்று முடிவாக எடுத்துரைத்தேன். இப்படியான முடிவுக்கு எப்படி வந்து சேர்ந்தேன் என்று ஹோஜா கேட்கவில்லை. ஆனால் மீட்சிக்கான தினம் வெகுதொலைவில் உள்ளது என்று மட்டும் கூறினான். அந்தக் கால அட்டவணையை இரண்டு வார அளவுக்கு மாற்றி, அக்காலகட்டத்தை மற்ற புள்ளி விபரங்களைக் கொண்டு மூடி மறைக்கும்படி அறிவுறுத்தினான். இதெல்லாம் சரிப்படுமா என்று சந்தேகமாக இருந்தாலும் அவன் சொன்னபடியே செய்தேன். ஹோஜா உடனடியாக அந்தக்கால அட்டவணையின் சில நாட்களின் மீது செய்யுள் வடிவில் ஆண்டுக்குறி வாய்ப்பாடுகளைப் புனைந்தான். தனது பணியை முடிக்கும் தறுவாயிலிருந்த எழுத்தோவியனின் கையில் அதைத் திணித்து சேர்க்கச் சொன்னான். இச்செய்யுள்களுக்குச் சில சித்திரங்களை வரைந்து தரும்படி என்னிடம் சொன்னான். மதியம் நெருங்கும்போது அவனுக்கு எரிச்சலும் சோர்வும் அச்சமும் அதிகரித்திருந்தன. அந்த ஆய்வறிக்கைக்கு அவசர அவசரமாக நீலநிறக் கண்ணாடித்தாளில்

அட்டை போட்டுக்கொண்டு, "இந்தக் கால அட்டவணையைவிட, என் கதையில் வரும் கொக்குகள், பறக்கும் எருதுகள், சிவப்பெறும்புகள், பேசும் குரங்குகளின் மீது அதிக நம்பிக்கை வைத்திருக்கிறேன்," என்றபடி அரண்மனைக்குக் கிளம்பினான்.

மாலை திரும்பி வந்தபோது பூரிப்பின் உச்சத்தில் இருந்தான். அவனது கணிப்பை சுல்தானிடம் நிரூபிக்கத் தேவைப்பட்ட அந்த மூன்றுவார காலத்திலும் அவனது உற்சாகம் நீடித்திருந்தது. முதலில் "எதுவேண்டுமானாலும் நடக்கலாம்" என்று சொல்லியிருந்தான். முதல் நாளில் அந்தளவுக்கு நம்பிக்கை இல்லை. அவனது கதையை இளைஞன் ஒருவன் அழகான குரலில் படித்துக்காட்ட, சுல்தானைச் சுற்றியிருந்தவர்கள் எள்ளி நகையாடிக் கொண்டிருந்தார்கள். இவ்வாறு கதையை வாசிக்க ஏற்பாடு செய்ததே ஹோஜாவை அவனமானப்படுத்தி, சுல்தானுக்கு அவன் மீதிருக்கும் அபிமானத்தைக் குலைப்பதற்காகத்தான். ஆனால் மாமன்னர் அவர்களைக் கண்டித்து, அமைதிகாக்கக் கட்டளையிட்டார். ஹோஜாவிடம் திரும்பி, இரண்டு வாரங்களில் பிளேக் அகன்றுவிடும் என்று எந்த சமிக்ஞைகளை வைத்துக் கூறுகிறாய், என்றார். அதற்கு, "என் கதையிலேயே அவற்றிற்கான சங்கேதக் குறிகள் அடங்கியிருக்கின்றன," என்றான். "ஆனால் யாருக்கும் அவற்றைப் புரிந்துகொள்ளத் தெரியவில்லை," என்றும் அரசவையினரின் பக்கம் திரும்பிச் சொல்லிவிட்டு, சுல்தானை மகிழ்விக்கும் முகமாக, டிராப்ஸானிலிருந்து கப்பலில் தருவிக்கப்பட்டு, அரண்மனைத் தாழ்வாரங்களிலும், அறைகளிலும் திரிந்து கொண்டிருந்த பல்வேறு நிறப் பூனைகளின் அழகை வர்ணித்தான்.

அடுத்த நாள் அரண்மனைக்கு அவன் வந்தபோது, அரசவையினர் இரண்டு குழுக்களாகப் பிரிந்திருந்தனர். அரசவைச் சோதிடர் ஸித்கி எபெண்டி தலைமையில் இருந்த குழுவினர், நகரத்தில் போடப்பட்டிருக்கும் எல்லா தடையுத்தரவுகளையும் நீக்கவேண்டும் என்ற கருத்தில் இருந்தனர் இன்னொரு குழுவினர் ஹோஜாவின் கருத்தோடு ஒத்திருந்தனர். "இந்நகரம் சுவாசிக்காமல் கூட இருப்பது உசிதமானது. உலவிக்கொண்டிருக்கும் பிளேக், சுவாசத்தோடு சேர்ந்து நமக்குள் போய்விடக்கூடாது," என்றனர். பலி எண்ணிக்கையைக் குறித்துக் கொண்டிருந்த எனக்கு ஒவ்வொரு தினமும் மரணங்கள் குறைந்து வருவது நம்பிக்கையளித்தது. ஆனால் ஹோஜா இன்னமும் கவலையோடு இருந்தான். முதல் குழுவினர் கோப்ரூலுவோடு ரகசிய ஒப்பந்தம் செய்துகொண்டு புரட்சிக்குத் தயாராகி வருவதாகக் கிசுகிசுக்கப்பட்டது. அவர்களுடைய நோக்கம் பிளேக்கை ஒழிப்பதல்ல; அதிகாரத்துக்கான போட்டியாளர்களை வீழ்த்தி ஆட்சியைப் பிடிப்பது, என்றான்.

முதல் வார இறுதியில் சாவு எண்ணிக்கை கணிசமாகக் குறைந்திருந்தது. எனது கணக்கீடுகளின்படி இந்தத் தொற்றுநோய் இன்னும் ஒரு வாரகாலத்தில் முடிவுக்கு வருமென்று தோன்றவில்லை. எனது காலக்கணக்கை ஹோஜா திருத்தியளித்ததற்காக அவனிடம் குறைப்பட்டுக்கொண்டிருந்தேன். ஆனால் அவன் நம்பிக்கையோடிருந்தான். சேனாதிபதியைப் பற்றி வந்துகொண்டிருந்த வதந்திகள் நின்றுவிட்டன என்று உற்சாகத்தோடு தெரிவித்தான். எல்லாவற்றிற்கும் மேலாக கோப்ரூலு சதிவேலைகளில்

ஈடுபட்டிருக்கிறார் என்ற செய்தியை ஹோஜாவின் ஆதரவாளர்கள் எல்லா இடங்களிலும் பரப்பிவிட்டார்களாம். ஆனால் சுல்தானோ, இந்த சூழ்ச்சி, கீழறுப்பு திட்டங்களைக் கேள்விப்பட்டு மிரண்டு, மன அமைதிக்காகப் பூனைகளோடு விளையாடிக் கொண்டிருக்கிறாராம்.

இரண்டாம் வாரம் முடிவுக்கு வரும்போது, பிளேக்கைவிட முன்னெச்சரிக்கை நடவடிக்கைகளால் நகரம் மூச்சுத் திணறிக்கொண்டிருந்தது. ஒவ்வொரு நாளும் பலியாகிறவர்களின் எண்ணிக்கை குறைந்து கொண்டே வந்தாலும், இந்தப் புள்ளி விபரக் கணக்கைப் பராமரித்துவந்த எங்களைப் போன்ற சிலருக்குத்தான் இந்த உண்மை புரிவதாக இருந்தது. பெரிய பஞ்சம் நாட்டில் வெடித்திருப்பதாகவும் வதந்தி ஒன்று இடையில் கிளம்பியது. பெருமைவாய்ந்த இஸ்தான்புல் மாநகரம் வெறிச்சோடி காணப்பட்டது. இதையெல்லாம் ஹோஜாதான் என்னிடம் சொல்லிக் கொண்டிருந்தான். நான் வெளியே தலை காட்டவேயில்லை. பிளேக் அச்சுறுத்தலால் நெரிக்கப்பட்டு, தமது மரணதண்டனை ஒத்திவைப்பாணைக்காகக் காத்துக் கொண்டிருப்பவர்களின் கையறு நிலையை, மூடிய சன்னல்களுக்கும் முற்றத்துக் கதவுகளுக்கும் பின்னால் அடைந்து கிடக்கின்ற மக்களின் பீதியை ஒருவனால் எளிதாகப் புரிந்துகொள்ள முடியும். அரண்மனைக்குள்ளேயும் எதிர்பார்ப்பு உச்சநிலையில் இருந்திருக்கிறது. ஏதாவது கோப்பை தரையில் விழுந்தாலோ, அல்லது யாராவது உரக்க இருமினாலோ அரசவை அதி மேதாவிகளுக்கு மூக்கில் வியர்த்துவிடும். “சுல்தான் அவர்கள் இன்று என்ன முடிவு எடுக்கிறார் என்று பார்க்கலாம்” என்று கிசுகிசுப்பார்கள். அவர்கள் எல்லோருக்குமே ஏதோவொன்று நடக்க வேண்டும் என்ற ஏக்கம் இருந்தது. இந்த விரக்தி மனநிலை ஹோஜாவையும் பாதிப்பதாக இருந்தது. சுல்தானிடம் சென்று தனது கணிப்புகள் சரியாகவே இருப்பதாகவும், பிளேக் சிறிதுசிறிதாக விலகி வருவதாகவும் விளக்கியிருக்கிறான். ஆனாலும் சுல்தான் சமாதானம் அடைந்ததாகத் தெரியவில்லை என்பதால் ஹோஜா உடனே சுல்தானின் வளர்ப்பு மிருகங்களைப்பற்றிப் பேசத் தொடங்கிவிட்டானாம்.

இரண்டு நாட்கள் கழித்து, மசூதியில் எடுத்த புள்ளிவிபரத்தின்படி அக்கொடிய தொற்றுநோய் முற்றிலுமாகப் பின்வாங்கிவிட்டது என்று நிரூபணம் ஆனாலும், அந்த வெள்ளிக்கிழமையன்று ஹோஜா அதிகம் சந்தோஷப்பட்டது வேறு விஷயத்திற்காக. அதிருப்தியுற்றிருந்த வணிகர்கள் சிலர் அன்று தெருக்களில் காவலுக்கு இருந்த ஜானிஸரி வீரர்கள் சிலரைத் தாக்கியிருக்கின்றனர். வேறொரு பகுதியில், முன்னெச்சரிக்கை நடவடிக்கைகளை எதிர்த்து வந்த சில ஜானிஸரி வீரர்களே கலகத்தில் ஈடுபட்டிருக்கின்றனர். மசூதிகளில் போதித்துவந்த இரண்டு முட்டாள் இமாம்களையும், கலவரம் நடந்தால் கடைகளை உடைத்து அகப்பட்டதைக் கொள்ளையடிக்கலாம் என்ற ஆசையிலிருந்த சில தெருப்பொறுக்கிகளையும், பிளேக் என்பது இறைவனின் செயல், அதனை ஒழிக்க முற்படுவது இறைவனின் செயல்பாட்டில் குறுக்கிடும் பாவச் செயலாகும் என்று பிதற்றிக் கொண்டிருந்த சில சோம்பேறிகளையும் அந்தக் கலக ஜானிஸரிகள் சேர்த்துக்கொண்டு கலவரத்தில் ஈடுபட்டிருக்கிறார்கள். நிலைமை மோசமாவதற்குள் இக்கலகம் அதிகாரத்தின் இரும்புக் கரங்களால்

அடக்கப்பட்டிருக்கிறது. உடனடியாகக் கூட்டப்பட்ட விசாரணையில் இமாம் ஷேக் அவர்கள் இருபது பேருக்கு மரணதண்டனை விதித்தார், அது உடனே நிறைவேற்றவும்பட்டது. இந்தச் சம்பவங்கள் முக்கியமானவை என்று காட்ட அந்தத் தண்டனை விதிக்கப்பட்டிருக்கலாம். ஹோஜாவுக்கு இதில் பெரு மகிழ்ச்சி.

அடுத்தநாள் மாலை அவன் தனது வெற்றியை அறிவித்தான். இனி அரண்மனையில் உள்ள யாரும் முன்னெச்சரிக்கை நடவடிக்கைகளை விலக்க வேண்டும் என்று இனி புகார் சொல்ல முடியாது. ஜானிஸரிகளின் தளபதி ஆகாவை அரசவைக்கு வரவழைத்தபோது, அவர் அரண்மனைக்குள்ளேயே கலகக்காரர்கள் இருந்ததைக் குறிப்பிட, சுல்தானுக்குக் கோபம் பொங்கியது. ஹோஜாவுக்கு எதிராக செயல்பட்டுவந்த இந்தக் கும்பல் கௌதாரிக் கூட்டத்தைப்போல சிதறி ஓடியது. இந்தக் கூட்டத்துக்குத்தான் கோப்ரூலு தலைமைவகித்ததாக முன்பு பேச்சு இருந்தது. இப்போது மாறிய சூழ்நிலையில் அவரே இந்தக் கலகக்காரர்களைக் கடுமையாகத் தண்டிக்கப் போகிறார் என்று பேசிக் கொண்டிருந்தார்கள். சுல்தான் இந்தப் பிரச்சனையில் முடிவெடுத்ததே தன்னால்தான் என்று ஹோஜா குதித்துக் கொண்டிருந்தான். கலகத்தை அடக்கியவர்கள் சுல்தானிடம் வந்து பிளேக் போய்விட்டது என்று பேருவகையுடன் தெரிவித்துக் கொண்டிருந்தார்களாம். அவர்கள் சொன்னது உண்மைதான். சுல்தான் அவர்களும் இதற்கு முன் ஒருபோதும் யாரையும் பாராட்டாத அளவுக்கு ஹோஜாவுக்குப் புகழ்மாலை சூட்டினாராம். ஆப்பிரிக்காவிலிருந்து வாங்கிவந்த அவரது வளர்ப்புக் குரங்குகளை, அவற்றை அடைத்து வைக்க அவரே வடிவமைத்துக் கொடுத்தக் கூண்டுகளை அவனுக்குப் பெருமையாகக் காட்டினாராம். அந்தக் குரங்குக் கூண்டுகள் அருகே வீசிய துர்நாற்றமும், அந்தக் குரங்குகளின் சகிக்கமுடியாத சேட்டைகளும் தனக்கு மிகவும் அருவறுப்பாக இருந்ததாகச் சொன்னான். மாமன்னர் அவனிடம் கிளிகளைப்போல இந்தக் குரங்குகளைப் பேசுவதற்குப் பழக்க முடியுமாவென்று கேட்டாராம். பின்னர் தனது பரிவாரங்களை நோக்கி, இனி அவர் எங்கு சென்றாலும் ஹோஜா கூடவே வரவேண்டும் என்று உத்தரவிட்டபின், அவன் தயாரித்தளித்த காலஅட்டவணை மிகச்சரியாகத் தயாரிக்கப்பட்டிருக்கிறது என்று வெளிப்படையாகப் பாராட்டினாராம்.

ஒரு மாதம் கழித்து, ஒரு வெள்ளிக்கிழமை ஹோஜா அரசவை சோதிடராக நியமிக்கப்பட்டான். ஆனால் அவன் அந்தப் பதவியைவிட பெரிய அந்தஸ்துக்குத் தன்னை உயர்த்திக்கொண்டான். பிளேக் ஒழிந்ததற்கு இறைவனிடம் நன்றி தெரிவிக்க சுல்தான் தனது பரிவாரங்களுடன் ஹாஜியா சோபியாவுக்குச் சென்றபோது சுல்தானுக்கு நேர்ப்பின்னால் ஹோஜா இருந்தான். ஊரடங்கு போல விதிக்கப்பட்டிருந்த கட்டுப்பாடுகளை நீக்கிவிட்டதால் மொத்த நகரமும் சுல்தானின் ஊர்வலத்தில் கலந்து கொண்டது. அக்கூட்டத்தில் நானும் இருந்தேன். குதிரை மீதமர்ந்திருந்த மாமன்னர் எங்களைத் தாண்டிச் செல்கையில் மக்கள் உற்சாகக் குரலெழுப்பினர். உடனே தள்ளுமுள்ளும் தொடங்கியது. மக்கட்திரள் ஒரு பேரலைபோல எழும்பி முன்னகர, ஜானிஸரிகள் எங்களை வலுக்கட்டாயமாகப் பின்னுக்குத் தள்ளினார்கள். சுயமுயற்சி

இல்லாமலேயே நான் பின்னால் செலுத்தப்பட்டேன். ஒரு மரத்தில் முதுகு மோதி நிற்க, ஒரு கணம் மக்கட்கூட்டம் என்னை நசுக்கிப் பிழிந்தது. முழுபலத்தோடு விடுவித்துக்கொண்டு முன்னால் முட்டிமோதிக் கொண்டு நுழைந்தேன். திடீரென என்னெதிரே ஹோராஜா கடந்து சென்று கொண்டிருந்தான். நான்கைந்து தப்படி தூரத்தில் முகத்தில் பரிபூர்ண நிறைவும் மகிழ்ச்சியும் நிரம்பியிருந்தது. என்னைத் தெரியாதவன்போலப் பார்வையைத் திருப்பிக் கொண்டு விரைந்தான். அந்த மகத்தான உற்சாகப் பெருங்கூச்சலில், எங்கெங்கும் விரவியிருந்த குதூகலத்தில், ஹோராஜா உண்மையிலேயே என்னை கவனிக்கவில்லை என்று நம்பினேன். அந்நேரத்தில் முழுபலத்தோடு குரலெழுப்பிக் கூப்பிட்டிருந்தால் நான் இருப்பதைக் கவனித்து, கூட்டத்திலிருந்து என்னைக் காப்பாற்றி, அந்த வெற்றி ஊர்வலத்தில், அதிகார வரிசையில் எனக்கும் ஓர் இடம் தந்திருப்பான் என்றே எனக்குள் சொல்லிக்கொண்டேன். இந்த வெற்றியில் எனக்கொரு பங்கைப் பெற்றுக்கொள்வதற்காகவோ, அல்லது எனது பணிக்காக ஏதேனும் ஒரு பரிசை வாங்கிக்கொள்வதற்காகவோ நான் முட்டி மோதவில்லை. எனக்கு இருந்த நோக்கமே வேறு. நான் அவன் பக்கத்தில் இருக்கவேண்டும். ஹோராஜாவின் ஆளுமையாக இருந்தது நானே! எனக்கு அடிக்கடி வருகின்ற துர்க்கனவுகளில் போல நான் எனது நிஜ ஆளுமையிலிருந்து பிரிந்து, என்னை வெளியிலிருந்து பார்த்துக் கொண்டிருக்கிறேன். நான் உள்ளிருந்த இந்த வேறொரு மனிதனின் அடையாளத்தை அறிந்து கொள்வதற்குக்கூட எனக்கு விருப்பம் இல்லை. என்னுடைய ஆளுமை என்னை அடையாளம் கண்டுகொள்ளாமல் கடந்து சென்றதை நான் அச்சத்துடன் பார்த்துக் கொண்டிருந்தபோது, விரைவில் அவனோடு திரும்ப சேர்ந்துகொள்ள வேண்டும் என்பதுதான் என் விருப்பமாக இருந்தது. ஆனால் அப்போது ஒரு முரட்டுப் படைவீரன் முழுபலத்தோடு என்னைத்தள்ள, கூட்டத்தினர் மீது விழுந்தேன்.

8

பிளேக் விலகிய சில வாரங்களிலேயே, ஹோஜா அரசவைச் சோதிடராக உயர்த்தப்பட்டதுமல்லாமல், யாரும் எதிர்பாராத அளவுக்கு சுல்தான் அவர்களுடன் மிக நெருக்கமான உறவையும் வளர்த்துக்கொண்டான். அந்தச் சிறிய கலகம் உடனே ஒடுக்கப்பட்டுவிட்டாலும் கடும் அதிருப்தியிலிருந்த தலைமை சேனாதிபதி சுல்தானின் தாயார் அவர்களிடம் அவருடைய மகன் தன்னைச் சுற்றிச் சேர்த்துவைத்திருக்கும் அந்தக் கோமாளிகளை ஒழித்துக்கட்டியாக வேண்டுமென எடுத்துச் சொல்லியிருக்கிறார். அந்த மூடர் பரிவாரம்தான் சுல்தான் அவர்களுக்கு பிளேக் பற்றிய அசட்டுக் கருத்துகளைச் சொல்லி தவறாக வழிகாட்டி வந்தனவென்று வணிகர்களும் ஜானிஸரிகளும் கூட தெரிவித்திருந்தனர். முன்னாள் அரசவைச் சோதிடராகப் பதவியிலிருந்த ஸித்கி எஃபெண்டியும் அவருடைய கோஷ்டியினரும்கூட இந்தச் சதியில் பங்கு பெற்றிருந்தனர் என்று கண்டுபிடிக்கப்பட்டு அரண்மனையிலிருந்து வெளியேற்றப்பட்டனர். அவர்களில் சிலர் நாடு கடத்தப்பட்டனர். சிலருக்கு வேறு பதவி வெளியில் தரப்பட்டது. அரண்மனையில் அவர்கள் கவனித்து வந்த எல்லா வேலைகளும் இப்போது ஹோஜாவின் பொறுப்பில் விடப்பட்டன.

இப்போதெல்லாம் சுல்தான் தனது பல மாளிகைகளில் எந்தவொன்றில் அன்று தங்கியிருக்கிறாரோ அங்கு ஹோஜா தினமும் சென்று கொண்டிருந்தான். ஆலோசனைக்காக சுல்தான் ஒதுக்கியிருக்கும் நேரம் முழுதும் அவருடனேயே இருப்பான். வீட்டுக்குத் திரும்பி வந்ததும் வெற்றிப்பாதையில் பயணிக்கும் ஒருவனின் குதூகலத்தோடு அன்றைய தின நிகழ்வுகளை வர்ணிப்பான். ஒவ்வொரு நாளும் காலையில் அவன் ஆற்றவேண்டிய முதற்பணி, அவர் முந்தைய இரவு கண்ட கனவின் பொருளை ஆராய்ந்து விளக்குதல். ஹோஜா தனக்கிடப்பட்டிருக்கும் பணிகளிலேயே இதைத்தான் மிகவும் நேசிப்பதாகச் சொன்னான். சுல்தான் ஒருநாள் சோகத்தோடு

அன்றிரவு தனக்குக் கனவு எதுவுமே வரவில்லை என்றபோது, வேறு யாருடைய கனவையாவது பொருள் கண்டு விளக்கலாம் என்று யோசனை கூறியிருக்கிறான். சுல்தான் அதற்கு மகிழ்வோடு ஒப்புக்கொண்டிருக்கிறார். உடனே அரசவைக் காவலர்கள் நல்லதாகக் கனவு கண்ட ஒருவரைக் கண்டுபிடிக்க ஓடியிருக்கிறார்கள். அப்படி ஒருவரைக் கூட்டிவந்து மாமன்னரின் முன்னிலையில் தனது கனவை விவரிக்க வைக்க, ஹோஜா அதற்குப் பொருள் விளக்கம் அளித்தானாம். இந்நிகழ்ச்சிக்குப் பிறகு கனவுகளுக்குப் பொருள் விளக்கமளித்தல் தினமும் பின்பற்ற வேண்டிய நடைமுறையானது. மற்ற நேரங்களில் சுல்தானும் ஹோஜாவும் எர்குவான் மரங்களும், நெடிதுயர்ந்த பிளேன் மரங்களும் நிழலிட்ட சோலைகளில் உலா வந்தனர். படகுகளில் பாஸ்ஃபரஸ்ஸில் பயணித்தனர். அப்போதெல்லாம் சுல்தான் தனது வளர்ப்பு மிருகங்களைப்பற்றி ஹோஜாவிடம் விவாதிப்பார். நாங்கள் கற்பனையில் உருவாக்கிய ஜீவராசிகளைப்பற்றி பேச்சு நகரும். வேறுபல விஷயங்களைப்பற்றியும் அவர்கள் விவாதிப்பார்கள். அவற்றையெல்லாம் ஹோஜா வீட்டுக்கு வந்தவுடன் ஒப்பிப்பான்: பாஸ்ஃபரஸ்ஸில் நீரோட்டங்கள் இருப்பதற்கு என்ன காரணம்? எறும்புகளின் கட்டுக்கோப்பான பழக்க வழக்கங்களிலிருந்து நாம் கற்றுக்கொள்ள வேண்டிய பயனுள்ள பாடங்கள் எவை? இறைவனிடமிருந்து பெறுவதைத்தவிர, வேறு எங்கிருந்து தனது கவர்ந்திழுக்கும் சக்தியைக் காந்தக்கல் பெறுகிறது? எந்தவொரு ஒழுங்குமுறைக்கும் உட்படாமல் நட்சத்திரங்கள் அங்குமிங்கும் வானில் சிதறியிருப்பதில் ஏதேனும் முக்கியத்துவம் இருக்கிறதா? விசுவாசமின்மையைத் தவிர இந்த மிலேச்சர்களின் வழக்கங்களிலிருந்து கற்றுக்கொள்ள ஏதாவது இருக்கிறதா? எதிரி ராணுவத்தை பயத்திலும் கிலியிலும் சிதறியோட வைப்பதாக ஓர் ஆயுதத்தைக் கண்டுபிடிக்க இயலுமா? இவற்றிற்கெல்லாம் ஹோஜா பதிலளித்ததை சுல்தான் எவ்வளவு கவனமாகக் கேட்டார் என்று சொல்லிவிட்டு, மேசைக்கு விரைந்து, விலைமதிப்புள்ள கனத்த தாட்களில் அவன் மனதில் வடிவமைத்த ஆயுதத்தை வரைந்து காட்டுவான்: நீளமான குழலுடைய பீரங்கிகள், தாமே சுயமாக இயங்கி வெடிப்பதற்கான செயல்முறைகள், போர் இயந்திரங்கள், சாத்தானைப்போல பயங்கர உருவங்களைப் பொய்த் தோற்றமாக உருவாக்கி எதிரிகளை விரட்டும் ஒளியமைப்புச் சாதனங்கள் போன்றவற்றை வரைந்து, தன் மனதில் பிம்பங்களாக இருக்கும் இவையெல்லாம் விரைவில் நிஜமாகும் என்பான்.

இருந்தாலும் இந்தக் கனவுகளைத்தான் ஹோஜாவோடு பகிர்ந்து கொள்ளவேண்டுமென்று விரும்பினேன். அந்தப் பயங்கர நாட்களில் எங்களிடம் ஒரு விநோத சகோதரத்துவத்தை உண்டாக்கியிருந்த பிளேக்கின் மீதே எனது மனம் சுற்றிக்கொண்டிருந்தது அதனால்தானோ என்னவோ. ஹாஜியா ஸோஃபியாவில் இஸ்தான்புல் மொத்தமும் வந்து குழுமி, பிளேக்கிலிருந்து நகரை விடுவித்தமைக்காக நன்றி தெரிவித்துப் பிரார்த்தனை செய்திருந்தாலும் அந்த நோய் முற்றிலுமாக நகரைவிட்டு விலகியிருக்கவில்லை என்பதைக் கண்டேன். காலையில் வழக்கம் போல ஹோஜா சுல்தானின் அரண்மனைக்கு ஓடியபிறகு, நான் வெளியே வந்து ஊரெங்கும் சுற்றிக் கொண்டிருந்தேன். கண்ணில் தெரிகிற காட்சிகள் கவலையளிப்பதாகவே இருந்தன. குட்டையான

தூபிகள் கொண்ட சின்னஞ்சிறு மசூதிகளில் இன்னமும்கூட இறுதிச் சடங்குகள் நடந்து கொண்டிருந்தன. பாசி படர்ந்த அந்த சிவப்பு ஓடுகள் வேய்ந்த மசூதிகளுக்குள்ளே நடக்கின்ற ஈமச்சடங்குகள் பிளேக்கினால் இறந்தவர்களுக்காகவா? எனில், அக்கொடிய நோய் இந்நகரை விட்டு அகலவே அகலாதா?

எப்படியெல்லாம் சுல்தானை அவன் கவர்ந்திருக்கிறான் என்றும் தனது வெற்றியை அவர் எந்தளவுக்கு நன்றியுடன் பாராட்டுகிறார் என்றும் ஹோஜா என்னிடம் கதையளக்கும்போது, இந்தத் தொற்றுநோய் இன்னும் நகரத்தைவிட்டு ஒழிந்துவிடவில்லை என்று விளக்குவேன். அவசரப்பட்டு முன்னெச்சரிக்கை நடவடிக்கைகளையும் தடையுத்தரவுகளையும் நீக்கிவிட்டதால், அது எந்த நேரத்திலும் மீண்டும் வெடித்துக் கிளம்பும் அபாயம் இருக்கிறது என்பேன். அது அவனை எரிச்சல் படுத்தும். கோபத்தோடு என் வாயை அடக்குவான். அவன் அடைந்திருக்கும் வெற்றியைக் கண்டு எனக்குப் பொறாமை என்றான் ஒருமுறை. அவன் சொல்லவருவது எனக்குப் புரிந்தது. அவன் இப்போது அரசவைச் சோதிடன். ஒவ்வொரு நாளும் காலையில் சுல்தான் தனது கனவுகளை அவனிடம் சொல்லி விளக்கம் கேட்கிறார். இவ்வளவு நாட்களாக அவரைச் சுற்றியிருந்த மூடர் கூட்டத்தை ஒதுக்கிவிட்டு அவனைத் தனியாக அழைத்து ஆலோசனை செய்கிறார். பதினைந்து வருடங்களாக நாங்கள் காத்திருந்ததெல்லாம் இதற்காகத்தானே? அது வெற்றிதான். ஆனால் இதெல்லாம் அவனாகத் தனித்து இயங்கி, அடைந்திருக்கும் வெற்றி என அவன் எப்படிப் பேசலாம்? பிளேக்கை அடக்குவதற்கான வழிமுறைகளைச் சொல்லித் தந்தது நான்தான் என்பதை அவன் மறந்துவிட்டான் போலிருக்கிறது. நான் தயாரித்த கால அட்டவணை அவ்வளவு துல்லியமாக கணிக்கப்படாவிட்டாலும் ஏற்றுக்கொள்ளப்பட்டிருக்கிறது. என்னை மிகவும் கோபத்துக்குள்ளாகியதே, நான் அந்தத் தீவுக்கு ஓடிப்போனதை மட்டும் அவன் நினைவுபடுத்திச் சொல்லிக் கொண்டிருந்ததுதான். எந்தக் காரணத்துக்காக அவன் என்னை அவ்வளவு அவசர அவசரமாகத் திரும்பக் கூட்டி வந்தான் என்பது அவனுக்கு நினைவில் இல்லைபோல.

ஒருவேளை அவன் சொன்னது சரிதான் போல. எனக்குப் பொறாமைதானோ? ஆனால் அவனுக்குத் தெரியவில்லை இது ஓர் உடன்பிறப்புணர்வு என்பது. அவன் இதைப்புரிந்துகொள்ள வேண்டுமென விரும்பினேன். பிளேக்கிற்கு முந்தைய காலங்களில் தனிமை இரவுகளின் சலிப்பை விரட்ட நாங்கள் இருவரும் திருமணமாகா வாலிபர்களைப்போல மேசையில் எதிரெதிரே அமர்ந்து அளவளாவிக்கொண்டிருந்ததையும், சில நேரங்களில் அவனுக்கும் எனக்கும் காரணமின்றி திடீரென அச்சம் ஆட்கொண்டதையும், பின்னர் அந்த அச்சவுணர்விலிருந்து எங்களைப்பற்றி நாங்களே கற்றுத் தெளிந்து கொண்டதையும், அவனைவிட்டு ஓடிப்போய் அந்தத் தீவில் கழித்த நாட்களில் அவனையே எண்ணி உறக்கமின்றி கழித்த இரவுகளையும் அவனிடம் நினைவுபடுத்தியபோது வெகு அலட்சியமாகக் கேட்டுக் கொண்டிருந்தான். அவன் பங்கு பெறாத விளையாட்டில் தலைதூக்குகின்ற பாசாங்குத்தனத்தை வெறுமனே பார்த்துக் கொண்டிருப்பவனைப்போல, என்மீது எந்த நம்பிக்கையும்

இல்லாதவனைப்போலக் காணப்பட்டான். சகோதரர்களாக நாங்கள் வாழ்ந்த அந்த நாட்களுக்கு விரைவில் திரும்புவோம் என்பதற்கான எந்தவொரு சமிக்ஞையையும் அவன் அளிப்பதாக இல்லை.

நகரின் ஒவ்வொரு பகுதியாக அலைந்து திரிந்துகொண்டிருந்தபோது, கட்டுப்பாடுகளை விலக்கிவிட்டிருந்தாலும்கூட, பிளேக் நகரிலிருந்து மெதுவாக விலகிக்கொண்டிருப்பதை உணர முடிந்தது. தனது 'மாபெரும் வெற்றி' என்று தம்பட்டம் அடித்துக் கொண்டிருந்த ஹோஜாவின் பெருமிதத்தில் எந்தவிதமான கறையையும் உண்டாக்க அந்நோய்க்கு எண்ணம் இல்லை போலிருக்கிறது. மரணபயத்தின் கருநிழல் எங்களிடமிருந்து விலகிச் சென்று கொண்டிருப்பது எதற்காக என்னை அநாதரவாக, தன்னந்தனியனாக உணரச் செய்கிறது என்று சிலமுறை யோசித்தேன். சுல்தான் அவர்களின் கனவுகள் திட்டங்களைப்பற்றிப் பேசாமல் நாங்கள் ஒன்றாகக் கழித்த அந்தத் தினங்களைப்பற்றி ஹோஜா பேசவேண்டுமென்று சிலமுறை விரும்பினேன்: மரண பயம் பீடித்திருந்த நாட்களில்கூட அவனோடு சேர்ந்திருக்க விரும்பியிருந்தேன் என்பதையும், அவ்வப்போது சுவரிலிருந்த அந்தப் பயங்கரமான கண்ணாடியின் முன் நின்று பார்க்க வைத்த நேரங்களில்கூட அவனை நான் வெறுக்கவில்லை என்பதையும் அவன் உணர வேண்டுமென்று விரும்பினேன். ஆனால் இப்போதெல்லாம் ஹோஜா என்னை வெகு அலட்சியமாகவே நடத்தி வருகிறான், அல்லது என்னை அலட்சியப் படுத்துவதைப்போலப் பாசாங்கு செய்கிறான். அதைவிடக் கொடுமையாக, அலட்சியப்படுத்துவதாகக் காட்டிக் கொள்ளக்கூடச் செய்யாமல், முற்றிலுமாகப் புறக்கணிப்பதைப்போல உணரச்செய்கிறான்.

எங்களுடைய பழைய சந்தோஷ வாழ்க்கைக்கு இழுப்பதற்காக, மேசையில் ஒன்றாக அமர்ந்து பேசுவோம் வா, என்று அவ்வப்போது அவனை அழைத்துக் கொண்டிருந்தேன். இதைத் தொடங்கிவைப்பதற்காக நானே எழுவதற்கு ஓரிருமுறை முயற்சி செய்து பார்த்தேன். பிளேக்கின் பயங்கரத்தைப் பற்றி மிகையாக வர்ணித்து பக்கம் பக்கமாக எழுதினேன். பயம் மனதைப் பீடித்திருக்கும்போது துர்ச்செயல்களைப்புரிய இச்சைப்படுவதைப்பற்றி எழுதினேன். பாதி சொல்லாமல் விட்ட எனது பாவங்களைப்பற்றி எழுதினேன். அவற்றை அவனிடம் படித்துக் காட்ட முயன்றபோது, கவனிக்காமல் அலட்சியப்படுத்திவிட்டு, "நாம் எழுதிக் கொண்டிருந்தவையெல்லாம் வெறும் அபத்தக் களஞ்சியம் என்று எனக்கு அப்போதே தெரியும்," என்றான். எனது அநாதரவான நிலையைக் கண்டு ஏற்பட்ட அலட்சியத்தாலா, அல்லது அவனுக்குக் கிடைத்திருக்கும் அதிகார பலத்தாலா ஏன் இப்படிச் சொன்னான் என்று தெரியவில்லை. அந்த நாட்களில் சலிப்பைப் போக்கிக் கொள்வதற்காகவும், என்னை சோதித்துப்பார்ப்பதற்காகவும்தான் அந்த விளையாட்டுகளில் ஈடுபட்டானாம். ஆனால் அவனுக்கும் பிளேக் தொற்றிக்கொண்டது என்று நினைத்து நான் ஓடிவிட்ட அன்றைய தினமே, நான் எப்படிப்பட்டவன் என்று அவனுக்குத் தெரிந்துவிட்டதாம். நான் ஒரு துர்ச்செயலாளன்! மனிதர்களில் இரண்டு வகை உண்டு: அவனைப்போல நேர்மையானவர்கள், மற்றும் என்னைப்போலக் கயவர்கள்.

வெற்றி பெற்றிருக்கும் மமதையில் அவன் உதிர்த்த இந்த வார்த்தைகளுக்கு நான் பதிலளிக்கவில்லை. என் சிந்தனைகள் எப்போதும்போலக் கூர்மையாகவே இருந்தன. அற்ப விஷயங்களுக்கெல்லாம் எனக்குக் கோபம் வரும்போது, ரௌத்திரம் கொள்ளும் என் இயல்பு என்னைவிட்டுச் சென்றுவிடவில்லை என்று ஆறுதலாகவே இருந்தாலும், அவனது இந்தச் சீண்டல்களுக்கு எப்படி பதிலளிப்பது, அவனை எப்படிக் கையாள்வது, எப்படி அவனைப் பொறியில் சிக்கவைப்பது என்று புரியாமல் இருந்தது. அவனைவிட்டு ஓடிப்போய் ஹேபெலித் தீவில் கழித்த நாட்களில் எனது இலக்கை மறந்துவிட்டதாகவே உணர்ந்திருக்கிறேன். வெனிஸ் நகருக்கு இப்போது நான் திரும்பிச் சென்றால் என்ன மாற்றம் நிகழ்ந்துவிடும்? பதினைந்து வருடங்கள் கழிந்துவிட்ட நிலையில், என் அம்மா எப்போதோ இறந்துவிட்டிருப்பார், என் காதலி வேறு யாரையோ மணமுடித்துக்கொண்டு, ஒரு குடும்பம்கூட ஏற்பட்டிருக்கும் என்றெல்லாம் என்னைத் தேற்றிக் கொண்டிருந்துவிட்டேன். அவர்களைப்பற்றி நினைக்கவே விரும்பவில்லை. என் கனவுகளில் அவர்கள் வருவதும் குறைந்துவிட்டது. மேலும் வெனிஸ் நகரில் அவர்களோடு இருப்பதாக இப்போதெல்லாம் கற்பனை வருவதில்லை; இங்கே, இஸ்தான்புல்லில் எங்களுக்கு இடையில் அவர்கள் வசிப்பதாகத்தான் கனவு கண்டிருக்கிறேன். வெனிஸுக்குத் திரும்பினால் நான் விட்டு வந்த இடத்திலிருந்து என் வாழ்வைத் தொடரமுடியாது என்று அறிவேன். அதிகபட்சமாக, ஒரு புதிய வாழ்க்கையை முதலிலிருந்து தொடங்கலாம். முந்தைய வாழ்க்கையின் விபரங்களைக்கூட திரும்பிப்பார்க்கும் ஆர்வம் தோன்றவில்லை. அவற்றை வைத்து துருக்கியர்களைப் பற்றியும், எனது அடிமை வருடங்களைப் பற்றியும் ஒன்றிரண்டு நூல்கள் எழுதலாம், அவ்வளவுதான்.

எனக்கென்று ஒரு தேசமும், நோக்கமும் இல்லாமல் இருப்பதால்தான் ஹோஜா என்னை அலட்சியப்படுத்துகிறான் என்று சில நேரங்களில் தோன்றியது. நான் பலவீனப்பட்டிருப்பதை அவன் அறிந்திருக்கிறான். அவனுக்கு இந்தளவுக்கெல்லாம் யோசிக்கத் தெரிகிறதா என்று சிலநேரங்களில் வியப்பேன். அவன் ஒவ்வொருநாளும் சுல்தானிடம் சொன்ன கதைகளிலும், அவன் கற்பனையில் வடிவமைத்திருந்த அந்த மகத்தான ஆயுதத்தின் வெற்றிச் சாத்தியங்களிலும் மூழ்கியிருந்தான். இவற்றை வைத்து சுல்தானை நிச்சயமாக வசப்படுத்திவிடுவோமென்ற நம்பிக்கை அவனுக்கு இருந்தது. இந்த மயக்கத்தில் இருந்த அவனுக்கு நான் என்ன சிந்தித்துக் கொண்டிருக்கிறேன் என்ற நினைப்புக்கூட வரவில்லை போலிருக்கிறது. அவனுடைய இந்த சுய அபிமான மனநிறைவு எனக்குப் பொறாமையாகக்கூட இருந்தது. எனக்கு அவனைப் பிடித்திருந்தது. வெற்றி என்று மிகையாக நினைத்துக் கொண்டு அவன் அடைந்திருக்கும் பரவச நிலையும், முடிவில்லாமல் தொடரும் அவன் திட்டமிடல்களும், வெகு சீக்கிரத்தில் சுல்தானை என் கைப்பாவையாக்கி விடுவேன் என்று எக்களிக்கும் அவன் நம்பிக்கையும் எனக்குப் பிடித்திருந்தன. இதைப்போன்ற எண்ணங்கள் என்னிடமும் இருக்கக் கூடுமென்று ஒப்புக்கொண்டிருக்கமாட்டேன். ஆனால், அவனது நடைஉடை, பாவனைகளையும், தினசரி நடவடிக்கைகளையும் கவனிக்கும்போது

என்னையே கவனித்துப் பார்ப்பதுபோல ஓர் உணர்வு ஆக்கிரமிக்கிறது. ஒரு குழந்தையை, இளைஞனைப் பார்க்கின்ற ஒருவனுக்கு சில நேரங்களில் தன்னுடைய குழந்தைப் பருவமும், வாலிபப் பருவமும் நினைவுக்கு வரும். அவர்களை அன்போடும் ஆர்வத்தோடும் கவனிப்பான். நான் அடைந்த அச்சமும் ஆர்வமும் இவ்வகையைச் சார்ந்தவையே. என் பின்னங்கழுத்தைப் பற்றியிழுத்து, "நான் நீயாக மாறிவிட்டேன்," என்று அவன் சொன்னது அடிக்கடி நினைவில் வந்து கொண்டிருக்கிறது. ஆனால் அந்தத் தினங்களை அவனுக்கு நினைவூட்டினால் பேச்சை வெட்டி, அன்று அவன் சுல்தானிடம் பேசியவற்றையும் அந்த நம்பமுடியாத ஆயுதத்தின் வல்லமையை அவருக்கு எடுத்துச் சொல்லி இணங்க வைத்ததையும் அன்று காலை அவர் கண்ட கனவுகளுக்கு அவன் அளித்த பொருள் விளக்கங்களையும் பிரஸ்தாபிப்பான்.

இந்த வெற்றிக்கதைகளை மிக இனிமையாக அவன் வர்ணிப்பதைக் கேட்கும்போது, இவற்றையெல்லாம் எனக்கு நம்புவதற்கு முடிந்தால் எவ்வளவு நன்றாக இருக்குமென்று நினைப்பேன். சில நேரங்களில் அதைப்போல நடந்தும் இருக்கிறது. என் கட்டுக்கடங்காத கற்பனை என்னை அவன் இடத்தில் பொருத்தி அவற்றை நம்பவைக்கும். உடனே அவன் மீது, என்மீது, எங்கள்மீது, அன்பும் பிரியமும் அதிகரிக்கும். சுவாரஸ்யமான தேவதைக் கதையைக் கேட்கும் கிராமத்தான் போல வாயைப் பிளந்துகொண்டு, அவன் பேசுவதைக் கேட்டுக்கொண்டிருப்பேன். நாங்கள் இருவரும் ஒன்றாகச் சேர்ந்து பணியாற்ற வேண்டிய நாட்கள் நெருங்கிவிட்டன என்பதற்கான அறிகுறிதான் இது என்று நினைத்துக்கொள்வேன்.

இவ்வாறாகத்தான் நானும் சுல்தானின் கனவுகளுக்குப் பொருள் விளக்கம் அளிக்கும் பணியில் ஹோஜாவோடு சேர்ந்து கொண்டேன். அந்த இருபத்தியோரு வயதான மாமன்னர், தனது சாம்ராஜ்ய நிர்வாகத்தில் அதிக கவனம் செலுத்தத் தொடங்கவேண்டுமென்று ஹோஜா தன் திட்டங்களை வடிவமைக்கத் தொடங்கினான். அதன் முக்கிய அம்சம் அவரை உசுப்பிவிடுவது: சுல்தானின் கனவுகளில் துணையற்று தனியாக பாய்ந்தோடிக்கொண்டிருக்கும் குதிரைகள் சோகமாக இருப்பதற்குக் காரணம், அவற்றை ஓட்டிச்செல்ல வீரர்கள் இல்லாததுதான் என்று அவரிடம் காரணம் கற்பித்தான். தனது இரைகளின் கழுத்தில் கோரைப்பற்களை இரக்கமின்றி புதைக்கும் ஓநாய்கள் அத்தனை மகிழ்ச்சியாகக் காணப்படுவதற்குக் காரணம் அவை தன்னிறைவு பெற்றிருப்பதுதான் என்றான். சுல்தானின் கனவுகளில் அடிக்கடி வருகின்ற பெருங்குரலெடுத்து அழுகின்ற கிழவிகளும், அழகான குருட்டுப்பெண்களும், கருப்பாகப் பெய்கின்ற மழையில் இலைகளெல்லாம் உதிர்ந்து மொட்டையாக நிற்கின்ற மரங்களும் அவரிடம் அபயம் கேட்டு இறைஞ்சுகின்றன என்று விளக்கம் கொடுத்தான். புனிதச் சிலந்திகளும், பெருமிதம் கொண்ட வல்லூறுகளும் சுதந்திரத்திற்கான அடையாளங்கள் என்றான். சுல்தான் தனது ராஜ்ஜியத்தை முழுமையாகத் தனது கட்டுப்பாட்டுக்குள் கொண்டு வரவேண்டும்; அதன் பிறகு எங்கள் பரிந்துரைகளின்படி அறிவியல் முன்னேற்றத்திற்குத் திட்டங்கள் நிறைவேற்ற

வேண்டும், என்று சுல்தானிடம் கோரிக்கை வைத்தோம். எங்களுடைய இத்திட்டத்திற்கு ஏதுவாக சுல்தானின் துர்க்கனவுகளுக்கு வியாக்கியானம் அளித்தோம். வேட்டைப்பிரியரான சுல்தானோடு காடுகளில் நீண்ட பயணங்களை மேற்கொள்வோம். வேட்டையாடி களைத்து உறங்கும் இரவுகளில் சுல்தானுக்கு தானே ஒரு இரையாகிப்போய்விட்டதாகக் கனவு வரும். அவருக்கு சிம்மாசனத்தை இழந்துவிடுவோமா என்ற பயம் நிரந்தரமாக இருந்து கொண்டே இருந்ததாலோ என்னவோ, அரியாசனத்தில் ஒரு சிறுவனாகவே தான் அமர்ந்திருப்பதாகக் கனவு வருவதாகச் சொல்வார். ஹோஜா உடனே, “அரியாசனத்தில் அமர்ந்திருக்கும் நீங்கள் எப்போதும் இளமையோடுதான் இருப்பீர்கள்; ஆனால் அது எப்போது சாத்தியப்படும் என்றால் உங்களைச் சுற்றிச் சூழ்ந்திருக்கும் நம்பிக்கை துரோகிகளிடமிருந்தும், அயல் நாட்டு எதிரிகளிடமிருந்தும் காத்துக்கொள்வதற்கு பலம் வாய்ந்த ஆயுதங்களை உருவாக்கிக்கொள்ளும் போதுதான்,” என்பான். சுல்தானுக்கு வந்த கனவு ஒன்றில் அவருடைய பாட்டனார் சுல்தான் மூரத் ஒரு கழுதையை ஒரே வாள் வீச்சில் இரு சரிபாதித் துண்டுகளாகக் கண்ணிமைக்கும் நேரத்தில் வெட்டிவிட, அந்த இரண்டு துண்டுகளும் தனித்தனியாக வெவ்வேறு திசைகளில் ஓடுகின்றன. அடங்காப்பிடாரியான கோஸம் சுல்தானா என்ற அவருடைய பாட்டி கல்லறையிலிருந்து நிர்வாணமாக எழுந்து வந்து சுல்தானையும், அவருடைய அம்மாவையும் கழுத்தை நெரிக்கிறார். தேரோட்டச் சதுக்கத்தில் பிளேன் மரங்களுக்குப் பதிலாக நின்றிருக்கும் அத்தி மரங்களில் பழங்களுக்குப் பதில் ரத்தம் தோய்ந்த சடலங்கள் தொங்கிக்கொண்டிருக்கின்றன. சுல்தானின் முகத்தையொத்த தீயவர்கள் அவரை சாக்குப்பையில் போட்டு அழுத்தி மூச்சுத்திணற வைத்துக் கொல்வதற்காகத் துரத்திக் கொண்டு வருகிறார்கள். முதுகில் மெழுகுவர்த்திகளைச் சுமந்து கொண்டு ஆமைக்கூட்டம் ஒன்று, காற்றில் சுடர்கள் அசையாமல், உஸ்குதார் கடலில் பாய்ந்து, அரண்மனையை நோக்கி நீந்தி வருகின்றன. இந்தக் கனவுகள் எல்லாவற்றிற்கும் பொருள்கூற முயன்றோம். இவை எல்லாவற்றையும் ஒரு குறிப்பேட்டில் பொறுமையாக, உற்சாகத்தோடு எழுதி அவற்றை இனம்பிரித்தேன். விஞ்ஞானத்தின் அனுகூலத்திற்காகவும் வன்மைமிக்க ஆயுதத்தை உருவாக்கவும் அக்கனவுகளை சாதகமாக்கிக்கொண்டோம். சுல்தானுக்கு வேட்டையாடுவதிலும் வளர்ப்புப் பிராணிகளிலும்தான் ஆர்வமேயொழிய, நாட்டு நிர்வாகத்தைப் பற்றி அக்கறையே கிடையாது என்று கிசுகிசுத்துக் கொண்டிருந்த மந்திரிமார்களின் வாயை அடைத்தோம்.

சுல்தானை படிப்படியாக நாங்கள் வசியப்படுத்தி வருவதாக ஹோஜா உறுதியாக நம்பிக்கொண்டிருந்தான். எனக்கென்னவோ சந்தேகமாகவே இருந்தது. அந்தப் புதிய பேரழிவாயுதத்தை உருவாக்குவதற்கோ, அறிவியல் ஆய்வுக் கூடம் தொடங்குவதற்கோ, கோளரங்கம் நிறுவுவதற்கோ தனக்கு விரைவில் அனுமதி வழங்கிவிடுவார் என்று உற்சாகமாகப் பல நாட்களுக்குக் கனவு கண்டுகொண்டிருந்தான். பல மாதங்கள் வெற்றாகக் கழிந்தன. சுல்தான் இவற்றைப்பற்றி இவனிடம் வாயையே திறக்கவில்லை. பிளேக்கிற்கு ஒரு வருடம் கழித்துத் தலைமை அமைச்சர் கொப்ரூலு காலமானார். உடனே ஹோஜாவுக்குப் புது நம்பிக்கை பிறந்தது. கோப்ரூலு மிகவும் சக்திவாய்ந்த அமைச்சர் என்பதால் தனது

திட்டங்களைச் செயல்படுத்த சுல்தான் தயங்கிக்கொண்டிருந்தார் என்று நினைத்துக்கொண்டிருந்தான். இப்போது அவர் மரணத்திற்குப் பிறகு, அந்தப் பதவிக்கு கோப்ரூலுவின் மகனையே சுல்தான் நியமித்தார். மகன் அவருடைய தந்தை அளவுக்குக் கண்டிப்பானவராக இல்லாததால், சுல்தான் இப்போது துணிச்சலாகத் தனது திட்டங்களைக் கையில் எடுத்துக்கொள்வார் என்று நம்பினான்.

ஆனால் அடுத்த மூன்று வருடங்களுக்கு அவற்றுக்காக வெறுமனே காத்துக்கொண்டுதான் இருந்தோம். என்னால் புரிந்துகொள்ள முடியாததாக இருந்தது ஹோஜா இன்னமும் சுல்தான் மீது நம்பிக்கை வைத்திருந்ததுதான். மாமன்னர் நிர்வாகத்தைப்பற்றிக் கிஞ்சித்தும் கவலைப்படாமல், வேட்டைக்குச் சென்று கொண்டும், பகற்கனவுகளில் திளைத்துக் கொண்டும் இருந்தது எனக்கு வியப்பளிக்கவில்லை. அவர் மீது வைத்திருக்கும் நம்பிக்கைகள் அனைத்தும் குலைந்து அவன் என்னைப் போல ஆகும் நாளுக்காகக் காத்திருந்தேன்! இப்போதெல்லாம் அவன் அடைந்த 'வெற்றி' பற்றிப் பேசுவதில்லை. பிளேக்கிற்குப் பிறகான மாதங்களில் அவனிடம் காணப்பட்ட குதூகலம் இப்போது காணாமற்போயிருந்தது. ஆனாலும் அவன் உருவாக்கியளித்த 'மகத்தான திட்ட'த்தை நிறைவேற்றுவதற்கு சுல்தானை உடன்படச் செய்துவிட முடியுமென்ற கனவை உயிர்ப்போடு வைத்திருந்தான். அது நிறைவேறாமல் தள்ளிப்போய்க் கொண்டிருந்த சமயத்திலும் அவனுக்கென்று சில சமாதானக் காரணங்கள் கிடைத்துக்கொண்டிருந்தன. ஒரு மாபெரும் தீவிபத்து ஏற்பட்டு ஏறக்குறைய இஸ்தான்புல் நகரமே பஸ்பமாகிப் போனது; சுல்தான் தன் மனம்போன போக்கில் ஆடம்பரத் திட்டங்கள் தீட்டி, ஊதாரித்தனமாக அரசு கஜானாவை காலிசெய்து கொண்டிருந்தபோது அவருடைய எதிரிகள் ஒன்றுகூடி சுல்தானின் சகோதரரை அரியணையில் ஏற்ற சதித்திட்டம் தீட்டியது வெளியே தெரியவந்தது; மேற்காசியாவில் ஹன்ஸ் நிலப்பகுதியைக் கைப்பற்ற சுல்தானின் ராணுவம் சென்றிருந்ததால் அப்போது பெரிய திட்டங்களைச் செயல்படுத்த முடியாமல் அவரது கைகள் கட்டப்பட்டிருந்தன; அதற்கு அடுத்த வருடம் ஜெர்மானியர்கள் மீது போர் தொடுக்கும் திட்டம் இருந்தது. சுல்தான் தன்னுடைய தாயார் துர்ஹான் சுல்தானாவுடன் அவ்வப்போது செல்லும் புதிய வாலிதே மசூதி இன்னும் முழுமையாகக் கட்டி முடிக்கப்படாமல் இருந்தது. இந்த மசூதிக்கு ஹோஜாவும் அடிக்கடி செல்வான். இம்மசூதியின் கட்டுமானச் செலவுகள் பிரம்மாண்டமான அளவுக்குச் சென்று கொண்டிருந்தன. இந்தக் காரணங்களோடு சுல்தான் அவ்வப்போது வேட்டைக்கும் செல்லவேண்டியிருந்ததால் ஹோஜாவின் திட்டங்களின்பால் அவரது கவனம் திரும்பவில்லை. இந்த வேட்டை சாகசங்களுக்கு நான் கூடச் செல்வதில்லை. வீட்டிலேயே இருப்பேன். ஹோஜா எனக்கு நிறைய கட்டளைகள் இட்டுவிட்டுச் செல்வான்: அவனது 'மகத்தான பெருந்திட்ட'த்திற்கும் 'அறிவியல் வளர்ச்சித் திட்ட'த்திற்கும் நல்ல யோசனைகளை கண்டுபிடித்துச் சொல்ல வேண்டும் என்பதுதான் உத்தரவு. அவனது புத்தக சேகரிப்பைச் சலிப்போடு புரட்டும்போதே தூக்கம் ஆட்கொண்டுவிடும்.

இந்தத் திட்டங்களைப் பற்றிப் பகற்கனவு காண்பதில் இப்போதெல்லாம் எனக்கு ஆர்வம் இல்லாமற்போய்விட்டது. அவையெல்லாம் நிறைவேற்றப்பட்டால் கிடைக்கக்கூடிய நன்மைகளைப் பற்றி நான் அக்கறை காட்டவில்லை. நாங்கள் முதலில் சந்தித்த வருடங்களில் விவாதித்த வானியல், புவியியல், உயிரியல் சிந்தனைகளில் எந்தவிதமான சாரமும் இல்லையென்று என்னைப்போலவே ஹோஜாவுக்கும் புரிந்துவிட்டது. கடிகாரங்களும், சாதனங்களும், உரு மாதிரிகளும் கவனத்திலிருந்து விலகி, ஒரு மூலையில் கொட்டப்பட்டு, துருவேறிக் கொண்டிருந்தன. 'அறிவியல்' என்ற இந்தத் தெளிவில்லாத விவகாரத்தை நடைமுறைப்படுத்தும்வரை எல்லாவற்றையும் தள்ளிவைப்பது என முடிவெடுத்திருந்தோம். அழிவிலிருந்து எங்களெல்லோரையும் காக்கக்கூடிய மகத்தான திட்டம் எதுவும் எங்கள் கையில் இருக்கவில்லை; அத்தகையதொரு திட்டத்திற்கான கனவுதான் இருந்தது. என்னை ஒருபோதும் ஏமாற்றாத இந்த கதைக்குதவாத மாயத்தை நம்புவதற்காகவும், ஹோஜாவுடனான தோழமையை ஸ்திரப்படுத்திக் கொள்வதற்காகவும், கையில் வைத்திருக்கும் புத்தகங்களை அவனுடைய கண்களால் பார்த்தபடி புரட்டுவேன்; சிந்தனைகள் தாறுமாறாக ஓட, அவனது இடத்தில் என்னைப் பொருத்திப் பார்த்துக்கொள்வேன். வேட்டையிலிருந்து அவன் திரும்பி வரும்போது, அவன் என்னை யோசித்து வைக்கச் சொன்ன விஷயத்திலிருந்து ஒரு புதிய உண்மையைக் கண்டுபிடித்துவிட்டதைப்போலவும், அதைக் கொண்டு அனைத்தையும் மாற்றிவிட முடியுமென்பதைப் போலவும் நாடகமாடுவேன்: "கடல் எழும்புவதற்கும், தாழ்வதற்கும் காரணம், அதில் பாயும் நதி நீரின் வெப்ப வேறுபாடுதான்" என்றோ "பிளேக் நோய் காற்றில் உள்ள தூசு போன்ற கிருமிகளால்தான் பரவுகிறது, வானிலை மாறும்போது அதுவும் விலகிவிடுகிறது" என்றோ, அல்லது "பூமி சூரியனைச் சுற்றுகிறது; சூரியன் நிலவைச் சுற்றி வருகிறது" என்றோ சொல்வேன். வேட்டையிலிருந்து திரும்பிய அழுக்கு உடைகளைக் களைந்தபடியே நான் சொன்னவற்றைப் புன்னகையோடு அவனும் திரும்பச் சொல்வான். "இங்கிருக்கும் மூடர்கள் இவ்வுண்மைகளை ஒருபோதும் அறியப்போவதில்லை" என்பான்.

உடனே கோபத்தில் வெடிப்பான். அந்த வெறி என்னையும் கூடவே இழுத்துக்கொண்டு பல மணிநேரங்களுக்கு ஓடிக்கொண்டிருக்கும். அம்பு தைத்த காட்டுப்பன்றியை மாமன்னர் துரத்திக்கொண்டு ஓடியதையும், வேட்டை நாய்களை ஏவி, பிடிக்கப்பட்ட முயலைப் பார்த்து அவர் கண்ணீர் உகுத்த அபத்தக் கதையையும், வேட்டைப் பயணத்தின்போது அவன் சிரத்தையோடு சொன்ன விஷயங்களெல்லாமே சுல்தானின் ஒரு காதில் நுழைந்து, மற்றதன் வழியே வெறியேறிவிட்டதையும் விஸ்தாரமாகச் சொல்லிமுடித்துவிட்டு, இந்த மூடர்கள் எப்போதுதான் உண்மையை உணரப்பேகிறார்கள் என்ற கேள்வியை வெறுப்போடு திரும்பத்திரும்பக் கேட்பான். "எல்லா முட்டாள்களும் ஒரே இடத்தில் எப்படி குவிக்கப்பட்டிருக்கிறார்கள்? யதேச்சையாக அமைந்ததா, அல்லது தவிர்க்கமுடியாமல் நடந்ததா? ஏன் இவர்கள் இவ்வளவு மடத்தனமாக இருக்கிறார்கள்?"

இவ்வாறாக மனிதர்களின் மனங்களை அறிந்துகொள்ள அவன் 'அறிவியல்' என்று நம்பிக் கொண்டிருந்த விஷயத்தைப் புதிதாக அணுகவேண்டுமென்று படிப்படியாக உணரத்தொடங்கினான். இது நாங்கள் முன்பு ஒரே மேசையில் ஒன்றாக அமர்ந்துகொண்டு, ஒருவரையொருவர் இகழ்ந்துகொண்டு, ஒரே மாதிரியாகத் தோற்றமளித்துக்கொண்டு, எங்கள் அறிவியல் முயற்சிகளைச் செய்துபார்ப்பதில் உற்சாகம் கொண்டிருந்த பழைய நாட்களை நினைவுபடுத்தியது. எங்கள் 'அறிவிய'லை ண்டும் தொடங்குவதில் ஹோஜாவைப் போலவே நானும் ஆர்வம் கொண்டிருந்தேன். சில ஆரம்ப முயற்சிகளுக்குப் பிறகு முன்பிருந்ததைப்போல தற்போது எதுவுமில்லை என்று எங்களுக்குப் புரிந்தது.

முதலாவதாக, அவனை எப்படி வழிநடத்திச் செல்வது என்றோ, எதற்காக நான் அவனை வழிநடத்திச் செல்லவேண்டுமென்றோ எனக்குத் தெளிவேற்படாததால் அவனை என்னால் கட்டாயப்படுத்த முடியவில்லை அதைவிட முக்கியமாக, அவனது இன்னல்களும் தோல்விகளும் என்னுடையவை போல உணரத் தொடங்கியிருந்தேன். ஒரு சந்தர்ப்பத்தில், இங்கிருக்கும் மனிதர்களின் மடமையைப் பற்றி, மிகைப்படுத்தப்பட்ட உதாரணங்களுடன், அவனுக்கு நினைவூட்டி, அவர்களளவுக்கு அவனும்கூட தோல்வியுறுவதற்காகவே விதிக்கப்பட்டிருக்கிறான் என்று – அவ்வாறு நான் நினைக்கவில்லையென்றாலும் – அவனை நம்பவைத்துவிட்டு, அவனுடைய முகக்குறிப்பை ஆராய்ந்தேன். நான் சொன்னவற்றை அவன் மூர்க்கமாக எதிர்த்தான். எடுத்த காரியத்தில் முதல் அடியை எடுத்து வைப்போமென்றால், அவ்வேலையில் முழுமையாக நம்மை ஈடுபடுத்திக்கொள்வோமென்றால், தோல்வி நம்மை எட்டாது என்றான். உதாரணமாக, அம்மகத்தான ஆயுதத்திட்டத்தை நாம் நடைமுறைப்படுத்திவிட்டால், நம்மைப் பின்னோக்கி அடித்துச் சென்றுகொண்டிருக்கும் இந்த வரலாற்று நதியின் போக்கை நாம் திருப்பிவிடலாம், என்றான். 'அவனுடைய' திட்டம் என்றில்லாமல் 'நம்முடைய' திட்டம் என்று அவன் சொன்னது என்னை மகிழ்ச்சிக்குள்ளாகியது. அவனுக்குத் தோல்வி தவிர்க்கவியலாதபடி இருப்பதாகத் தெரிகையில், விரக்தி அவனை ஆட்கொண்டிருக்கையில், என்னைக் கூட்டு சேர்த்துக்கொள்வது வழக்கமாக இருக்கிறது. அவனைப் பார்க்கும்போது ஏதோ அனாதையாக விடப்பட்ட சிறுவனைப் போல எனக்குத் தோன்றியது. அவனது வெறிக்கூச்சல்களும், திடீரென கவியும் துயரமும் எனது ஆரம்ப அடிமை வருடங்களை நினைவூட்டின. அவனைப்போலவே நானும் இருக்கவேண்டுமென ஆசையாக இருந்தது. சன்னலுக்கு வெளியே, கருமழையில் நனைந்துகொண்டிருக்கும் குப்பையும் சேறுமான தெருக்களிலும், ஆல்டீன் பொய்நூஸ் என்ற தங்கக் கொம்பின் கரையில் இன்னமும் அணையாமல் துடித்துக் கொண்டிருக்கும் விளக்குகளிலும் தனது நம்பிக்கைகளை ஊன்றிக் கொள்வதற்காக எந்தவொரு சமிக்ஞையையோ தேடிக்கொண்டு அறைக்குள் குறுக்கும் நெடுக்குமாக அவன் நடந்து கொண்டிருக்கும்போது, இந்த அறைக்குள் சித்ரவதைக்குள்ளாகியிருப்பது ஹோஜா அல்ல, எனது இளமைதான் என்று ஒரு கணம் தோன்றியது. ஒரு காலத்தில் 'நான்' என்பதாக

வெண்ணிறக் கோட்டை 117

இருந்த மனிதன், என்னிடமிருந்து விலகி எங்கேயோ போய்விட்டான். இப்போது அறைமூலையில் பாதி உறக்கத்தில் மூழ்கியிருக்கும் நான் அவனைப் பொறாமையோடு நேசித்துக் கொண்டிருக்கிறேன், எனது தொலைந்துபோது ஊக்கத்தை அவனிடமிருந்து மீட்டெடுத்துக் கொள்ளமுடியும் என்பதைப்போல.

சலிப்பின்றி தன்னைத்தானே புனருத்தாரணம் செய்து கொண்டிருந்த இந்த புத்தார்வம் கடைசியில் என்னை அயற்சியுறச் செய்துவிட்டது. அரசவைச் சோதிடராக ஹோஜா பதவியேற்றதும், கெப்ஸியிலிருந்த அவனது சொத்து அதிகரித்தது. வருமானமும் கூடியது. சுல்தானோடு அவ்வப்போது பேசுவதைத் தவிர அவனுக்கு வேறெந்த வேலையும் தேவையற்றுப் போனது. அவ்வப்போது கெப்ஸிக்குச் செல்வோம். சிதிலமாகிக் கிடக்கும் ஆலைகளையும், கிராமங்களையும் சுற்றிப்பார்ப்போம். காலெடுத்து வைத்தவுடனேயே ஆட்டுமந்தையின் காவல் நாய்கள்தான் வரவேற்கும். கணக்கு வழக்குகளைச் சரிபார்த்து, மேற்பார்வையாளன் எந்தளவுக்கு ஏமாற்றியிருக்கிறான் என்று கண்டுபிடிப்போம். சுல்தானுக்காக சுவாரஸ்யமூட்டும் ஆய்வுக் கட்டுரைகள் தயாரிப்போம். சில நேரங்களில் சிரித்துக்கொண்டும், பல நேரங்களில் சலிப்பில் புலம்பிக் கொண்டும் காலத்தைக் கழித்தோம். நான் வற்புறுத்திக் கேட்டிருக்காவிட்டால் அபரிமிதமாக வாசனை திரவியங்களைப் பூசிக்கொண்டிருக்கும் விலைமாதர்களோடு சிற்சில பொழுதுகளைக் கழிப்பதற்கு ஹோஜா ஏற்பாடு செய்திருக்கமாட்டான்.

அவனை மிகவும் குலையவைத்த விஷயம் எதுவென்றால், முதலில் அரண்மனையைவிட்டு விரட்டியடிக்கப்பட்ட அந்த வாயாடி முட்டாள் ஆலோசகர்களையும், கோமாளிகளையும், ஆள்மாறாட்டக்காரர்களையும் சுல்தான் மீண்டும் தன்னோடு சேர்த்துக் கொண்டிருந்ததுதான். ஜெர்மானிய படையெடுப்புக்காகவும், க்ரீடன் கோட்டை பாதுகாப்புக்காகவும் ராணுவத்தினரும் பாஷாக்களும் நகரத்தில் இல்லாமல் இருந்தது சுல்தானுக்கு வசதியாகப் போய்விட்டது. தாயின் கண்டிப்பைக் கேட்டு அவர் சொல்படி நடக்கும் வயதையும் சுல்தான் தாண்டிவிட்டிருந்தார். இந்தப் போலி மேதாவிகளின் மீது அவனுக்கிருந்த வெறுப்பு கொஞ்சநஞ்சமல்ல. இவனுடைய அறிவுமேன்மையை அவர்கள் ஒப்புக்கொள்ள வேண்டுமென்பதற்காக அவர்களிடம் சகஜமாகப் பழகாமல், தன்னை மேல்தட்டிலேயே நிறுத்திக்கொண்டு அவர்களிடம் ஒட்டாமல் இருந்துவந்தான். அவர்கள் கலந்துரையாடல் என்ற பெயரில் நடத்தும் அபத்தப் பரிமாற்றங்களில் கலந்துகொள்ளாமல் இருப்பதை சுல்தான் கண்டித்து, ஹோஜாவை அவர்களுடன் சேர்ந்து விவாதிக்க வற்புறுத்தினார். வேறு வழியில்லாமல் அவன் கலந்துகொண்ட கூட்டங்களில் விவாதிக்கப்பட்டவை இவை: விலங்குகளுக்கு ஆன்மா உண்டா? ஆம் என்றால் எந்தெந்த விலங்குகளுக்கு? எவையெல்லாம் சொர்க்கத்துக்குச் செல்லும், எவை நரகத்துக்குச் செல்லும்? சிப்பிகள் ஆணா, பெண்ணா? ஒவ்வொரு நாளும் காலையில் உதிக்கும் சூரியன் புதிதானவொன்றா, அல்லது முந்தைய நாள் அஸ்தமித்த அதே சூரியன்தானா? இத்தகைய அறிவார்ந்த விவாதங்களால் எதிர்காலமே வெறுத்து, திரும்பி வருவான்.

“நாம் உடனடியாக நடவடிக்கை எடுக்காவிட்டால் சுல்தான் நமது பிடியைவிட்டுப் போய்விடுவார்” என்பான்.

அவன் ‘நமது’ திட்டங்கள், ‘நமது’ எதிர்காலம் என்று பேசியதால், நான் மகிழ்ச்சியோடு ஒத்துழைக்கத் தொடங்கினேன். சுல்தானின் மனதில் என்ன இருக்கிறது என்று தெரிந்துகொள்வதற்காக, எங்கள் கனவுகளையும், ஞாபகங்களையும் நான் பல வருடங்களாகக் குறித்து வைத்திருந்த குறிப்பேடுகளையும் எடுத்துப் புரட்டத் தொடங்கினோம். இழுப்பறையிலிருக்கும் பொருட்களைக் கணக்கெடுப்பதைப்போல, மாமன்னரின் மனதில் இருப்பவற்றைப் பட்டியலிட முயன்றோம். முடிவுகள் ஊக்கமளிப்பதாக இல்லை. எங்களுக்குக் கடைத்தேற்றமாக இருக்கக்கூடிய அம் மகத்தான பேராயுதத்தைப் பற்றியும், எங்கள் அடிமனங்களில் புதைந்து கிடக்கும் மர்மங்களின் புதிரவிழ்ப்பதைப் பற்றியும் ஹோஜா விடாமல் உற்சாகமாகப் பேசிக் கொண்டிருந்தாலும், நெருங்கிக் கொண்டிருக்கும் ஏதோவொரு பேரழிவுத் தோல்வியை எதிர்பார்த்திராதவனைப் போல இன்னமும் காட்டிக் கொள்ள முடியாதவனாக இருந்தான். இதே விஷயத்தைப் பற்றி அடுத்த சில மாதங்களுக்கு விவாதித்து எங்களை அயற்சியுறச் செய்து கொண்டோம்.

‘தோல்வி’ என்பதை, இச்சாம்ராஜ்ஜியம் தனது எல்லா பகுதிகளையும் ஒவ்வொன்றாக இழந்துகொண்டே வரப்போகிறது என்ற அர்த்தத்திலா நாங்கள் புரிந்து வைத்திருந்தோம்? வரைபடங்களை மேசைமேல் விரித்துவைத்து, முதலில் எந்தெந்தப் பகுதிகளை இழக்கப்போகிறோம், அடுத்ததாக எந்தெந்த மலைகள், ஆறுகள் நமது கையைவிட்டுச் செல்லப்போகின்றன என்று துயரத்தோடு கணிப்போம். அல்லது ‘தோல்வி’ என்பதை, மக்கள் அவர்கள் அறியாமலேயே மாற்றமடைந்து தமது நம்பிக்கைகளைத் திருத்திக் கொள்வதுதான் என்று நினைத்திருந்தோமா? இஸ்தான்புல்லில் இருப்பவர்கள் எல்லோரும் ஒருநாள் தமது கதகதப்பான படுக்கைகளிலிருந்து முற்றிலும் மாற்றமடைந்தவர்களாக விழித்தெழப்போகிறார்களென்று கற்பனை வளர்த்தோம். இதுவரை அவர்கள் அணிந்துவந்த உடைகளை இனி எப்படி அணிவதென்று மறந்துவிட்டிருப்பார்கள். பள்ளிவாயில் தூபிகள் எதற்காக இருக்கின்றன என்பது அவர்களுடைய நினைவில் இருக்காது. ‘தோல்வி’ என்பதற்கு இன்னொரு பொருளும் எங்களிடம் இருந்திருக்கும்: மற்றவர்களின் மேட்டிமையை ஏற்றுக்கொண்டு, அவர்களைப் பின்பற்றிச் செல்ல முயல்வது. பிறகு, எனது வெனிஸ் வாழ்க்கையிலிருந்து ஒரு பகுதியை அவன் நினைவு கூர்வான். அதன்பின் இங்கிருக்கும் எங்கள் தோழர்கள் எப்படி என்னைப்போலவே அயல்நாட்டுத் தொப்பியையும் முழுநீள கால் சராயும் அணிந்து கொள்ளத் தொடங்குவார்கள் என்று கற்பனை செய்வோம்.

காலத்தை நாங்கள் எப்படிக் கழித்தோம் என்பதை மறக்கும் அளவுக்கு நாங்கள் உருவாக்கிய கனவுகளைக் கடைசி முயற்சியாக சுல்தானுக்குக் கையளிப்பதென்று முடிவு செய்தோம். எங்கள் கற்பனை வீச்சில் உருவான இந்தப் பல்வேறு வகையான தோல்விக்காட்சிகள்

சுல்தானை உசுப்பிவிடுமென்று நம்பினோம். எனவே மௌனமான கரிய இரவுகளில் ஒரு குறிப்பேட்டை எடுத்து, அதில் துக்கமும் விரக்தியும் கலந்த ஒரு குரூர சந்தோஷத்தோடு தோல்விகளையும் அழிவுகளையும் எங்கள் கற்பனைகளில் கலந்து நிரப்பினோம்: தலை குனிந்து நடந்து செல்லும் திவாலான மனிதர்கள், சேறும் சகதியுமான சாலைகள், பாதி கட்டிமுடித்த கட்டிடங்கள், இருட்டில் புதைந்திருக்கும் விநோதமான தெருக்கள், தமக்குப் புரியாத பிரார்த்தனை வாசகங்களை ஒப்பித்தபடி பழையகாலம் திரும்பி வருவதற்கு இறைஞ்சும் பரிதாப ஜீவன்கள், துயரில் வாடும் தாய்மார்களும் தகப்பன்களும், அயல் நிலங்களில் என்னென்ன செய்தோம் என்று நம்மிடம் விளக்கக்கூட கால அவகாசமில்லாத சோகமான அற்பாயுள் மனிதர்கள், இயங்காமல் முடங்கியிருக்கும் இயந்திரங்கள், பழைய பொற்கால ஏக்கத்தில் ஈரவிழிகளோடு வெறித்திருப்பவர்கள், எலும்பும் தோலுமான தெருநாய்கள், நிலமிழந்த கிராமத்தார்கள், நகரமெங்கும் சுற்றியலையும் நாடோடிகள், கால்சராய் அணிந்த படிக்காத முஸ்லிம்கள், தோல்வியிலேயே முடிகின்ற போர்கள். எனது கலைந்த நினைவுகளை அந்த நூலின் வேறொரு பகுதியில் பதிவிட்டேன்: வெனிஸில் என் தாய் தந்தையோடும், சகோதர சகோதரிகளோடும் சந்தோஷமாகக் கழித்த அறிவூட்டம் செறிந்த எனது பள்ளி நாட்கள், எம்மை வெல்பவர்கள் இதுபோல வாழ முயல்வதற்குள், அவர்களை முந்திச் செல்லும் எமது இயல்பான போராட்ட குணம்! முடிவாக எங்களுடைய இடதுகை எழுத்தோவியன், யாப்பமைதி கொண்ட ஒரு செய்யுளைப் பதிவிட்டான். ஹோஜாவுக்கு மிகவும் பிடித்தமான நிலையடுக்கை அச்செய்யுளில் உருவகமாகப் பயன்படுத்தி, அதன் வழியே மனித மனதின் இருட்புதிர்களாகப் புதைந்திருக்கும் சிக்கலான மர்மங்களைத் திறந்துவைக்கும் வாசலாக வர்ணித்திருந்தான். ஹோஜாவுடன் நான் எழுதிக்கொடுத்த எல்லா நூல்கள், ஆய்வுக்கட்டுரைகளின் துயரார்ந்த சாராம்சத்தை தனித்துவமான பனியிழைகளால் கம்பீரமாகவும், அதே நேரத்தில் ஒரு மௌன மொழியில் நெய்திருப்பதாகவும் அக்கவிதை அமைந்திருந்தது.

ஹோஜா இந்நூலை சமர்ப்பித்த ஒரு மாதம் கழித்து, சுல்தான் எங்களை அழைத்து அந்தப் பேராயுதத்தை உருவாக்கும் பணியைத் தொடங்குமாறு உத்தரவிட்டார். இந்த வெற்றிக்கு, நாங்கள் தயாரித்தளித்த அந்த நூல் எந்த அளவுக்குக் காரணமாக இருக்கும் என சந்தோஷத்துடன் குழம்பவைத்தது அந்த அரச கட்டளை!

9

“நமது எதிரிகளைப் பூண்டோடு அழிக்கவல்ல அந்தப் பேராயுதத்தைப் பார்ப்போம்,” என்ற சுல்தானின் கட்டளைக்குப் பின்னால் எவையெவையெல்லாம் காரணங் களாக இருக்கக்கூடுமென்று யோசித்தோம்: அவர் ஒருவேளை ஹோஜாவை சோதித்துப் பார்ப்பதற்காகச் சொல்லியிருக்கலாம்; ஹோஜாவிடம் சொல்லாமல் ஏதோ ஒரு கனவை அவர் மறைத்திருந்திருக்கலாம்; அவரைச் சுற்றி சேர்த்து வைத்திருக்கும் ‘தத்துவவியலாளர்கள்’ உதவாக்கரைகள் என்று சமீபகால மாக சுல்தானை எரிச்சலபடவைத்துக்கொண்டிருக்கும் அவருடைய தாயாருக்கும், பாஷாக்களுக்கும் எமது திறமையைக் காட்டத் தீர்மானித்திருக்கலாம்; பிளேக்கை ஒழித்ததைப் போல ஹோஜா மற்றொரு அற்புதத்தைச் செய்து காட்டுவான் என்று நம்பியிருக்கலாம்; எங்களுடைய நூலில் வர்ணித்திருந்த அந்த தோல்விச் சித்திரங்களைக் கண்டு அவர் உண்மையிலேயே பாதிப்படைந்திருக்கலாம்; நாங்கள் உருவகித்திருந்த தோல்விகளைவிட, அவரது ராணுவம் சமீபத்தில் உண்மையிலேயே சந்தித்துவந்த தோல்விகளால் சுல்தான் கவலையுற்றிருக்கலாம். சுல்தானை அகற்றிவிட்டு, அவருடைய சகோதரரை அரியணையில் அமர்த்தச் சில சக்திகள் முயன்றுவருவது எல்லோரும் அறிந்த ரகசியமாகிவிட்டிருந்தது. இந்த சாத்தியக்கூறுகள் எல்லாவற்றையும் யோசித்துக் கொண்டிருக்கும்போது, நாங்கள் உருவாக்கவிருக்கும் பேராயுதத்தின் தயாரிப்புச் செலவுக்காக எங்களுக்கு கிராமங்களிலிருந்தும், வணிகர் தங்கும் சத்திரங்களிலிருந்தும், ஆலிவ் தோட்டங்களிலிருந்தும் வரக்கூடிய அபரிமிதமான வருவாயை நினைத்து ஆனந்த மயக்கத்தில் ஆழ்ந்தோம்.

ஹோஜாவுக்கு எங்களுடைய சொந்த ஆச்சரியங்களினால் மட்டுமே ஆச்சரியமடையவேண்டும் என்ற எண்ணம்: இவ்வளவு வருடங்களாக சுல்தானிடம் அவன் சொன்ன கதைகள், நாங்கள் எழுதியளித்த நூல்கள், ஆய்வுக் கட்டுரைகள் எல்லாமே பொய்யா? அவற்றையெல்லாம் நம்பி, சுல்தான்

இப்போது ஒரு முடிவெடுக்கையில் அதில் சந்தேகப்படுவது சரியா? மேலும், இப்போது நமது மனங்களின் இருட்டில் என்னென்ன நிகழ்கிறது என்பதை அறிந்துகொள்ள சுல்தான் ஆர்வமாகிவிட்டார் என்பதைத்தான் இது காட்டுகிறது. இவ்வளவு காலம் காத்திருந்ததற்கு கிடைத்த வெற்றியல்லவா இது, என்று ஹோஜா சிலிர்த்தான்.

அது வெற்றிதான். எனவே வேலையை நாங்கள் இருவரும் பங்குதாரர்களாக ஆரம்பித்தோம். சோதனை முடிவைப் பற்றி அவனளவுக்கு நான் கவலைப்படாதிருந்ததால், மகிழ்ச்சியாக வேலை பார்த்தேன் அடுத்த ஆறு வருடங்களுக்கு அந்த மாபெரும் ஆயுதத்தை உருவாக்கும் முயற்சியில் இருந்தபோது, எங்கள் தலைக்குமேல் அபாயம் தொங்கிக் கொண்டே இருப்பதை உணர்ந்தோம். வெடி மருந்தை வைத்து வேலை செய்து வந்ததால் அல்ல, எங்களுக்கு அளிக்கப்பட்ட இப்பணி எங்களுடைய எதிரிகளின் பொறாமையைத் தூண்டிவிட்டிருந்தது. எல்லோரும் நாங்கள் வெற்றி பெறுவதையோ தோல்வியடைவதையோ பார்ப்பதற்கு ஆவலாகக் காத்திருந்தார்கள். அபாயத்தின் பிடியில் இருந்த நாங்களும் இதே காரணங்களுக்காக அச்சத்துடன் காத்திருந்தோம்.

முதலில் மேசையில் அமர்ந்து, இந்தப் பேராயுதத்தை உருவாக்கும் முறை பற்றி விவாதிப்பதிலேயே ஒரு முழுப் பனிக்காலத்தையும் வீணடித்தோம். உற்சாகமும் துடிப்பும் இருந்தாலும், அந்த ஆயுதம் எப்படி இருக்கவேண்டும் என்பது குறித்த தெளிவு கொஞ்சமும் இல்லாமல் உருவமோ, வடிவமோ அற்ற குழப்பமான சிந்தனைகள் மட்டுமே இருந்தன. எதிரிகளை அந்த ஆயுதம் பூண்டோடு ஒழிக்க வேண்டும் – இதுதான் தெளிவாக இருந்த ஒரே எண்ணமாக இருந்தது. அதன் பின்னர், வெடிமருந்துகளை எடுத்துக்கொண்டு வெட்டவெளி மைதானங்களில் சோதிக்க முடிவெடுத்தோம். பல வருடங்களுக்கு முன் வாணவேடிக்கை நிகழ்ச்சி நடத்த வாரக்கணக்கில் பயிற்சி எடுத்ததைப் போலவே, இம்முறையும் பல்வேறு வெடிமருந்துகளை வெவ்வேறு விகிதங்களில் கலந்து, பாதுகாப்பான தூரத்தில் இருந்துகொண்டு வெடிக்க வைத்துப் பார்த்தோம். இஸ்தான்புல் நகரின் எல்லா மூலைகளிலிருந்தும் மக்கள் ஆர்வத்தோடு வந்து, எங்கள் வெடிகுண்டு சோதனைகளைக் கண்டு களித்தார்கள். வெவ்வேறு அளவு சத்தங்களோடு வெடிகள் வண்ணப்புகையைக் கக்கின. உயரமான மரங்களின் கீழே நிழலில் இருந்தபடி சோதனைகளை நடத்தும் எங்களை வேடிக்கை பார்க்கவும் கும்பல் சேர்ந்திருந்தது. சோதனைகளை நடத்தும் மைதானத்தைக் கண்காட்சித் திடலாக்கிவிட்டார்கள். எங்களுக்குக் கூடாரங்களை அமைத்துக்கொண்டோம். சிறிய, நீளமான குழல்களைக் கொண்ட பீரங்கிகளை வைத்து அடுத்த கட்ட சோதனைகளைத் தொடர்ந்தோம். கோடையின் இறுதியில் ஒருநாள், எதிர்பாராமல் சுல்தானே அங்கு வந்து இறங்கினார்.

வானும் பூமியும் வெடியோசையில் அதிர, மாமன்னருக்கு சோதனைகள் நடத்திக்காட்டினோம். சரியான அளவில் தயாரித்த வெடிமருந்துக் கலவைகளை வெடிக்கலன்களிலும், பொதியுறைகளிலும் நிரப்பி வெடித்துக் காட்டினோம். புதிய வகைத் துப்பாக்கிகள், நீள்குழல் பீரங்கிகள் போன்றவை

திட்ட வரைவிலேயே இருப்பதால், பழைய பீரங்கிகளின் மூலமாகவே வெடிக்க வைத்தோம். தாமே தீப்பற்றிக்கொள்ளும் பீரங்கிகள் போல அவை ஒன்றையடுத்து மற்றது என தொடர்ந்து வெடிக்க, சுல்தான் வெகுவாகக் கவரப்பட்டிருப்பது புலப்பட்டது. ஒரு கட்டத்தில் வெடிகளை கவனிப்பதை விடுத்து, என்னை ஆர்வத்தோடு பார்க்கத் தொடங்கினார். ஆரம்பத்தில் ஹோஜா என்னை சுல்தானின் பார்வையிலிருந்து மறைக்க முயன்றாலும், வெடிப்புச் சோதனைகள் தொடங்கியதும், அவனுக்கு நிகராக நானும் உத்தரவுகள் இடுவதையும், பணியாட்கள் எங்கள் இருவரிடமிருந்தும் வழிகாட்டுதல்களைப் பெறுவதையும் அவர் கவனித்துவிட்டார் என்று தெரிந்தது.

பதினைந்து வருடங்களுக்குப்பிறகு அவர் முன்னே நின்றபோது, என்னை ஏற்கனவே சந்தித்திருப்பதைப் போலவும், உடனடியாக நினைவுக்குக் கொண்டுவர முடியாதிருப்பதைப் போலவும் பார்த்தார். கண்களை மூடியபடி, ஏதோ ஒரு பழத்தை சுவைத்துப் பார்த்து அடையாளம் கண்டுபிடிப்பதைப் போல என்னை ஆராய்ந்தார். நான் மண்டியிட்டு, அவரது இடையணியின் விளிம்பை முத்தமிட்டேன். நான் இங்கே இருபது வருடங்களாக இருந்து வருகிறேன் என்பதையும், ஆனாலும் நான் முஸ்லிமாக மதம் மாறவில்லை என்பதையும் கேட்டறிந்து கொண்டபோது அதனால் அவர் கோபப்பட்டதாகத் தெரியவில்லை. அவருடைய மனதில் வேறு எண்ணங்கள் ஓடுகின்றன என்று தோன்றியது. "இருபது வருடங்கள்?" என்று வியப்பாகக் கேட்டார். "எவ்வளவு விநோதம்!" என்றார். திடீரென அந்தக் கேள்வியை எடுத்து வீசி என்னை நிலைகுலைய வைத்தார்: "அப்படியென்றால் இவனுக்கு எல்லாவற்றையும் கற்றுத்தருவது நீதானா?" அது என் பதிலை எதிர்பார்த்து கேட்கப்பட்ட கேள்வியாகத் தெரியவில்லை. கந்தகமும் வெடியுப்பும் கலந்த காரநெடி சூழ்ந்த எங்கள் கந்தல் கூடாரத்திலிருந்து சுல்தான் வெளியேறி, அவரது மிக அழகான வெண்புரவியை நோக்கி நடந்தார். சட்டென்று நின்று, திரும்பி எங்களைப் பார்த்தார். ஹோஜாவும் நானும் அருகருகே, ஒரே மாதிரியாக, நெற்றுக்குள் ஒன்றுபோல ஒட்டியிருக்கும் இரு பட்டாணிகளைப் போல நின்றிருப்பதைப் பார்த்து மோகனமாகப் புன்னகைத்தார். மனித குலத்தின் கர்வத்தை உடைப்பதற்காக, அவர்களுடைய அபத்தத்தை உணரச் செய்வதற்காகக் கடவுள் படைத்த உருவப்படிகளைப் போல நாங்கள் இருப்பதைக் கண்டு அவர் வியப்பில் புன்னகைப்பதைப் போல எனக்குத் தோன்றியது.

அன்றிரவு சுல்தானைப் பற்றி யோசித்துக்கொண்டிருந்தேன். ஹோஜா எதிர்பார்த்த விதத்தில் அல்ல. அவன் தொடர்ந்து அவரைப்பற்றி வெறுப்போடு பேசிக்கொண்டிருந்தான். ஆனால் என்னால் அதைப்போல காழ்ப்போடும், எரிச்சலோடும் மாமன்னரை நினைக்க முடியவில்லை. அவருடைய நட்பார்ந்த அணுகுமுறை, இனிமையான பேச்சு, செல்லம் கொடுத்துக் கெடுக்கப்பட்ட குழந்தையைப்போல மனதுக்குத் தோன்றியதை வெளிப்படையாகப் பேசிவிடும் தன்மை, இவையெல்லாமே என்னை வெகுவாகக் கவர்ந்திருந்தன. அவரைப்போலத்தான் இனி நானும் இருக்கவேண்டுமென்று நினைத்தேன். அவருக்கு நண்பனாக இருக்க விரும்பினேன். ஹோஜா வள்ளென்று எரிந்து விழுந்ததும் படுக்கச்

சென்றேன். தூக்கம் வரவில்லை. சுல்தானைப் பற்றியே சிந்தித்துக் கொண்டிருந்தேன். அவரை ஏமாற்றுவது நியாயமல்ல. எல்லாவற்றையும் அவரிடம் சொல்லிவிடப் போகிறேன். எல்லாவற்றையும் என்றால், எதை?

என் எதிர்பார்ப்பு வீணாகவில்லை. ஒரு நாள் ஹோஜா வெறுப்பு மண்டிய குரலில் மாமன்னர் என்னையும் மறுநாள் பார்க்க விரும்புவதாகக் கூறினான். காலை, அவனோடு நானும் சென்றேன். அது கடலின் வாசம் வீசும் ஒரு வசந்தகால தினம். அன்று காலை முழுக்க அல்லிக்குளம் ஒன்றின் தரையில் சுற்றிலும் செந்நிற இலைகளை உதிர்த்திருந்த பிளேன் மரத்தின் கீழே கழித்தோம். சுல்தானுக்கு, அந்தக் குளத்தில் துள்ளிக் குதித்துக் கொண்டிருந்த தவளைகள் குறித்து கேட்பதற்கு நிறைய இருந்தது. ஹோஜா அவரது கேள்விகளுக்கு விட்டேற்றியாக, தொடர்பில்லாமல் எதையெதையோ சொன்னான். அவன் சொன்னதில் படிமமும் இல்லை, வண்ணமும் இல்லை. வெறும் தேய்வழக்குகள். அவன் குரலில் இருந்த ஆணவத்தை சுல்தான் கவனிக்காமல் இருந்தது எனக்கு அதிர்ச்சியாக இருந்தது. சுல்தான் என்மீதுதான் அதிக ஆர்வம் கொண்டிருந்தார்.

நான் தவளைகள் எப்படித் துள்ளிப்பாய்கின்றன என்று அவற்றின் இயங்கு விதத்தை விரிவாக விளக்கினேன். அவற்றின் இரத்த ஓட்ட மண்டலம் பற்றியும், எப்படி அவற்றின் உடலை அறுத்து இதயத்தைத் தனியே வெட்டி எடுத்ததற்குப் பின்னும் நீண்டநேரம் துடித்துக்கொண்டிருக்கும் என்பது பற்றியும், பூச்சிகளைத் தவளைகள் எப்படி பிடித்து உண்கின்றன என்றும் தொடர்ந்து விளக்கினேன். ஒரு காகிதமும் பேனாவும் கொண்டுவரச் சொல்லி, முட்டையிலிருந்து முதிர்ந்த தவளை வரை அதன் வளர்நிலை மாற்றங்களைப் படம் வரைந்து விவரித்தேன். பணியாள் ஒருவன் ரத்தினம் பதித்த வெள்ளிக் கூட்டில் கொண்டு வந்து தந்த ஒரு ஜோடி இழைப்பேனாவில் நான் வரைந்து காட்டிய அப்படங்களை மாமன்னர் கூர்ந்து கவனித்தார். தவளைகளைப் பற்றி என் நினைவுக்கு வந்த கதைகளைச் சொல்ல சுவாரஸ்யமாகக் கேட்டார். இளவரசி தவளையை முத்தமிடும் கட்டத்தில் முகத்தைக் கோணலாக்கி அருவறுப்பு காட்டினார். அவரை அவ்வளவு கிட்டத்தில் கவனிக்கும்போது ஹோஜா வழக்கமாக வர்ணித்திருந்ததைப்போல மந்த புத்திக்கார இளைஞராகத் தெரியவேயில்லை. ஒவ்வொரு தினத்தையும் அறிவியல், கலை அம்சங்களோடு துவக்க விரும்பும் தீவிர மனம் கொண்ட இளைஞராகத்தான் தெரிந்தார். அந்த அற்புதமான சில மணி நேரங்கள் முழுவதும் ஹோஜா சகிக்க முடியாமல் முகத்தை உர்ரென்று வைத்தபடி எங்கள் உரையாடல் எப்போது முடியும் என்று காத்திருந்தான். இறுதியில் சுல்தான் அந்தத் தவளைப் படங்களைக் கையில் வைத்துப் பார்த்துக்கொண்டே, “அவன் சொன்ன கதைகள் எல்லாவற்றையுமே நீதான் உருவாக்குகிறாய் என்று எப்போதுமே எனக்கு சந்தேகம் இருந்து வந்திருக்கிறது. இப்போதுதான் தெரிகிறது, படங்களையும் நீதான் வரைகிறாய் என்று!” பின் என்னிடம் திரும்பி, மீசை வைத்த தவளைகளைப்பற்றி சொல்லச் சொன்னார்.

இப்படித்தான் எனக்கும் சுல்தானுக்குமான உறவு தொடங்கிற்று. ஹோஜா அரண்மனைக்குப் போகும்போதெல்லாம் நானும் உடன் சென்றேன். ஆரம்பத்தில் ஹோஜா அதிகம் பேசாதிருந்தான். நான்தான்

சுல்தானிடம் நிறைய பேசிக்கொண்டிருந்தேன். அவருடைய கனவுகள், ஆர்வங்கள், அச்சங்கள் இவற்றைப்பற்றியும், கடந்த காலம் எதிர்காலத்தைப் பற்றியும் அவரிடம் பேசிக்கொண்டிருந்தபோது, என்னெதிரே இருக்கும் இந்த கூர்ந்த அறிவும் சூட்டிகையுமான மனிதரைப் பற்றியா இவ்வளவு வருடங்களாக ஹோஜா அவ்வளவு மோசமாகப் பேசிக்கொண்டிருந்தான் என்று வியப்பாக இருந்தது. அவர் என்னிடம் கேட்ட புத்திசாலித்தனமான கேள்விகளிலிருந்தும், அவரது விவேகமான அணுகுமுறையிலிருந்தும் ஒன்று மட்டும் சொல்ல முடிந்தது: நாங்கள் அவருக்கு எங்களுடைய நூல்களை வழங்கியதிலிருந்தே, ஹோஜாவில் எந்தளவுக்கு என்னுடைய அம்சம் இருக்கிறதென்றும், என்னுடைய ஆளுமையில் ஹோஜா எந்தளவுக்கு இருக்கிறானென்றும் அவர் ஊகித்திருக்கிறார் என்பதுதான் அது. ஹோஜாவைப் பொறுத்தவரை, அவன் அந்த நேரத்தில் பீரங்கிகளிலும், அவற்றின் நீள்குழல்களின் வடிவமைப்பிலும் கவனமாக இருந்ததால் எங்களுடைய பேச்சில் ஆர்வம் கொள்ளவில்லை. ஆனால் பிறகு கேட்டறிந்துகொண்டு சுல்தானின் கணிப்பு எல்லாமே மடத்தனமானது என்றான்.

பீரங்கியைக் கட்டமைக்கும் வேலையை ஆரம்பித்து ஆறுமாதங்கள் கழிந்ததும் ஒரு திடீர் சிக்கல் எழுந்தது. சாம்ராஜ்யத்தின் ஆயுதப்பிரிவு தலைவர் நாங்கள் தேவையில்லாமல் அவருடைய அதிகார எல்லைகளில் குறுக்கிடுகிறோம் என்று ஆத்திரத்துடன் ஆட்சேபித்தார். இதை அறிந்த ஹோஜா பீதியடைந்தான். ஆயுதத் தயாரிப்பு, அவர்களுடைய துறை சார்ந்ததென்றும், நாங்கள் தொடர்ந்து இந்தச் சோதனையில் ஈடுபடுவதாக இருந்தால் தன்னைப் பதவியிலிருந்து நீக்கிவிடவேண்டுமென்றும் அரசரிடம் வற்புறுத்தினார். அவர் தொடர்ந்து தலைவர் பதவியில் இருக்கவேண்டுமென்றால் பீரங்கி தயாரிப்புக் கலைக்கே பெரும் இழுக்கைச் சேர்க்கும் பைத்தியக்கார முட்டாள்களான எங்களை இஸ்தான்புல்லை விட்டே விரட்டியடிக்கவேண்டுமென்றும் அரசரிடம் வெடித்திருக்கிறார். ஒரு கட்டத்தில் சாம்ராஜ்யத்தின் ஆயுதப் பிரிவுத்தலைவரே ஏதோ ஓர் உடன்படிக்கைக்கு வருவது போலிருந்தாலும் ஹோஜா சமாதானத்துக்கு உடன்படாமல் பிடிவாதமாக இருந்தான். ஒருமாதம் கழித்து சுல்தான் எங்களிடம் பீரங்கி வகையில் சேராத ஆயுதத்தைத் தயாரிக்குமாறு உத்தரவிட்டபோது ஹோஜா அதிகம் கவலைப்படவில்லை. ஏனென்றால் நாங்கள் வடிவமைத்திருந்த புதிய துப்பாக்கிகளும், நீள்குழல் பீரங்கிகளும் ஏற்கனவே பயன்பாட்டில் இருக்கும் பழைய வகைகளைவிட மேம்பட்டதாக இல்லையென்று எங்கள் இருவருக்குமே தெரிந்திருந்தது.

எனவே முதலிலிருந்து எல்லாவற்றையும் புதிதாகத் தொடங்குவோம் என்றான் ஹோஜா. “இது ஒரு புதிய அத்தியாயம். அனைத்தையும் புதிதாக கற்பனை செய்து உருவாக்கலாம்,” என்றான். அவனது வெறிக் கூச்சல்களுக்கும் ஆகாயத்தைப் பிடிக்கும் கனவுகளுக்கும் நான் பழகிப் போயிருந்ததால், எனக்குப் புதிதாக இருந்தது மாமன்னரின் பரிச்சயம்தான். சுல்தான் எங்களுடன் நேரத்தைக் கழிப்பதை மிகவும் விரும்பினார். கோலிக்குண்டுகளுக்காகச் சண்டையிடும் இரு சகோதரர்களிடம் ‘இந்தக் கோலி உன்னுடையது, அது அவனுடையது’ என்று பிரித்துக்

கொடுத்து சமாதானம் செய்யும் தந்தையைப்போல, எங்களுக்கிடையே சிக்கலாகப் பிணைந்திருக்கும் ஆளுமைக் குழப்பங்களை, எங்களுடைய பேச்சு, நடத்தையை வைத்துப் பிரித்துக்காட்டினார். அவரது இந்த முயற்சி சிறுபிள்ளைத்தனமாகப் பட்டாலும், சில நேரங்களில் மிகவும் புத்திசாலித்தனமாக இருந்தது என்னைக் கவலைப்படுத்தியது. எனது சுயம் என்னிடமிருந்து பிரிந்து ஹோஜாவிடம் ஒட்டிக்கொண்டதைப் போலவும், அதேபோல ஹோஜாவின் சுயம் என்னிடம் வந்துவிட்டதைப் போலவும் நம்பத் தொடங்கினேன். இந்தப் பரிமாற்றம் எங்களுடைய பிரக்ஞையில்லாமலேயே நடந்திருப்பது போலவும், இந்தக் கற்பனை ஜீவனை ஆராய்ந்து மதிப்பிட்ட பிறகு எங்களைவிட சுல்தான் நன்றாக அறிந்து கொண்டிருப்பது போலவும் தோன்றியது.

அவரது கனவுகளுக்கு நாங்கள் பொருள் விளக்கம் அளித்துக்கொண்டிருக்கும் போதும், அல்லது அந்தப் புதிய ஆயுதத்தைப் பற்றி – அந்த நாட்களில் ஆயுதம் எங்கள் கற்பனைகளில் மட்டும்தான் உருக்கொண்டிருந்தது – பேசும் போதும், சுல்தான் சட்டென்று எங்கள் பேச்சை நிறுத்தி, எங்களில் ஒருவரை நோக்கித் திரும்பி, "இல்லை, இது உன்னுடைய சிந்தனை அல்ல, அவனுடையது," என்பார். சில நேரங்களில் எங்களுடைய செய்கைகளையே வித்தியாசம் பிரித்துச் சொல்வார்: "நீ இப்போது ஓரக்கண்ணால் பார்த்தது அவனைப் போலவே இருக்கிறது. நீ நீயாக இரு!" நான் வியப்பில் வாய்விட்டுச் சிரித்தால், "ஆகா, நல்லது. நீங்கள் இருவரும் ஒன்றாகச் சேர்ந்து நின்று கண்ணாடியில் பார்த்திருக்கிறீர்களா?" என்பார். அவ்வாறு இருவரும் சேர்ந்து கண்ணாடியைப் பார்க்கும்போது எங்களில் எவர் உண்மையாக இருப்பார், என்று கேட்பார். ஒருமுறை, அவருக்காக இவ்வளவு வருடங்களாக நாங்கள் எழுதிக்கொடுத்த எல்லா ஆய்வுக்கட்டுரைகள், விலங்கியல் விளக்க ஏடுகள், நாட்காட்டிகளைக் காப்பகத்திலிருந்து கொண்டுவரச் செய்தார். அவற்றை அவர் முதன்முதலாகப் படித்தபோது, ஒவ்வொரு பக்கத்திலும், ஒவ்வொரு பகுதியையும் எங்களில் யார் எழுதியது என்று அனுமானித்து வைத்திருந்ததாகச் சொன்னார். அது மட்டுமல்லாமல், எந்தெந்த பகுதிகளை நாங்கள் மற்றவரின் இடத்தில் பொருத்திக்கொண்டு எழுதியிருக்கிறோம் என்பதையும் அவரால் சொல்ல முடியும் என்றார். ஆனால் இவை எல்லாவற்றையும்விட ஹோஜாவை அதிகமும் கோபத்துக்குள்ளாக்கியது என்னவென்றால், சுல்தான் எங்களைப் போலவே விகடம் செய்து காட்டக்கூடிய ஒரு விதூஷகனை வரவழைத்து எங்கள் முன் நடித்துக் காட்ட வைத்ததுதான். ஹோஜாவை கோபப்படுத்தினாலும் அந்த விகடனின் நடிப்பு என்னை வியப்பில் ஸ்தம்பிக்கவைத்தது.

அவன் உருவத்திலோ வடிவத்திலோ எங்களின் ஜாடையில் இல்லை. குள்ளமாக, குண்டாக இருந்தான். உடையணிந்திருந்த விதம் வித்தியாசமாக இருந்தது. ஆனால் அவன் பேசத்தொடங்கியதும் அதிர்ந்து போனேன். அது அவனல்ல, அச்சு அசலாக ஹோஜா பேசுவது போலவே இருந்தது. ஹோஜாவைப் போலவே மாமன்னரின் செவிக்கருகே ரகசியம் சொல்வதைப்போல குனிந்து ஏதோ கிசுகிசுத்தான். நுட்பமான விஷயங்களை விளக்கும்போது ஹோஜாவின் குரல் எப்படித்

தீவிரமான தொனிக்கு மாறுமோ, அதேபோல குரலைக் கரகரப்பாக மாற்றி அவனைப் போலவே நிறுத்தி நிதானமாகப் பேசிக்காட்டினான். திடீரென, அவன் பேசும் விஷயத்தில் மூழ்கி, உணர்ச்சிவயப்பட்டு, கேட்பவரை வற்புறுத்தி ஒப்புக்கொள்ள வைப்பதுபோலக் கையை அப்படியும் இப்படியும் வீசிக் குரலை உயர்த்தி, சுற்றியுள்ள எல்லோரையும் மூச்சடைக்க வைத்தான். அவன் குரலில் ஹோஜாவின் தனித்துவமான உச்சரிப்பு அப்படியே இருந்தது. விண்மீன்களையும், பேரழிவு ஆயுதங்களையும் பற்றிப் பேசுவதற்கு அந்த விகடகவிக்கு ஞானம் இல்லாததால் ஹோஜாவின் குரலில் அரண்மனை சமையலறையில் இருக்கும் பாத்திரங்கள், சமையல் பொருட்கள், மசாலா வகைகள் இவற்றைப்பற்றியும், உணவு தயாரிப்பதைப் பற்றியும் பேசிக்காட்டினான். சுல்தான் ரசித்து புன்னகைப்பதைக் கண்டு ஊக்கம் பெற்று அவன் இஸ்தான்புல்லுக்கும் அலெப்போவுக்கும் இடையேயுள்ள வணிகர் தங்கும் சத்திரங்களை ஹோஜாவின் பாணியிலேயே ஒவ்வொன்றாகப் பட்டியலிட்டு நடித்துக்காட்ட, ஹோஜாவின் முகம் விழுந்தது. அடுத்து, சுல்தான் அவனை என்னைப்போல நடித்துக்காட்டச் சொன்னார். அவன் அதிர்ச்சியில் வாயைத் திறந்துகொண்டு என்னைப்பார்க்க, நான் அதிர்ந்து போனேன். அவன் நானாகி இருந்தான். மாமன்னர் அவனிடம் பாதி ஹோஜாவாகவும் பாதி நானாகவும் உள்ள ஒருவனைப்போல நடித்துக் காட்டச் சொன்னபோது என் அதிர்ச்சி மேலும் அதிகரித்தது. அவனது அங்க அசைவுகளைப் பார்க்கும்போது, சுல்தான் சொன்னதைப் போலவே, 'இது நான், இது ஹோஜா' என்று உரக்கக் கத்தவேண்டும் போலிருந்தது. ஆனால் அதற்கு அவசியமில்லாமல் அந்த விகடனே ஒவ்வோர் அசைவுக்கும் எங்களை மாற்றி மாற்றி சுட்டிக்காட்டியபடியே செய்து காட்டினான். அவனது நிகழ்ச்சி முடிந்ததும் அவனைப் பாராட்டி அனுப்பிவிட்டு, எங்களிடம் அதைப்பற்றிய கருத்தைக் கேட்டார்.

அவர் எந்த அர்த்தத்தில் கேட்டாரோ? அன்று மாலை ஹோஜாவிடம் அவன் இவ்வளவு வருடங்களாக என்னிடம் வர்ணித்து வந்ததைப் போல சுல்தான் இல்லை, மிகவும் அறிவுள்ளவராகத் தெரிகிறார், என்றேன். ஹோஜா வழிநடத்த விரும்பும் திசையை அவராகவே கண்டுகொண்டுவிட்டார், அதற்கான தகுதிகளைக் கொண்டவராக இருக்கிறார் என்றதும், வழக்கம்போல ஹோஜா கோபத்தில் குதித்தான். இம்முறை அவனுடைய கோபத்துக்கு ஒரு காரணம் இருந்தது: அந்த விகடனின் கோமாளிக் கூத்துகளை இனி சகித்துக்கொள்ளக் கூடாது. "இனி சுல்தானே வற்புறுத்திக் கூப்பிட்டாலொழிய அந்த அரண்மனைக்குள் காலெடுத்து வைக்கமாட்டேன்," என்றான். இவ்வளவு வருடங்களாக அவன் எதிர்பார்த்துக் காத்திருந்த சந்தர்ப்பம் கைக்கெட்டும் தூரத்தில் இருக்கும்போது, இந்த அரண்மனை முட்டாள்களோடு நேரத்தைச் செலவிட எனக்கு உத்தேசமில்லை என்றான். சுல்தானின் நகைச்சுவையுணர்வு என்னை சங்கடப்படுத்துவதாக இல்லை என்பதாலும், என்னை மையமாக்கி கிண்டல் செய்வதில் எனக்கு ஆட்சேபணை கிடையாது என்பதாலும், அவனுக்குப் பதிலாக அரண்மனைக்கு நான் செல்கிறேன் என்றேன். மாமன்னரிடம் ஹோஜாவுக்கு உடல் நலமில்லை என்றபோது நம்ப மறுத்தார். "அவன் ஆயுதத்தயாரிப்பில் கவனம் செலுத்தட்டும்," என்றார்.

இவ்வாறாக அடுத்த நான்கு வருடங்களுக்கு ஹோஜா திட்டம் தீட்டி, அந்த ஆயுதத்தை உருவாக்கி முடிக்கும் வரையில் நான் அரண்மனைக்குச் சென்று கொண்டிருக்க, அவன் வீட்டிலேயே தங்கி நான் முன்பிருந்ததைப்போல கனவுகளுடன் வாழ்ந்திருந்தான்.

அந்த நான்கு வருடங்களில் வாழ்க்கை என்பது சந்தோஷமாக அனுபவிப்பதற்கானது, வெறுமனே சகித்துக் கொண்டிருப்பதற்கானதல்ல என்பதை அறிந்து கொண்டேன். மாமன்னர் ஹோஜாவுக்கு அளித்து வந்த மரியாதையை எனக்கும் அளிக்கிறார் என்று தெரிந்ததும், அரண்மனை விழாக்களுக்கும், கொண்டாட்டங்களுக்கும் தினசரி நான் அழைக்கப்பட்டேன். ஒருநாள் அமைச்சர் மகளுக்குத் திருமணம் நடந்தது, மறுநாள் மாமன்னருக்கு இன்னொரு குழந்தை பிறந்தது, அவருடைய பிள்ளைகளுக்கு ‘சுன்னத்’ பெருவிழாவாகக் கொண்டாடப்பட்டது. இன்னொரு நாள் ஹங்கேரியர்களிடமிருந்து கோட்டை ஒன்றை மீட்டதற்கு கொண்டாட்டம், இளவரசர் பள்ளியில் சேர்ந்த முதல் நாளுக்காக ஒருவிழா, அதன் பின் ரமலானும் மற்ற பண்டிகைகளும் தொடங்கின. இவ்விழாக்களில் பரிமாறப்படும் மாமிசம், புலாவு வகைகள், இனிப்புகள், நெருப்புக்கோழி கறி, பாலாடைக் கட்டிகள், வாதுமை, முந்திரிக் கொட்டைகளை வயிறுமுழுக்கத் தின்றுத்தின்று சீக்கிரத்திலேயே உடல் பருத்துப் போனேன். பெரும்பாலான நேரத்தைக் கழைக்கூத்தாடி வித்தைகளைக் கண்டுகளிப்பதிலேயே செலவழித்தேன்: உடல் முழுக்க எண்ணெய் பூசிக்கொண்டு, மயங்கி விழும்வரை மல்யுத்தம் செய்யும் வீரர்கள், மசூதிகளின் தூபிகளுக்கிடையே கட்டப்பட்ட கயிற்றில், நடந்துகொண்டே உருட்டுக் கட்டைகளை வீசிப்பிடித்து வித்தை காட்டுபவர்கள், குதிரை லாடங்களைப் பல்லில் கடித்து நொறுக்குபவர்கள், கத்திகளையும் குத்தூசிகளையும் உடம்பில் குத்திக்கொள்பவர்கள், அங்கிக்குள்ளிலிருந்து பாம்புகள், புறாக்கள், குரங்குகளை வெளியில் எடுத்துக் காட்டும் மந்திரவாதிகள், நமது கையிலிருக்கும் காபிக்கோப்பைகளையும், பையிலிருக்கும் பணத்தையும் மறையச் செய்யும் கண்கட்டு வித்தைக்காரர்கள் . . . இவையெல்லாவற்றையும் விட காரகோஸிலும் ஹாஜிவாட்டிலும் நிழலாட்டங்களில் ஆபாசக் காட்சிகளைக் கண்டுகளிப்பது மிகவும் பிடித்தமானதாக இருந்தது. இரவு நேரங்களில் வாணவேடிக்கை நிகழாத நாட்களில், அன்று அரண்மனை விழாவில் அறிமுகமான புதிய நண்பர்களோடு அவர்களுடைய மாளிகைகளுக்கோ விடுதிகளுக்கோ செல்வேன். ராக்கியோ ஒயினோ அருந்திக்கொண்டே மணிக்கணக்காக சங்கீதம் கேட்போம். கையில் கிணுகிணுக்கும் கோப்பையோடு, எதிரே, சோர்வுற்ற கஸெல் மான்களைப் போல உடலைக்குழைத்து நடனமாடும் அழகிய பெண்களையும், நீரின் மேல் நடந்து காட்டும் அழகான இளைஞர்களையும், தமது உச்சஸ்தாயி குரலில் உணர்ச்சிகரமாகவும், உற்சாகமாகவும் பாடுகின்ற பாடகர்களையும் ரசித்துக்கொண்டிருப்பேன்.

என்னைக் கண்டு வியப்பிலாழ்ந்த வெளிநாட்டுத் தூதர்கள் பலரும் என்னை அவர்களது மாளிகைகளுக்கு அழைத்தார்கள். மெல்லிய கால்களையும், கரங்களையும் நீட்டியும், உயர்த்தியும் பாலே நடன மாதர்களும், ஆடவர்களும் பிரமிக்கவைக்கும் நடன நிகழ்ச்சிகளை

எமக்காக அரங்கேற்றுவார்கள். வெனிஸிலிருந்து வரவழைக்கப்பட்ட வாத்திய இசைக் கலைஞர்கள் சமீபத்தில் பிரபலமடைந்த பாடல்களை அபத்தமாக இசைப்பார்கள். மெதுவாக வளர்ந்து கொண்டிருந்த எனது புகழின் பலன்கள் இனிமையாகவே இருந்தன. தூதரகங்களில் கூடுகின்ற ஐரோப்பியர்கள் நான் கடந்து வந்த பயங்கர அனுபவங்களைப் பற்றி விசாரிப்பார்கள். நான் என்னென்னவெல்லாம் சிரமப்பட்டேன், எப்படி அவற்றைப் பொறுத்துக்கொண்டு இவ்வளவு வருடங்கள் தாக்குப்பிடித்தேன் என்று கேட்பார்கள். எனது அடிமை வாழ்க்கை முழுவதையும் நான்கு சுவர்களுக்குள் அடைபட்டு, தூங்கியும், அசட்டு நூல்களை எழுதியும்தான் கழித்தேன் என்ற உண்மையை அவர்களிடம் கூறாமல் மறைத்துவிடுவேன். பதிலாக மிக சுவாரஸ்யமான கட்டுக்கதைகளை முன் தயாரிப்பின்றி அவிழ்த்துவிடும் ஆற்றலை வளர்த்துக்கொண்டேன். ஏற்கனவே சுல்தான் அவர்களிடம் இத்தகைய அயல்நிலத்து விநோதக் கதைகளைச் சொல்லி குஷிப்படுத்திய அனுபவம் கைகொடுத்தது. நான் கற்பனையில் உருவாக்கிச் சொன்ன மதச்சார்பான குருதி வழியும் வன்முறைக் கதைகளும், ஆவலைத் தூண்டும் அந்தப்புரம் சார்ந்த காதற்கதைகளும் தூதர்களின் திருமணமாகாத பெண்களையும், மதிப்புவாய்ந்த தூதர்கள், அதிகாரிகளின் மனைவிகளையும் ஒருங்கே மெய்மறக்கவைத்து, அப்பெண்கள் என்னிடம் அந்நியோன்னியமாகினர். அவர்கள் வற்புறுத்திக் கேட்கும்போது ஒரு சில ராஜாங்க ரகசியங்களையும், யாருக்கும் தெரியாத அந்தக் கணத்தில் நான் இட்டுக்கட்டிய சுல்தானின், விநோத பழக்கங்களையும் கிசுகிசுப்பேன். மேலும் அதிக விபரங்களைக் கேட்டு நச்சரித்தால், கள்ளத்தனமான பாவத்தை வரித்துக்கொண்டு, “எனக்குத் தெரிந்த எல்லாவற்றையும் சொல்லிவிட முடியாது,” என்று அவர்களின் ஆர்வத்தை மேலும் தூண்டிவிட்டு, மௌனமாகிவிடுவேன். இவர்களையெல்லாம் மரமண்டைகள் என்று ஹோஜா இகழ்வது எவ்வளவு உண்மையென்று அப்போது புரியும். நான் ஏதோ ரகசியம் வாய்ந்த அறிவியல் ஆராய்ச்சியில் ஈடுபட்டிருப்பதாக அவர்கள் தங்களுக்குள் கிசுகிசுத்துக்கொள்வது காதில் விழும். எவராலும் புரிந்துகொள்ளவே முடியாத ஒரு பிரமாண்டமான ஆயுதத்தை ஏராளமான பொருட் செலவில் நாங்கள் தயாரிப்பதாகப் பேசிக்கொண்டு என்னை மரியாதையோடு பார்ப்பார்கள்.

இந்த மாளிகையிலிருந்து மாலை வீட்டுக்குத் திரும்பும்போது என் மனம் முழுக்க, நான் பார்த்த அழகிய உடல்களின் பிம்பங்கள் நிரம்பியிருக்கும். அருந்திய பானங்களின் போதையூட்டும் ஆவி மனதை, மழுங்கடித்திருக்கும். வீட்டில் எங்களது இருபது வருட மேசையில் ஹோஜா அமர்ந்திருப்பான். இதற்கு முன் அவனிடம் கண்டிராத அவசரகதியில் வேலை செய்து கொண்டிருப்பான். மேசையின்மீது என்னால் விளங்கிக் கொள்ள முடியாத, விசித்திரமான உருமாதிரிகள் இறைந்திருக்கும். கூடவே காகிதங்களில் என்னென்னவோ வரைபடங்கள், அவசரக் கிறுக்கல்கள். அன்று நிகழ்ந்தவற்றை, நான் செய்தவற்றை என்னிடம் கேட்பான். பொழுதைப் போக்கிய களியாட்டங்களை நான் விவரிக்கும்போதே முகத்தை சுளித்துக்கொண்டு, அசிங்கமான, மடத்தனமான வேலைகள் என்று என் பேச்சை நிறுத்துவான். உடனே அவனது திட்டத்தைப் பற்றி, ‘எங்களை’ப்பற்றி, ‘அவர்களை’ப்பற்றி விவரிக்கத்தொடங்குவான்.

மீண்டும் ஒருமுறை அவனது அபிமான கோட்பாட்டை எடுத்துரைப்பான்: எல்லாப் பொருட்களும் நமது மனதின் அறியப்படாத அடிநிலப்பரப்போடு தொடர்பு கொண்டிருக்கின்றன என்பான். அவனது மொத்தத் திட்டத்தையும் இந்த கோட்பாட்டின் அடிப்படையில்தான் அமைத்திருப்பதாகச் சொல்வான். மூளை என்று நாம் குறிப்பிடும் குப்பைக்கூளம் நிறைந்த அலமாரிக்குள் நிகழ்கின்ற ஒத்திசைவுகள், பிரளயங்களைப் பற்றி துடிப்போடு அவன் பேசும்போது, இவையெல்லாம் அவன் கனவுகண்டு கொண்டிருக்கும் பேராயுதத்தை வடிவமைப்பதற்கு எந்த விதத்தில் பயன்படப்போகிறது என்று புரியாமல் பார்த்திருப்பேன். அந்த வடிவமைப்பின் மீதுதான் அவனுடைய எல்லா நம்பிக்கைகளையும் எங்களுடைய எல்லா நம்பிக்கைகளையும் இருத்தி வைத்திருக்கிறான். இந்தக் குழப்பமான கருத்தியலை, நான் முன்பெல்லாம் உயர்வாக நினைத்திருந்த ஹோஜா உட்பட, யாராலும் புரிந்துகொள்ள முடியாது என்று தோன்றும். என்றாவது ஒருநாள், யாரோ ஒருவன் நமது தலைகளையெல்லாம் திறந்து இவனுடைய கருத்துக்களை நிரூபிக்கப் போகிறான், இது உறுதி, என்று முழங்குவான். பிளேக் வந்திருந்தபோது கண்ணாடியின் முன்பு நாங்கள் இருவரும் ஒன்றாக நின்று சிந்தித்தபோது அவன் கண்டுபிடித்த ஒரு மகத்தான பேருண்மையைப் பற்றிப் பேசுவான்: இப்போது இவையெல்லாமே அவன் மனதில் தெளிவுறத் தொடங்கிவிட்டன. இந்த உண்மையின் கணத்தில் இந்தப் பேராயுதம் தனது ஜனனத்தைத் தொடங்கிவிட்டது! அவன் பேச்சில் தலைகிறுகிறுத்து நிற்கும்போது, ஒரு காகிதத்தில் வரையப்பட்ட விசித்திரமான, குழப்பமான, உருவமற்ற உருவமாக இருக்கும் விளக்கப்படத்தை நடுங்கும் விரல் முனைகளில் எடுத்துக்காட்டுவான்.

இந்த வரைபடத்தில் இருந்த வடிவம் ஒவ்வொருமுறை அவன் காட்டும் போதும் சற்று வளர்ந்துகொண்டே வந்தது. 'பிசாசுச் சித்திரம்' என்று நினைக்கத் தோன்றிய அந்தக் கருப்புக் கறையைப் பார்க்கும்போது, ஒரு கணம் என் மனதில் நினைப்பதைச் சொல்லிவிடலாமாவென்று தோன்றும். ஒரு விநாடி தயக்கத்துக்கும், என் மனது என்மீது நிகழ்த்தும் தந்திரங்களை நினைத்தும் எதுவும் சொல்லாமல் அமைதியாகிவிடுவேன். பக்கம் பக்கமாக அவன் வரைந்து வைத்திருந்த வடிவங்களை ஒருங்கிணைத்து முழு உருவத்தை என்னால் இந்த நான்கு வருடங்களில் ஊகித்துப் பார்க்கவே முடியவில்லை. வருடங்களையும், ஏராளமான பணத்தையும் பேருழைப்பையும் விழுங்கிக் கொண்டு, அது மெதுவாக, மிக மெதுவாகத் தெளிவுபெற்று முழு உருவாக வளர்ந்து கொண்டுவந்தது. சில நேரங்களில் இதனை நமது அன்றாட வாழ்வோடும், சில நேரங்களில் கனவுகளில் வரும் தோற்றங்களோடும் ஒப்பிட்டுப் பார்க்கத் தோன்றும். பழைய நாட்களில் எமது ஞாபகங்களை நினைவுகூர்கையில் நாங்கள் கண்ட, பேசிய ஓரிரு மன ஓவியங்களும் அதற்கு இணையாகத் தோன்றும். ஆனாலும் இறுதி வடிவை எட்டக்கூடிய ஒரு தெளிந்த பிம்பம் மனதில் பிரசன்னமாகவேயில்லை. எனவே என் எண்ணக் குழப்பங்களை ஒதுக்கிவிட்டு, அந்த மர்ம ஆயுதம் இறுதியாக நிறைவுபெற்று, அதன் மர்மங்களை வெளிப்படுத்துவதற்காகக் காத்திருந்தேன். முழுசாக நான்கு வருடங்கள் கழிந்தபின், அந்தச் சிறிய கருப்புக்கறை, ஒரு விசித்திர,

பயங்கர ஜீவனாக பிரமாண்ட உருவெடுத்து ஏறக்குறைய பெரிய மசூதி உயரத்துக்கு நின்றது. இஸ்தான்புல்வாசிகள் அனைவரையும் ஒருசேர பீதியில் ஆழ்த்திய பேயுருவாக நின்றிருந்த அதனை ஒரு நிஜமான போர் இயந்திரம் என்று ஹோஜா பெருமிதத்தோடு அறிவித்தான். எல்லோரும் இப்பயங்கர ஆயுதத்தைத் தத்தம் மனம்போன போக்கில் எவ்வெவற்றுடனோ ஒப்பிட்டு வியந்து கொண்டிருக்க, எதிர்காலத்தில் அந்த ஆயுதம் எப்படி வெற்றிபெறும் என்பது குறித்து ஹோஜா சொன்ன விவரங்களில் நான் மூழ்கியிருந்தேன்.

மனம் விடாப்பிடியாக மறந்துதான் தீர வேண்டுமென்று அடம்பிடிக்கும் கனவை, தூங்கியெழுந்ததும் ஞாபகத்துக்குக் கொண்டுவர ஒருவன் திணறுவதைப்போல, அரண்மனைக்குச் செல்லும் போதெல்லாம் இந்த ஆயுதத்தின் தெளிவான, அச்சுறுத்தும் விவரங்களை சுல்தானிடம் விவரிக்க முயல்வேன். அந்தச் சக்கரங்கள், கவண் பொறியமைப்பு, அதன் கவிகை, வெடிமருந்து, நெம்புகோல்கள் ஆகியவற்றை எவ்வளவோமுறை ஹோஜா என்னிடம் சொல்லியிருக்கிறான். அவை எல்லாவற்றையும் ஞாபகப்படுத்தி அவரிடம் சொல்வேன். இந்த வார்த்தைகள் எனது வார்த்தைகளாக இருக்காது, ஹோஜாவினுடையதாயிருக்கும். கவிதை சார்ந்த அவனுடைய உணர்ச்சி வேகம் என் வார்த்தைகளில் இல்லா விட்டாலும்கூட, சுல்தான் அந்த வர்ணிப்பில் கவரப்பட்டுவிடுவார். ஹோஜாவின் கடுமுயற்சியில் உன்னதக் கண்டுபிடிப்பாக உருவாகியிருக்கும் ஒன்றை எனது தெளிவற்ற, நயமற்ற விளக்கங்களால் விவரிப்பதைக்கூட, இவ்வளவு கூர்மதி கொண்டவராக இருக்கும் சுல்தான் துல்லியமாகப் புரிந்துகொண்டு பாராட்டுவது என்னை நெகிழ்ச்சியடையச் செய்தது. “வீட்டில் உட்கார்ந்திருக்கும் அந்த ஹோஜா, நீதான்,” என்பார் சுல்தான். அவருடைய இந்த அறிவார்ந்த விளையாட்டுகள் இப்போதெல்லாம் என்னை வியப்பில் ஆழ்த்துவதில்லையென்றாலும் மனதைக் குழப்பின. நான்தான் ஹோஜா என்று அவர் சொன்னபோது, அவரது தர்க்கத்தை ஏற்றுக்கொள்ளாதிருப்பது நல்லது என்று எனக்குப்பட்டது. ஏனென்றால், உடனே அவனுக்கு இவையெல்லாவற்றையும் கற்றுத் தந்தது நான்தான் என்று வலியுறுத்திக் கூறுவார். அந்த நான், இப்போது சோம்பி அமர்ந்திருக்கும் நான் அல்ல, வெகுகாலத்துக்கு முன்பே ஹோஜாவை மாற்றிய அப்போதைய நான். அவர் இந்த ரீதியில் பேசிக்கொண்டேயிருப்பதை விடுத்து, கேளிக்கைகளைப்பற்றியும், மிருகங்களைப்பற்றியும், பண்டைக்கால விழாக்கள், வணிகர்களின் ஊர்வலம் போன்றவற்றைப் பற்றியும் பேசினால் தேவலாம் என்றிருந்தது. “இந்த ஆயுதத்திட்டத்துக்குப் பின்னால் இருந்தது நீதான் என்று எல்லோரும் அறிவார்கள்,” என்றார் சுல்தான் முத்தாய்ப்பாக.

இதுதான் என்னைப் பெரிதும் அச்சுறுத்தியது. ஹோஜா பொது இடங்களில் தலையைக்காட்டி வருடங்கள் ஆகின்றன. ஏறக்குறைய அவனை எல்லோரும் மறந்துவிட்டிருக்கின்றனர். நான்தான் அரண்மனையில் மன்னருக்கு அருகிலும், நகரின் மாளிகைகளிலும் அடிக்கடி தென்பட்டுக் கொண்டிருக்கிறேன். அதனால்தான் என்மீது இப்போது எல்லோருக்கும் பொறாமையும் அதிகரித்திருக்கிறது! நான் மிலேச்சனாக இருப்பது அவர்கள் பற்களை மேலும் நறநறக்க வைக்கிறது. இதுபோதாதென்று ஏராளமான

ஆட்டு மந்தைகள், ஆலிவ் தோட்டங்கள், சத்திரம் சாவடிகளின் வருவாயும் இந்த மர்மமான ஆயுதத்தயாரிப்புக்காகத் திருப்பிவிடப்பட்டு நாங்கள் செல்வத்தில் கொழித்துக் கொண்டிருக்கிறோம் என்று பேச்சும் உலவுகிறது. நான் சுல்தானுக்கு நெருக்கமாக இருப்பது மட்டுமல்லாமல், இந்த ஆயுதத் தயாரிப்பு என்ற பெயரில் மற்றவர்களுடைய விவகாரங்களில் மூக்கை நுழைப்பதாகவும் புகாரும் இருக்கிறது. இந்த அவதூறுகளைக் கேட்டுக் கொண்டு சும்மா இருக்க முடியாமல், எனது அச்சங்களை சுல்தானிடமும் ஹோஜாவிடமும் சொல்லிவிடவேண்டுமென்று முடிவெடுத்தேன்.

ஆனால் அவர்கள் அக்கறை காட்டவில்லை. ஹோஜா அவனது வேலையிலேயே மூழ்கியிருந்தான். கிழவர்கள் யெளவனத்திற்கு ஏங்குவதைப் போல அவனது சீற்றங்களுக்கு ஏங்கினேன். காகிதத்தில் இருந்த குழப்பமான கருப்புக் கறைக்குச் செறிவூட்டி ஒரு பிரமாண்ட அரக்கனாக உருவாக்குவதற்கு, எந்தவொரு பீரங்கிக் குண்டாலும் துளைக்கமுடியாதபடிக்கு பெரும் கனத்துக்கு வார்ப்பிரும்பால் வெளிச்சுவர் அமைப்பதற்கு, தாராளமாக வந்து கொண்டிருந்த பணத்தை வைத்து வார்ப்புகளைச் செய்வதற்குத் தன் கவனம் அனைத்தையும் செலுத்திக்கொண்டிருந்தவன் நான் விவரித்த வம்புப் பேச்சுகளைக் காதுகொடுத்தே கேட்கவில்லை. வெளிநாட்டுத் தூதர்களின் மாளிகைகளில் இவனது பணியைப்பற்றி என்ன பேசுகிறார்கள் என்பதைத் தெரிந்துகொள்வதில் மட்டும்தான் அவனுக்கு ஆர்வம் இருந்தது: இந்தத் தூதர்களெல்லாம் எப்படிப்பட்ட மனிதர்களாக இருக்கிறார்கள்? அவர்கள் என்ன நினைக்கிறார்கள்? இந்த ஆயுதத்தைப்பற்றி அவர்களுக்கு ஏதாவது அபிப்பிராயம் இருக்கிறதா? எல்லாவற்றையும்விட மிக முக்கியமாக: அந்த நாடுகளுக்கு நமது சாம்ராஜ்யத்தின் பிரதிநிதிகளாகத் தூதர்களை சுல்தான் ஏன் நியமிக்காமல் இருக்கிறார்? ஹோஜாவுக்கு இந்தப் பதவியின் மீது ஆசை இருக்கிறது என்று உணர்ந்து கொண்டேன். இந்த மூடர்களிடமிருந்து தப்பித்து வெளிநாட்டவரோடு வாழ்வதற்கு விரும்புகிறான் என்று தோன்றியது. ஆனால் ஆயுத வடிவமைப்புப்பணியில் சில சிக்கல்கள், தொய்வுகள் ஏற்பட்டபோது கூட (அவன் வார்த்தெடுத்த இரும்புக்கவசம் உடைந்துபோனது; பணவரத்து திடீரென குறைந்து போனது) இந்த விருப்பத்தைப் பற்றி வெளிப்படையாக அவன் பேசியதில்லை. ஓரிரு முறை அறிவியல் அறிவுடைய 'அவர்களோடு' தொடர்பை ஏற்படுத்திக் கொள்ள வேண்டுமென்று பேச்சுவாக்கில் சொல்லியிருக்கிறான். நமது தலைக்குள் இருக்கும் விஷயங்களைப் பற்றி இவன் கண்டுபிடித்த உண்மைகளை அவர்கள்தான் புரிந்துகொள்வார்கள் என்று அவன் நம்பியிருக்கலாம். வெனிஸ், ஃபிளாண்டர்ஸில் உள்ள அறிவியலாளர்களோடு மட்டுமில்லாமல் தூரதேசத்து விஞ்ஞானிகளோடு கடிதத்தொடர்பு ஏற்படுத்திக்கொள்ள வேண்டுமென்று விரும்பினான். அவர்களில் தலைசிறந்த விஞ்ஞானிகள் யார்யாரெல்லாம் இருக்கிறார்கள்? அவர்கள் எங்கே வசிக்கிறார்கள்? அவர்களை எவ்வாறு தொடர்பு கொள்வது? இந்த விபரங்களைத் தூதர்களிடமிருந்து பெற முடியுமா? ஆயுதம், அதன் நிறைவான வடிவத்தை எட்டிய அந்தக் கடைசி நாட்களில் அவன் கொண்டிருந்த நம்பிக்கைகளை மறந்து நான் அவனுடைய பணியில் கொஞ்சமும் ஆர்வம் காட்டவில்லை. அந்த நம்பிக்கைகளில்

தென்பட்ட அவனுடைய விரக்தியின் சாயல்கள் எங்களுடைய எதிரிகளைக் களிப்படைய வைத்திருக்கும்.

சுல்தானும் எங்கள் விரோதிகளின் வம்புப்பேச்சுகளுக்கு செவிசாய்க்க வில்லை. அந்த ஆயுதத்தை சோதித்துப் பார்க்கத் தயாராக இருந்த ஹோஜா, அந்த அச்சுறுத்தும் உலோகக் குகைக்குள் நுழைந்து மூச்சடைக்கும் துரு நெடியில் பற்சக்கரங்களை இயக்குவதற்கான தைரியமிக்க ஆட்களைத் தேடிக்கொண்டிருந்த நாட்களில், நான் எனது கவலைகளை உருக்கமாக எடுத்துரைத்தபோது அவை சுல்தானின் காதில் நுழைந்ததாகவே தெரிய வில்லை. வழக்கம்போல, ஹோஜா சொன்னவற்றையெல்லாம் என்னைத் திரும்பச் சொல்லச் சொன்னார். அவர் அவனை முழுவதுமாக நம்புகிறார், முழு திருப்தியுற்றிருக்கிறார் என்பது தெரிந்தது. அவன்மீது நம்பிக்கை வைத்ததற்கு அவர் கொஞ்சமும் வருந்தவில்லை. இது எல்லாவற்றுக்கும் என்னிடம் நன்றியுடையவராக இருக்கிறார். அதற்கு அவர் எப்போதும் சொல்கிற ஒரே காரணம்: நான்தான் ஹோஜாவுக்கு எல்லாவற்றையும் கற்றுக் கொடுத்திருக்கிறேன். ஹோஜாவைப் போலவே அவரும் நமது தலைக்குள் இருப்பவற்றைப் பற்றிப் பேசினார். பின்பு, அவன் ஆர்வத்தோடு கேட்கும் கேள்வியை அவரும் கேட்பார்: எனது பழைய தேசத்தில், மனிதர்கள் எப்படி வாழ்கிறார்கள்?

கனவுகளைக்கொண்டு அவருக்கு விருந்தளித்தேன். இந்தக் கதைகளை யெல்லாம் திரும்பத்திரும்பச் சொல்லிக்கொண்டிருந்ததால் நானே அவற்றை நம்பத் தொடங்கிவிட்டிருந்தேன். இவையெல்லாம் உண்மையிலேயே எனது வாலிபப்பருவத்தில் நடந்தவையா, அல்லது எனது புத்தகத்தை எழுத உட்காரும்போது எனது பேனாவிலிருந்து புறப்பட்ட கற்பனை ஊற்றா என்று இப்போது சொல்ல இயலவில்லை. சில நேரங்களில் என் மனதில் பளிச்சிடும் ஒருசில முழுப் பொய்களை எடுத்துவிடுவேன். மன்னருக்குப் பிடித்தவை என்பதால் திரும்பத் திரும்ப சொல்லிக்கொண்டிருந்ததில் சில கதைகள் தாமாக வளர்ந்திருக்கின்றன. எனது தேசத்தில் அணியப்படும் உடைகளில் பொத்தான்கள் நிறைய இருக்கும் என்பது மன்னருக்கு மிகவும் சுவாரஸ்யமளித்தது என்பதால் அதையொட்டிய கதைகளை எனது ஞாபகத்திலிருந்தும் கற்பனையிலிருந்தும் திரும்பத் திரும்பச் சொல்லிக்கொண்டிருந்தேன். ஆனால் ஒரு சில விஷயங்கள் இருபத்தைந்து வருடங்களானாலும் மறக்க முடியாதவையாக இருந்தன. அவை உண்மையான விஷயங்கள்: எலுமிச்சை மரங்களுக்கடியில் என் அம்மா, அப்பா, சகோதர சகோதரிகளோடு பேசியபடியே காலை உணவுண்டது! ஆனால், இந்த விவரங்கள் சுல்தானுக்குச் சற்றும் ஆர்வமளிப்பதாக இல்லை. ஒருமுறை என்னிடம் பேசும்போது, அடிப்படையில் எல்லோருடைய வாழ்க்கையும் ஒன்றுபோலவேதான் இருக்கிறது என்றார். இது என்னை அச்சுறுத்தியது. அதுவரை நான் பார்த்திராத வகையில் சுல்தானின் முகத்தில் ஒரு குரூர பாவம் வெளிப்பட்டது. அவர் சொல்வதன் பொருள் என்னவென்று கேட்க விரும்பினேன். அவர் முகத்தை ஐயத்தோடு பார்த்துக் கொண்டிருக்கும்போது, 'நான் நானேதான்' என்று சொல்ல வேண்டுமென்ற உந்துதல் ஏற்பட்டது. இந்த அபத்தமான சொற்றொடரை உதிர்ப்பதற்கான தைரியம் எனக்கிருந்திருந்தால், ஹோஜாவும் சுல்தானும்

என்னை வேறு யாரோவாக மாற்றுவதற்காக பயன்படுத்துகின்ற எல்லா வம்பு விளையாட்டுகளையும் துடைத்தழித்துவிட்டு, எனது சுயத்தோடு நிம்மதியாக மீண்டும் வாழத்தொடங்கிவிட்டிருப்பேன். ஆனால் பொருத்தமற்ற எதையாவது வாய்தவறிச் சொல்லி தமது பாதுகாப்பை நாசமாக்கிக் கொள்ளக்கூடாது என்ற எச்சரிக்கையுணர்வோடு செயல்படுபவர்களைப்போல, அச்சத்தில் மௌனித்திருந்தேன்.

ஹோஜா அந்த ஆயுதத்தைச் செய்து முடித்துவிட்டு, சோதித்துப் பார்ப்பதற்கு ஆட்களைத் திரட்ட முடியாமல் காத்திருந்த நேரத்தில் நடந்தது இது. அது வசந்தகாலம். மாமன்னர் திடீரென ராணுவத்தோடு போலந்து தேசத்துக்குப் படையெடுத்துச் சென்றுவிட்ட செய்தி எங்களைத் திடுக்கிடவைத்தது. மன்னர் ஏன் இந்தப் பேராயுதத்தைத் தன்னோடு கொண்டு செல்லவில்லை? ஏன் என்னை அவருடன் அழைத்துச் செல்லவில்லை? எங்களை அவர் நம்பவில்லையா? எங்களைப் போலவே இஸ்தான்புல்லில் இருந்த மற்றவர்களும் சுல்தான் போருக்குச் சென்றிருக்கமாட்டார், வேட்டைக்குத்தான் சென்றிருப்பார் என்று பேசிக்கொண்டார்கள். ஹோஜாவுக்குக் கூடுதலாக ஒரு வருட அவகாசம் கிடைத்ததில் மகிழ்ந்திருந்தான். எனக்கு வேறு வேலையோ பொழுதுபோக்கோ இல்லாததால், அவனோடு சேர்ந்து ஆயுதத்தை மேம்படுத்தும் வேலையில் ஆழ்ந்தேன்.

இந்த ஆயுதத்தை இயக்குவதற்கு ஆட்களைச் சேர்ப்பது பெரும்பாடாக இருந்தது. இந்தப் பயங்கரமான, ஒன்றும் புரியாத வாகனத்தில் ஏறவே யாரும் முன்வரவில்லை. நல்ல கூலி தருவதாக ஹோஜா சொல்லிப்பார்த்தான். ஒலிபெருக்கி மூலம், நகரமெங்கும் அறிவிப்பு செய்தான். கப்பற்துறை, பீரங்கி உருக்காலைப் பகுதிகளிலும், காபி இல்லங்களில் குழுமியிருக்கும் சோம்பேறிகளிடமும் தேடினான். வீடற்றவர்கள், சாகசத்துக்குத் துணிந்தவர்கள் என்று பலர் அகப்பட்டாலும் அந்த இரும்பு மலைக்குள் நுழைந்தவுடனேயே ராட்சத பற்சக்கரங்கள் ஒன்றோடொன்று உராய்ந்தபடி பெரும் இரைச்சலோடு சுற்றத்தொடங்கியதும் அலறிஅடித்துக் கொண்டு வெளியே ஓடினர். துணிச்சலாக நின்றவர்கள்கூட உடம்பைப் பொசுக்கும் சூட்டைப்பொறுக்க முடியாமல் ஓடிவிட்டனர். கோடையின் இறுதியில் இந்த ஆயுத வாகனத்தை முற்றிலும் இயக்க முடியாமற் போயிற்று. ஒதுக்கப்பட்ட பணம் மொத்தமும் தீர்ந்திருந்தது. சில வாரங்களுக்கு மட்டும் இயக்கமுடிந்த அனுபவத்தை வைத்து எந்த முடிவுக்கும் வரமுடியவில்லை. அந்த வினோத உலோக ராட்சதன் தீர்மானிக்க முடியாத திசைகளிலெல்லாம், ஏடாகோடமாகத் திரும்பி மெதுவாக ஊர்ந்தபடி கற்பனைக் கோட்டைகளை நோக்கி வெற்றுக் குண்டுகளை வெடிக்க, சூழ்ந்திருந்த மக்கள் திகைப்பிலும், பயத்திலும், உற்சாகத்திலும் கூச்சலிட்டனர். கொஞ்சநாட்கள் கழித்து எங்களுக்கு ஒதுக்கப்பட்ட கிராமங்களிலிருந்தும் ஆலிவ் தோடங்களிலிருந்தும் வருவாய் மெதுவாக வரத் தொடங்க, இந்த ஆயுதத்தை இயக்கும் ஆட்களுக்கு வழங்கும் கூலி அபரிமிதமாக இருப்பதால் கட்டுப்படி ஆகாதென்று அனைவரையும் வேலையைவிட்டு நிறுத்திவிட்டான்.

பனிக்காலம் முழுவதும் காத்திருந்தோம். போர் முடிந்து திரும்பி வந்த மாமன்னர் அவருக்குப் பிடித்தமான எதிர்னேவிலேயே தங்கியிருந்தார். யாரும் எங்களை அழைக்கவில்லை. எங்கள் கதையைக்கேட்க அரண்மனையில் யாருமில்லை. மாலையில் விருந்துக்கு அழைப்பவர்களும் இல்லை. செய்வதற்கு எந்த வேலையும் இல்லாததால், வெனிஸிலிருந்து வந்திருந்த ஓர் ஓவியனை அமர்த்தி என் உருவப்படத்தைத் தீட்டிக் கொண்டேன். சங்கீத வகுப்புக்குச் சென்று யூத் இசைக்கருவி பழகினேன். குலேதிபியில் ஹோஜா அவனது ஆயுதத்துக்கு ஒரு காவலாளியை அமர்த்திவிட்டு, அடிக்கடி சென்று பார்த்துக் கொண்டிருந்தான். இன்னமும் திருப்தியடையாமல் அதற்கு அங்கும் இங்கும் உதிரி பாகங் களை இணைத்துக் கொண்டே வந்தான். விரைவில் இதிலும் சலிப்பேறபட்டுச் சோர்ந்து போனான். பின் குளிர்கால இரவுகளில் தூங்கும் நேரத்தில் இந்த ஆயுதத்தைப்பற்றியோ, அவனது தொலைநோக்குத் திட்டங்களைப் பற்றியோ அவன் பேசவேயில்லை அவனிடம் சோம்பல் ஆட்கொண்டிருந்தது. ஆர்வம் இழந்துவிட்டான் என்று சொல்லமுடியாது; அவன் இப்படி ஆனதற்குக் காரணம் இப்போதெல்லாம் என்னிடம் அவனுக்கிருந்த ஈர்ப்பு குறைந்துவிட்டதுதான் என்று தோன்றியது.

பனிக்கால இரவுகள் எல்லாமும் காத்திருப்பதிலேயே கழிந்தன. காற்று நிற்பதற்காக, பனிப்பொழிவு நிற்பதற்காக, பின்னிரவில் வீடுதிரும்பும் தெருவணிகர் காலடியோசைகள் நிற்பதற்காக, மேலும் விறகுகள் வேண்டி கணப்பில் நெருப்பு குறைவதற்காகக் காத்திருப்போம், அதிகம் எங்களிடையே பேச்சில்லாமல் கழிந்த அந்தக் குளிர்கால இரவொன்றில் ஹோஜா திடீரென நான் மிகவும் மாறிவிட்டிருப்பதாகச் சொன்னான். “முற்றிலும் வேறு நபராக இறுதியில் மாறிவிட்டாய்” என்றான். எனக்குள் தீ மூண்டது. வியர்க்கத் தொடங்கினேன். அவன் சொன்னதை மறுத்து, நான் எப்போதும் போலவே இருப்பதாகச் சொல்ல விரும்பினேன். நாங்கள் ஒரேமாதிரிதான் இருந்தோம், பழையபடி என்னிடம் அவன் பேசவேண்டும், நான் சொல்வதை கவனித்துக் கேட்கவேண்டும் நாம் பேசுவதற்கு ஏராளமான விஷயங்கள் இருக்கின்றன என்றெல்லாம் கூற விரும்பினேன். ஆனால் அவன் சொல்வது சரியென்று உறைத்தது. என் உருவப்படத்தை அந்த ஓவியன் வரைந்து முடித்து அன்று காலைதான் கொடுத்துவிட்டுப் போயிருந்தான். சுவரில் சாய்த்து வைக்கப்பட்டிருந்த அதில், வயிறு புடைக்க விருந்துண்டதன் பலனாக நான் எந்தளவுக்குப் பருத்திருக்கிறேன் என்பது தெரிந்தது. கழுத்து சரிந்திருந்தது. ஊளைச் சதைகள் பிதுங்கிக் கிடந்தன. எனது நடையே மெதுவாகிவிட்டிருப்பதை சமீபகாலமாக உணர்கிறேன். மேலும் இது என் முகமா? வாயோரங்களில் ஒரு முரட்டு பாவம் புதிதாக வந்திருக்கிறது. காமக்களியாட்டங்களின் உபயத்தில் கண்களில் நிரந்தர கிறக்கம் குடியேறியிருக்கிறது, அபரிமிதமான குடியினால் தூக்க நேரங்கள் தாறுமாறாகி, கண்ணுக்குக்கீழே அதன் தடயங்கள். மொத்தத்தில் எந்தவொரு அறிவுத்தேட்டமுமின்றி சோம்பிக்கழிக்கும் முட்டாள்களின் தோரணை முழுசாக என்னிடம் வந்துவிட்டிருக்கிறது. இந்தப் புதிய மாற்றத்தைத்தான் அவன் சொல்கிறான். என்னுடைய இந்த புதிய நிலையில் நான் திருப்தியுற்றிருப்பது எனக்குத் தெரிந்திருந்தது. நான் எதுவும் பேசவில்லை.

பின்னர் மாமன்னர் எங்களுக்கு அழைப்பு விடுத்த காலமும் வந்தது. எங்களது ஆயுதத்தை எடுத்துக்கொண்டு எதிர்னேவுக்கு வர உத்தரவிட்டார். இந்த உத்தரவு வருவதற்கு முன்பிருந்த நாட்களில் ஒரு குறிப்பிட்ட கனவு மட்டும் எனக்கு வந்து கொண்டேயிருந்தது: இஸ்தான்புல் விழாக்களைப்போல வெனிஸ் நகரில் நடக்கும் முகமூடி நடனத் திருவிழாவில் இருக்கிறோம். அரசவையணங்குகள் எல்லோரும் ஒரே நேரத்தில் தத்தமது முகமூடிகளைக் கழற்ற, கூட்டத்தில் என் அம்மாவையும், எனக்கு நிச்சயம் செய்யப்பட்டக் காதலியையும் பார்க்கிறேன். நான் எனது முகமூடியைக் கழற்றிவிட்டு, என்னை அவர்கள் அடையாளம் கண்டுகொள்வதற்காக முன்னேறிச் செல்கிறேன். ஆனால் அவர்கள் என்னை அடையாளம் கண்டுகொண்டதாகத் தெரியவில்லை. எனக்குப் பின்னால் இருக்கும் யாரையோ நோக்கி, முகமூடிகளை நீட்டி உற்சாகக் குரலெழுப்புகிறார்கள். திரும்பிப்பார்க்கிறேன். நான் என்பது நான்தான் என்பதை அறிந்திருக்கும் ஒரே மனிதனான ஹோஜாதான் அங்கே இருக்கிறான். அவனாவது என்னை அடையாளம் கண்டுகொள்வானென்று அவனிடம் செல்கிறேன். ஹோஜா என்ற அம்மனிதன் ஒரு வார்த்தையும் பேசாமல் தனது முகமூடியை அகற்றுகிறான். கனவிலிருந்து எழுப்பிய குற்ற உணர்வின் வேதனை என்னை அச்சுறுத்த, அங்கு தோன்றியது என் வாலிபத்தின் நிழல் உரு.

10

கோடையின் தொடக்கத்தில் சுல்தான் எங்களையும் அந்தப் பேராயுதத்தையும் எதிர்னேவில் எதிர்பார்க்கிறார் என்பது தெரிந்ததும் ஹோராஜா செயலில் குதித்தான். அப்போதுதான் அவன் எல்லாவற்றையும் தயார்நிலையில் வைத்திருந்தது எனக்குத் தெரிந்தது. ஆயுதத்தை இயக்கிய ஆட்கள் எல்லோருடனும் பனிக்காலம் முழுக்கத் தொடர்பில் இருந்திருக்கிறான். மூன்றே நாளில் போருக்குத் தயாராகிவிட்டோம். கடைசி நாளிரவு, நாங்கள் ஏதோ புதுவீட்டுக்குக் குடிபெயர்வதற்குத் தயாராவதைப் போலிருந்தது. கிழிந்த பழைய புத்தகங்களை, பாதி எழுதிய ஆய்வுக் கட்டுரைகளை, பழுப்பேறத் தொடங்கியிருந்த முதற்படிகளை, அவனது தனிப்பட்ட பொருட்களை என்று ஒவ்வொன்றாக ஆராய்ந்து எடுத்துவைத்துக்கொண்டிருந்தான். துருப்பிடித்துப் போயிருந்த அவனது தொழுகை கடிகாரத்தைப் பழுதுபார்த்தான். வானியல் சாதனங்களைத் துடைத்து வைத்தான். விடியும்வரை இருபத்தைந்து வருட புத்தக வரைவுகளை, உருமாதிரிகளை, ஆயுத வரைபடங்களை ஆராய்ந்து கொண்டிருந்தான். முதன்முதலாக நாங்கள் நிகழ்த்திய வாணவேடிக்கை சோதனைகளின் போது நான் குறிப்புரைகள் எழுதி வைத்திருந்த அந்தச் சிறிய நோட்டுப்புத்தகத்தை எடுத்துக்கொண்டு, “இதையும் நம்மோடு எடுத்துக்கொள்ளலாமா? ஏதாவது பலன் இருக்குமா? என்ன சொல்கிறாய்?” என்று சற்றுக் கூச்சத்தோடு வினவினான். நான் மலங்க மலங்க விழிப்பதைப் பார்த்து எரிச்சலுற்று அதை மூலையில் விட்டெறிந்தான்.

இருந்தாலும், எதிர்னேவுக்குச் சென்ற இந்தப் பத்துநாள் பயணத்தில் பழைய நாட்கள் அளவுக்கு இல்லாவிட்டாலும் நெருக்கமாக உணர்ந்திருந்தோம். எல்லாவற்றையும்விட, ஹோராஜா பெரும் நம்பிக்கையோடு இருந்தான். எங்களுடைய ஆயுதத்துக்குத்தான் அவர்கள் என்னென்ன பெயர் சூட்டி யிருந்தார்கள்! கிறுக்கு, பூச்சி, சாத்தான், ஆமை வேட்டைக்காரன், ஒற்றைக்கண்ணன், நடமாடும் கோபுரம், இரும்புக்குன்று,

சிவப்புச்சேவல், சக்கரம் வைத்த கொதி கெண்டி, ராட்சதன், அரக்கன், பூதம், காட்டுப்பன்றி, நாடோடி, நீலக்கண் சூனியக்காரி என்றெல்லாம் நாமகரணம் சூட்டப்பட்டிருந்த எங்கள் ஆயுதம் மிக மெதுவாக ஊர்ந்து சாலையை அடைந்து, வினோதமான கிறீச்சிடல்களோடும், அடிவயிற்று முனகல்களோடும், ஹோஜா எதிர்பார்த்ததைப் போலவே சுற்றியிருந்த எல்லோரையும் கதிகலங்கச் செய்தபடி, அவன் எதிர்பார்த்ததைவிட வேகமாகவே நகர்ந்து சென்றது. சுற்றுப்பட்ட கிராமங்களிலிருந்தெல்லாம் மக்கள் ஆர்வத்தோடு சாலையோரம் கூடிநின்று இந்த ஆயுத பவனியை வேடிக்கை பார்ப்பதும், இதன் மாபெரும் உருவத்தைக் கண்டு அவர்கள் அச்சத்தில் நடுங்குவதும் அவனுக்கு அளவற்ற மகிழ்ச்சியைக் கொடுத்துக்கொண்டிருந்தது. சுவர்க்கோழிகள் மதிப்பிட்டுக் கொண்டிருந்த இரவின் நிசப்தத்தில், நாள் முழுக்க வியர்வையும் ரத்தமும் கண்ணீரும் சிந்திச் சோர்ந்திருந்த எமது போர்வீரர்கள் கூடாரங்களில் தூக்கத்தில் ஆழ்ந்திருக்கும்போது, ஹோஜா என்னிடம் தனது சிவப்புச்சேவல் எதிரிகளை எப்படியெல்லாம் துவம்சம் செய்யப் போகிறதென்று விரிவாக விவரித்துக் கொண்டிருப்பான். முன்பெல்லாம் என்னிடம் பேசும்போது இருந்த துடிப்பும் உற்சாகமும் இப்போது இருக்கவில்லை. என்னைப் போலவே அவனுக்கும் மகாராஜாவின் நெருங்கிய வட்டாரங்களுக்கு இந்த ஆயுதத்தைப்பற்றி இருக்கும் சந்தேகங்களும், எந்தப் படைப்பிரிவில் இந்த ஆயுதத்தைப் பயன்படுத்துவது என்பது குறித்து நிலவும் தெளிவின்மையும் அவனுக்குக் கவலையை உண்டாக்கியிருந்தன. ஆனாலும் எங்களுக்கு வாய்த்திருக்கும் இந்தக் 'கடைசி வாய்ப்பு' பற்றியும் எல்லாவற்றையும் நமக்குச் சாதகமாகவே மாற்றியிருப்பதைப் பற்றியும் திருப்தியோடும் உறுதியோடும் அவனால் பேசமுடிந்தது.

இப்பேராயுதத்துடன் எதிர்னேவுக்குள் நாங்கள் நுழைந்தபோது சிறிய அளவில் வரவேற்பு மாமன்னராலும் அவருடனேயே ஒட்டிக் கொண்டிருக்கும் சில முகஸ்துதியாளர்களாலும் அளிக்கப்பட்டது. சுல்தான் ஹோஜாவை ஒரு பழைய நண்பனை வரவேற்பது போலப் பிரியத்தோடு வரவேற்றார். போர் வருவதற்கான சாத்தியம் உண்டென்றே கிசுகிசுத்துக் கொண்டிருந்தார்கள். சிறிய அளவில்கூட போருக்கான ஆயத்தமோ, அவசரமோ அச்சூழலில் தென்படவில்லை. ஹோஜாவும் சுல்தானும் ஒன்றாகவே பொழுதைக் கழித்தார்கள். நானும் கூட சேர்ந்துகொண்டேன். அவர்கள் புரவிகளில் ஏறி, இருண்ட கானகத்துக்குள் பறவைகளின் சங்கீதத்தைக் கேட்கச் செல்லும்போதும், துஞ்சா, மெரிச் நதிகளில் தவளைகளைக் காண படகுச்சவாரி செல்லும்போதும், ஸெலிமியே மசூதியின் முற்றத்தில் சிகிச்சை பெறும் கழுகுச் சண்டையில் காயமுற்ற நாரைகளைத் தடவிக்கொடுக்கச் செல்லும்போதும், எங்கள் ஆயுதத்தை மைதானத்தில் சோதனை ஓட்டம் செய்துபார்க்கச் செல்லும்போதும் நானும் கூடச் சென்றேன். அவர்களுடைய சம்பாஷணையில் என்னால் பங்கெடுத்துக்கொள்ள முடியாதது வருத்தமாகவே இருந்தது. அவர்களிடம் மனமாரப் பேசுவதற்கோ, சுவாரஸ்யமான விஷயங்களைச் சொல்வதற்கோ எதுவும் இல்லாதிருந்தது. ஒருவேளை அவர்களுடைய நெருக்கம் எனக்குப் பொறாமையாக இருந்ததோ என்னவோ. சலிப்பும் எரிச்சலும் என்னை ஆட்கொண்டன. ஹோஜா இப்போதும் அந்தக் கவிதையையே ஒப்பித்து

அரசரின் புகழ்பாடிக் கொண்டிருந்தான். இந்தப் பழங்கதைகளையும் இட்டுக்கட்டப்பட்ட வெற்றிப் பிரதாபங்களையும் 'அவர்களின்' பராக்கிரமத்தையும், போருக்குப் புறப்படத் தினவெடுத்து நிற்கும் தோள்களைப் பற்றியும் அரசர் எப்படி சலிப்பில்லாமல் கேட்டு மகிழ்ந்து கொண்டிருக்கிறார் என்று அதிர்ச்சியாக இருந்தது.

போர் குறித்த வதந்திகள் அதிகரித்திருந்த சமயமான கோடையின் மத்தியில், ஹோஜா என்னிடம் வந்து, தனக்கு ஒரு வலுவான துணை வேண்டும் என்று என்னை அவனுடன் வரச்சொன்னான். எதிர்னேவின் நாடோடிகள், யூதர்கள் பகுதியைத் தாண்டி, சாம்பல் நிறத் தெருக்களினூடே வேகமாக நடந்தோம். இந்தப் பகுதிக்கு முன்பு வந்திருக்கிறேன். அப்போது இருந்த துயரார்ந்த மனநிலை ஆச்சரியமாக இப்போதும் என்னுள் கவிந்தது. ஒன்றிலிருந்து மற்றதை வித்தியாசம் காணமுடியாத ஒரேமாதிரியான ஏழை முஸ்லிம் வீடுகள். கொஞ்ச நேரத்துக்கு முன் இடதுபுறத்தில் கடந்து வந்த படர்கொடிகள் மூடிய வீடுகளின் வரிசை இப்போது வலது புறத்தில் வந்தபோதுதான் நாங்கள் வந்தவழியே திரும்புகிறோம் என்று புரிந்தது. "இது எந்த இடம்?" என்று கேட்டேன். "ஃபில்தாமி" என்றான். ஹோஜா திடீரென்று ஒரு வீட்டின் கதவைத் தட்டினான். எட்டு வயது மதிக்கத்தக்க ஒரு சிறுவன் கதவைத்திறந்தான். பச்சை நிறத்தில் கண்கள் இருந்த அவனிடம், "சிங்கங்கள்! சுல்தானின் அரண்மனையிலிருந்து சிங்கங்கள் தப்பிவிட்டன! அவற்றைத் தேடுகிறோம்!" என்று அவனைத் தள்ளிவிட்டு, என்னையும் இழுத்துக்கொண்டு உள்ளே நுழைந்தான். உள்ளே அரை இருட்டாக இருந்தது. மரத்தூளும் சோப்பும் கலந்த நெடியில் மாடிப்படிகளில் என்னை மேலே செலுத்திக்கொண்டு சென்றான். எங்கள் எடையில் படிகள் முனகின. மேலே ஒரு பெரிய கூடத்தில் படிகள் முடிந்தன. அங்கிருந்த எல்லா அறைக் கதவுகளையும் ஹோஜா திறந்தான். முதல் அறையில் ஒரு கிழவன் பொக்கை வாயைத் திறந்து தூங்கிக் கொண்டிருந்தான். இரண்டு சிறுவர்கள் தூங்கிக் கொண்டிருந்தவனின் தாடியை நோண்டிக்கொண்டிருந்தனர். கதவு தடாலென்று திறந்ததும் துள்ளிக்குதித்து எழுந்தனர். அந்தக் கதவை மூடிவிட்டு அடுத்த அறைக்கதவைத் திறந்தான். உள்ளே படுக்கை மெத்தைகளும், மெத்தை தைப்பதற்கான பொருட்களும் குவிந்திருந்தன. தெருக்கதவைத் திறந்த சிறுவன் மூன்றாவது அறைக் கதவின் தாழ்ப்பாளைப் பிடித்துக் கொண்டு, "உள்ளே சிங்கங்கள் இல்லை, என் அம்மாவும் அத்தையும்தான்," என்றான். ஹோஜா அவனை விலக்கிவிட்டுக் கதவைத் திறந்தான். எங்களுக்கு முதுகைக் காட்டியபடி திரும்பியிருந்த இரு பெண்கள் மங்கலான வெளிச்சத்தில் தொழுது கொண்டிருந்தனர். நான்காவது அறையில் மெத்தை தைத்துக் கொண்டிருந்தவன் தாடி இல்லாததால் என் ஜாடையில் இருந்தான். ஹோஜாவைப் பார்த்ததும் எழுந்து, "பைத்தியக்காரா, இங்கே என்ன செய்து கொண்டிருக்கிறாய்?" என்று கத்தினான். "என்ன வேண்டும் உனக்கு?"

"ஸெம்ரா எங்கே?" என்றான் ஹோஜா.

"அவள் பத்து வருடங்களுக்கு முன்பே இஸ்தான்புல்லுக்குப் போய்விட்டாள்." என்றான். "அங்கேயே பிளேக்கில் இறந்துவிட்டாள் என்று

கேள்விப்பட்டோம். நீயும் செத்துத் தொலைத்திருக்க வேண்டியதுதானே?" ஹோஜா எதுவும் பேசாமல் படியிறங்கிச் சென்றான். அவன் பின்னால் நானும் வீட்டைவிட்டு வெளியேறினேன். பின்னாலிருந்து அந்தச் சிறுவன் கத்துவதும், அவனுடைய அம்மா அவனை அடக்குவதும் கேட்டது.

"சிங்கங்கள் இங்கே இருக்கும்மா!"

"இல்லைடா கண்ணே. உங்க மாமாவும் அவருடைய தம்பியும்!"

பழையவற்றை மறந்துபோகும் சக்தி எனக்கு இல்லாததாலோ, அல்லது எனது புதிய வாழ்க்கையையும், நீங்கள் இன்னமும் பொறுமையாக வாசித்துக் கொண்டிருக்கும் இந்தப் புத்தகத்தையும் தயாரிப்பதற்காகவோ, இரண்டு வாரங்கள் கழித்து இதே இடத்துக்கு விடியற்காலையில் சென்றேன். அந்தப் புலரும் மென் வெளிச்சத்தில் அந்த வீட்டை அடையாளம் கண்டு பிடிப்பது சிரமமாக இருந்தது. கண்டுபிடித்ததும், திரும்பிச் செல்வதற்கு பெயாஸித் மசூதி மருத்துவமனையை அடையக்கூடிய குறுக்கு வழி என ஒரு மார்க்கத்தை ஊகித்துக்கொண்டு, அந்த வழியாகத்தான் ஹோஜாவும் அவனுடைய அம்மாவும் சென்றிருப்பார்கள் என்று நடக்கத் தொடங்கினேன். பாப்ளர் மரங்கள் வரிசையிட்ட, பாலத்திற்குச் செல்லும் அந்தக் குறுக்குச் சாலையை என்னால் கண்டுபிடிக்க முடியவில்லை. பல வருடங்களுக்கு முன் அவர்கள் மரத்தடியில் ஓய்வெடுத்துக்கொண்டு ஹல்வா சாப்பிட்ட ஆற்றங்கரை எங்கே? அருகாமையில் ஆறு ஒன்று இருப்பதற்கான தடயமே இல்லை. மருத்துவமனையில் நான் கற்பனை செய்திருந்த எதுவும் இல்லை. சேற்றில் மூழ்கிய கட்டிடங்கள், அருகில் ஓடும் ஆற்றின் சலசலப்பொலி, வண்ண வண்ண சீசாக்கள் எதுவும் இல்லை. கட்டிடங்கள் சுத்தமாக இருந்தன. நோயாளி ஒருவனை சங்கிலியில் கட்டிப்போட்டிருப்பதைக் கண்டு மருத்துவர் ஒருவரிடம் விசாரித்தேன். அவன் காதல் வயப்பட்டு, பைத்தியமாகிவிட்டானாம். பெரும்பாலான பைத்தியங்களைப்போல அவனும் ஒருவன். அந்த மருத்துவர் மேலும் சொல்வதற்கு ஆர்வமாக இருந்தார். நான் திரும்பினேன்.

நாங்கள் வரவே வராது என்று நினைத்திருந்த போர், கடைசியில் வந்தேவிட்டது என்ற தகவல் கோடையின் இறுதியில் கிடைத்தது. அதுவும் சற்றும் நினைத்தே பார்த்திராத போலந்து நாட்டிலிருந்து. முந்தைய வருடம் அடைந்த தோல்வியையும், அதனைத் தொடர்ந்து அவர்கள் மீது விதிக்கப்பட்ட கடுமையான வரிகளையும் ஏற்றுக்கொள்ள முடியாமல், "உங்கள் வாட்களோடு வந்து வரிகளை வாங்கிச் செல்லுங்கள்." என்று செய்தி அனுப்பியிருந்தார்கள். தாக்குதலுக்குப் படையமைப்பைத் திட்டமிடும்போது, எங்கள் ஆயுதத்தை எப்படிப் பயன்படுத்துவது என்று ராணுவத்தில் உள்ள யாரும் யோசிக்கவில்லை. ஹோஜா அடுத்த சில நாட்களுக்குக் கோபத்தில் கொதித்துக்கொண்டிருந்தான். ராணுவ படைப்பிரிவினர் எவரும் இந்த உலோகக்குன்றைச் சேர்த்துக்கொண்டு அணிவகுப்பு நடத்தத் தயாராக இல்லை. இந்த ராட்சத கொதிகெண்டி உபயோககரமாக எதுவும் செய்யுமென்ற நம்பிக்கை யாரிடமும் இல்லை. மேலும் இதை ஒரு கெட்ட சகுனமாகவே அவர்கள் நினைத்தார்கள். திட்டமிட்ட புறப்பாட்டுக்கு முன்தினம் ஹோஜா தாக்குதலின்போது

கையாளவேண்டிய உத்திகளைத் தனியாக அமர்ந்து ஆராய்ந்து கொண்டிருந்தான். எங்களுடைய எதிரிகள் இந்த ஆயுதம் மிக எளிதாக நமது படைக்கு சாபத்தைக் கொண்டுவந்துவிடுமென்று வெளிப்படையாகவே பேசிக்கொண்டிருப்பது காதில் விழுந்தது. இந்த சாபத்துக்கு முழுப் பொறுப்பாக அவனையல்ல, என்னைத்தான் மக்கள் நினைத்துக் கொண்டிருக்கிறார்கள் என்று ஹோஜா சொன்னபோது நான் நடுங்கிப் போனேன். ஆனால் மாமன்னர் தைரியம் அளித்தார். இந்த ஆயுதத்தைத் தனது தனிப்பிரிவிலேயே இணைத்துக்கொள்ளப் போவதாக அறிவித்து மேலும் குழப்பங்கள் எழாமல் தடுத்துவிட்டார். செப்டம்பர் மாத ஆரம்பத்தில், மிக உஷ்ணமான ஒரு தினத்தில் நாங்கள் எதிர்னேவிலிருந்து புறப்பட்டோம்.

போருக்குப் புறப்படுவதென்றால் முன்பே புறப்பட்டிருக்க வேண்டும், இது மிகவும் தாமதமான புறப்பாடு என்று எல்லோரும் நினைத்தனர். ஆனால் விரிவாக விவாதிக்கவில்லை. அணிவகுத்துச் செல்லும்போதுதான் வீரர்களுக்கு துர்ச்சகுனங்கள் பற்றிய அச்சம், எதிரிகளைக் குறித்த அச்சத்தைப் போலவே சில சமயங்களில் கூடுதலாகவும், இருப்பதை அறிந்துகொள்ள முடிந்தது.

செழிப்பான கிராமங்களைக் கடந்து சென்றோம். பாலங்கள் எங்கள் ஆயுதத்தின் கனம் தாங்காமல் முனகின. முதல்நாளிரவு மாமன்னர் தமது கூடாரத்துக்கு எங்களை அழைத்தது வியப்பேற்படுத்தியது. மற்ற வீரர்களைப் போலவே சுல்தான் அவர்களும் இரவில் குழந்தையைப் போலக் குதூகலமாக மாறிவிட்டிருந்தார். ஒரு புதிய விளையாட்டை ஆரம்பிக்கப்போகும் சிறுவனின் துடிப்பு அவரிடம் காணப்பட்டது. மற்ற வீரர்கள் கேட்டதைப் போலவே அவரும் ஹோஜாவிடம் சகுனங்களுக்குப் பொருள் கேட்டார்: அஸ்தமச் சூரியனுக்கு மேலே தென்பட்ட செந்நிற மேகம், தாழ்வாகப் பறந்த வல்லூறுகள், ஒரு கிராமத்து வீட்டின் உடைந்த புகைபோக்கி, தெற்கு நோக்கிப் பறந்த நாரைகள், இவற்றிற்கு என்ன பொருள்? ஹோஜா இவை எல்லாமே சுபச் சகுனங்கள் என்றான்.

ஆனால் இதனோடு எங்கள் வேலை முடியவில்லை. பயணங்களில் மாமன்னருக்கு இரவுநேரங்களில் விசித்திரமான, மயிர்க்கூச்செரிய வைக்கும் பயங்கரக் கதைகளைக் கேட்பதில் விருப்பம் என்று தெரிந்து கொண்டோம். பல வருடங்களுக்கு முன் சுல்தான் அவர்களுக்கு நாங்கள் கொடுத்த புத்தகத்தின் உணர்ச்சிகரமான கவிதைகளிலிருந்து இருண்ட படிமங்களை ஹோஜா நினைவுகூர்ந்தான். அதில் பிணங்களோடு கரிய உருவங்கள் அலைந்தன; குருதியோடும் போர்க்களங்கள், தோல்விகள், அவலங்கள் என துர்ப்பிம்பங்களை சுல்தான் முன் அடுக்கினான். மாமன்னரின் கண்கள் விரிய, இச்சித்திரத்தை அப்படியே வெற்றிப்பிழம்பில் ஒளிரும் பரிமாணத்துக்குத் திருப்பினான். இந்த நெருப்பை நமது அறிவாற்றல் எனும் உலைத்துருத்தியால் தூண்டிவிட வேண்டும் என்றான். ‘நமக்கும்’ ‘அவர்களுக்கும்’ உள்ள வேறுபாட்டையும், நமது மனங்களுக்குள்ளே பொதிந்திருக்கும் ரகசிய உண்மைகளையும், இவ்வளவு வருடங்களாக என்னிடம் ஹோஜா சொல்லிவந்த, நான் மறக்க விரும்புகிற எல்லா விஷயங்களையும் அடுக்கிவிட்டு, நமது மந்தநிலையிலிருந்து வீறுகொண்டு

எழவேண்டிய நேரம் வந்துவிட்டது என முழங்கினான்! இந்த சகிக்கமுடியாத கதைகள் என்னைச் சோர்வடைய வைத்தன. மாமன்னருக்கு அக்கதைகள் திகட்டிவிட்டனவோ என்றெண்ணி ஒவ்வோரிரவும் ஹோஜா இக்கதைகளில் குரூரத்தையும் சோகத்தையும் அருவருப்பையும் அதிகரித்துக்கொண்டே சென்றான். நம் மனதின் உட்பிரதேசங்களை ஹோஜா குறிப்பிடும்போது அவர் மகிழ்ச்சியால் சிலிர்ப்பதாக எனக்குப் பட்டது.

புறப்பட்டு ஒரு வாரம் கழித்து வேட்டையாடல் தொடங்கிற்று. இதற்காகவே ஒரு குழு ராணுவத்தோடு சேர்ந்து வந்திருந்தது. படைகளுக்கு முன்னால் அவர்கள்தான் செல்வார்கள். இடத்தைத் தேர்ந்தெடுத்து, வைப்பார்கள். சாகுபடி நிலங்களுக்கருகில் தேர்ந்தெடுக்கமாட்டார்கள். அது ஒரு விதி. கிராமத்தார்களிடம் வேட்டை நடக்கப்போவதை எச்சரித்துவிட்டு, அரசரின் தலைமையில் நாங்களும் வேட்டைக்காரர்களும் அருகாமை வனத்துக்குள் குதிரையேறிப் புகுவோம். இந்தக் காடுகளில் கஸல் வகை மான்கள் பிரசித்தம். மலைச்சரிவுகளில் காட்டுப்பன்றிகள் ஓடின. நரிகளும் முயல்களும் நிறைய கண்ணில்பட்டன. இந்தப் பொழுதுபோக்கு சாகசங்கள் சிலமணிநேரங்களுக்குச் செல்லும். பிறகு, போரில் வெற்றிவாகை சூடிவிட்டு நாடு திரும்புவது போல மன்னருக்கும் வேட்டைக் குழுவுக்கும் விஸ்தாரமான வரவேற்புக் கொண்டாட்டங்கள் நடந்தன. ராணுவ வீரர்கள் வரிசையில் வந்து மன்னருக்கு வணக்கம் செலுத்தினர். இந்தக் கூத்துகள் ஹோஜாவுக்கு வழக்கம்போல எரிச்சலையும் கோபத்தையும் கிளறிவிட்டதில் வியப்பில்லை. ஆனால் எனக்குப் பிடித்திருந்தது. சுல்தான் அவர்களோடு படையெடுப்பு, கடந்துவந்த கிராமங்கள் நகரங்களில் இருக்கும் நிலவரம், எதிரியைப்பற்றிய சமீபத்தையச் செய்தி என்றெல்லாம் பேசாமல் இந்த வேட்டை அனுபவங்களைப் பகிர்ந்து கொள்வது சுவையாக இருந்தது. இந்த வம்புப் பேச்சைக் கேட்கச் சகிக்காமல் ஹோஜா குறுக்கிடுவான். அவன் கூறும் பயங்கரக் கதைகள் ஆரம்பமாகும். ஒவ்வொரு நாளும் இக்கதைகளில் வன்முறை கூடிக்கொண்டே சென்றது. இந்தக் கதைகளைக் கேட்பதற்கு மன்னர் இவ்வளவு ஆர்வமாக இருப்பதும், கதைகளில் குரூரத்தை அவன் அதிகரித்துக்கொண்டே செல்வதை அவர் அனுமதிப்பதும் என்னைப் போலவே மன்னருக்கும் அணுக்கமான உள்வட்டத்தினருக்கும் பெரும் அதிருப்தியை உண்டாக்கியிருந்தது. மனதின் இருட்டு மூலைகளைப் பற்றிய இக்கதைகள் அச்சுறுத்துவதையே நோக்கமாகக் கொண்டவை.

ஆனால், இதைவிட மோசமான விஷயங்களை நான் பார்க்க வேண்டியிருந்தது. அப்போது நாங்கள் மீண்டும் வேட்டைக்குச் சென்றிருந்தோம். அருகாமை கிராமம் வெளியேற்றப்பட்டு, கிராமத்தினர் காட்டுக்குள் பரவலாக அனுப்பப்பட்டனர். அவர்கள் தகரப்பானைகளை அடித்துச் சத்தமெழுப்பி, காட்டுப்பன்றிகளையும் மான்களையும் நாங்கள் ஆயுதங்களோடு குதிரைகளில் காத்துக்கொண்டிருக்கும் இடத்தை நோக்கி விரட்டுவார்கள். மதியம் வரை ஒரேயொரு மிருகம் கூட தட்டுப்படவில்லை. சோர்வையும் உச்சிவெயில் அயர்ச்சியையும் போக்குவதற்காக ஹோஜாவிடம் இரவில் அவரை நடுங்கச் செய்த சில கதைகளை இப்போது சொல்லச் சொன்னார். நாங்கள் மிகமெதுவாகச் சென்று கொண்டிருந்தோம். வழியில் ஒரு கிருத்துவ கிராமம் குறுக்கிட,

அங்கே நிறுத்தினோம். தூரத்தில் கிராமத்தினர் ஒலிக்கும் தகரப்பானை ஒலிகள் மிக மெலிதாகக் கேட்டுக்கொண்டிருந்தன. அப்போதுதான் ஹோஜாவும் சுல்தானும் கிராமத்தில் காலியாக இருந்த ஒரு வீட்டைச் சுட்டிக்காட்டி பேசிக்கொண்டிருப்பதை கவனித்தேன். அந்த வீட்டிலிருந்து ஒட்டி உலர்ந்துபோன ஒரு கிழவன் தலையை நீட்டிக்கொண்டிருந்தான். அவனை அருகில் வரச்சொல்லி அழைத்தனர். சற்று நேரத்துக்கு முன்புதான் அவர்கள் இருவரும் 'மற்றவர்'களைப் பற்றியும், அவர்கள் தலைக்குள்ளிருப்பவற்றைப் பற்றியும் பேசிக்கொண்டிருந்தார்கள். இப்போது அவர்கள் முகத்தில் ஈர்ப்பு காணப்பட்டது. ஹோஜா அந்தக் கிழவனிடம் ஒரு மொழிபெயர்ப்பாளன் மூலமாக ஏதோ கேட்டுக்கொண்டிருந்தான். என்ன நடக்கப்போகிறது என்பதை ஒருவாறாக ஊகித்துக் கலவரத்தோடு அருகில் நெருங்கினேன். ஹோஜா அந்தக் கிழவனிடம் யோசிக்காமல் உடனே பதிலளிக்க வேண்டுமென்று அதட்டிக்கொண்டிருந்தான். அவனுடைய வாழ்க்கையில் அவன் புரிந்த மிகப்பெரிய பாவச்செயல் எது? அக்கிழவன் முனகிய ஸ்லாவியக் கொச்சையை அம்மொழிபெயர்ப்பாளன் எங்களுக்கு விளக்குவதற்குத் திணறினான். அவன் ஒரு பாவமும் அறியாத, அப்பாவிக் கிழவன். ஹோஜா இப்பதிலால் திருப்தியடையாமல் அக்கிழவன் மனம்திறந்து பேசியாக வேண்டும் என்று மிரட்டினான். மாமன்னரும் ஹோஜாவைத் தடுக்காமல் அவனைப்போலவே ஆர்வமாகத் தனது பதிலுக்காகக் காத்திருப்பதைக்கண்ட பிறகே அக்கிழவன், தான் பாவம் செய்திருப்பதாக ஒப்புக்கொண்டான். "ஆம், நான் குற்றம் செய்தவன் கிராமத்தில் எல்லோரைப் போலவும் நானும் காட்டுக்கு வேட்டைக்குப் போயிருக்க வேண்டும். ஆனால் எனக்கு உடல்நலமில்லை. காட்டில் நாள் முழுக்க ஓடமுடியாது. அதனால் என் தம்பிகளையும் தங்கைகளையும் மட்டும் அனுப்பிவிட்டுத் தங்கிவிட்டேன்," என்றான். மார்பில் கையை வைத்து மன்னிக்க வேண்டினான். ஹோஜா கோபத்தில் சத்தமிட்டான். "நான் கேட்பது நீ செய்த உண்மையான பாவச் செயல்களை. இதையல்ல." அந்தக் கிழவனுக்குப் புரியவில்லை. மொழிபெயர்ப்பாளன் ஹோஜா கேட்டதைத் திரும்பத்திரும்பக் கிழவனின் மொழியில் சொல்ல, பரிதாபமான அக்கிழவன் குழம்பித் துயரத்தோடு இதயத்தில் கைவைத்துக் கொண்டு, வார்த்தையில்லாமல் மலங்க மலங்க விழித்தான். அவர்கள் அக்கிழவனை அகற்றினார்கள். அடுத்தவனைக் கொண்டுவந்து நிறுத்த, அவனும் அதையே சொல்ல, ஹோஜா முகம் சிவந்தான். அந்த இரண்டாமவனிடம் ஹோஜா நான் சிறுவயதில் செய்ததாகச் சொன்ன பாவங்களை விவரித்தான். என் சகோதரர்கள், சகோதரிகளை விட என்னை என் பெற்றோர் அதிகமாகக் கொஞ்ச வேண்டும் என்பதற்காக நான் செய்த குறும்புச் செயல்கள், கல்லூரியில் படிக்கும்போது செய்த பாலியல் குற்றங்கள், என்று ஏற்கனவே நான் விவரித்திருந்தவற்றை என் பெயரைக் குறிப்பிடாமல் ஒரு மாபெரும் பாவியின் குற்றங்கள் என அவனிடம் விளக்கினான். அதைப்போல அக்கிராமத்தவன் செய்த பாவங்களைச் சொல்லச் சொல்லி ஊக்கப்படுத்தினான். ஹோஜா இவற்றையெல்லாம் சொல்வதைக் கேட்க எனக்கு வயிற்றைக் குமட்டியது. என் பெயரைச் சொல்லாவிட்டாலும் அவமானமாக இருந்தது. ஆனால் இவற்றை இப்போது புத்தகமாக எழுதும்போது அத்தினங்களுக்காக

ஏக்கமாக இருக்கிறது. கடைசியாக அழைத்து வரப்பட்ட கிராமத்தான் ஒரு முடவன். அவன் ரகசியக்குரலில் ஒரு பெண் ஆற்றில் குளிப்பதை ஒளிந்து கொண்டு பார்த்ததாகச் சொன்னபோது ஹோஜா ஓரளவுக்கு நிம்மதியடைந்தான். "பார்த்தீர்களா, அவர்கள் செய்த பாவத்தை ஞாபகப்படுத்தும்போது இவர்கள் இப்படித்தான் நடந்து கொள்கிறார்கள். ஆனால் நமக்கு இப்போது மனதின் ஒதுக்கிடத்தில் என்ன நடக்கிறது என்று புரிந்துவிட்டதல்லவா..." இத்தியாதி, இத்தியாதி. சுல்தான் இந்த வியாக்கியானங்களால் கவரப்படமாட்டாரென்று எதிர்பார்த்தேன்.

ஆனால் அவரது ஆர்வம் தூண்டப்பட்டிருந்தது. இரண்டு நாட்கள் கழித்து மற்றொரு மான்வேட்டையின்போதும் இதே கூத்து அரங்கேறியது. மாமன்னர் முழுமனதோடு எல்லாவித விசாரணைகளையும் அனுமதித்தார். ஹோஜாவின் வற்புறுத்தல் காரணமோ, அல்லது அவருக்கே இந்த விசாரணையைக் கண்டுகளிப்பதில் விருப்பம் இருந்ததோ, நானறியேன். நாங்கள் ஏற்கனவே தானுபேவைக் கடந்திருந்தோம். இது இன்னொரு கிருத்துவ கிராமம். அவர்களிடம் ஹோஜா கேட்ட கேள்விகளில் எந்த மாற்றமும் இல்லை. பிளேக் நாட்களில் இரவுகளில் நிகழ்ந்த வன்முறையும், அவனை மசிய வைத்து, அவன் புரிந்த பாவங்களை நான் எழுத வைத்ததும் நினைவுக்கு வந்தன. அந்த எளிய கிராமத்தவர்கள், கேட்கப்பட்ட கேள்விகளுக்கும், கேட்ட மனிதருக்கும், சுல்தானால் நியமிக்கப்பட்டு அமர்ந்திருந்த நீதிபதிக்கும் பயந்து கொண்டு திணறித்திணறி பதிலளித்துக் கொண்டிருந்தனர். முதலில் அவற்றைக் கேட்பதற்கு எனக்கு ஆர்வம் இருக்கவில்லை. விநோதமான ஒரு குமட்டல் உணர்வுதான் பீடித்திருந்தது. ஹோஜாவைவிட சுல்தான் மீதுதான் கோபமாக இருந்தது. ஹோஜாவால் ஏமாற்றப்படுகிற அளவுக்கு இவர் அப்பாவியா, அல்லது இந்த கொடிய விளையாட்டை உண்மையிலேயே ரசிக்கிறாரா? சிறிது நேரத்தில் என் மனம் மாறியது. என்னதான் சொல்கிறார்கள், கேட்போமே என்று அருகில் சென்றேன். அவர்கள் மிக மென்மையான நாகரிகமான செவிக்கினிய மொழியில் சொல்லிக்கொண்டிருந்த பாவங்கள் எல்லாம் ஒன்று போலவே இருந்தன: சில்லறைப் பொய்கள், சின்னச்சின்ன மோசடிகள், ஒன்றிரண்டு முறைகேடுகள், ஒருசில தாம்பத்திய துரோகங்கள், அதிகபட்சமாக ஒரு சில திருட்டுகள்.

மாலை, இந்த விசாரணை முடிந்ததும் ஹோஜா சுல்தானிடம் இந்த கிராமத்தவர்கள் முழு உண்மையையும் பேசவில்லை, மறைக்கிறார்கள் என்றான். "நானே மிகவும் ஆழமாக எழுதியிருக்கிறேன். நிச்சயம் பெரிய பெரிய பாவங்களை இவர்கள் செய்திருப்பார்கள். அவற்றைச் சொல்லியிருந்தால் நம்மிடமிருந்து அவர்கள் எவ்வளவு வேறுபட்டிருக்கிறார்கள் என்பது தெரிந்திருக்கும். இந்த உண்மைகளை வரவழைப்பதற்காகவும் 'அவர்க'ளும் 'நா'மும் என்னமாதிரியான மனிதர்கள் என்று நிரூபிக்கவும் தேவைப்பட்டால் வன்முறையையும் உபயோகிக்கப்போகிறேன், உங்கள் அனுமதியுடன்," என்றான்.

இந்தக் குரூரமான மிருகத்தனம் ஒவ்வொருநாளும் மேலும் கொடியதாக, அறிவற்றதாக மோசமாகிக்கொண்டு வந்தது. முதலில் எல்லாமே சிறுபிள்ளை விளையாட்டு போல, அவ்வப்போது சில

நயமற்ற, ஆனால் தீங்கற்ற கிண்டல் பேச்சுகளை உதிர்த்தபடி ஒவ்வொரு சுற்றாகச் சென்றது. ஹோஜா நடத்திய விசாரணைகள், நாடகக் காட்சிகளுக்கிடையே நிகழ்த்தப்படுகின்ற நையாண்டிப் பகுதி போலத்தான் இருந்தன. நாள் முழுக்க வேட்டையாடிவிட்டு வந்த களைப்பில் பார்த்து ரசித்தவையாக இருந்த நிலைமாறி, எங்களின் சக்தியை, பொறுமையை, மனத்திடப்பத்தை உறிஞ்சியெடுத்துவிடுகின்ற முரட்டுச் சடங்குகள் போலாயின. ஆனால் இவற்றை எங்களால் பார்க்காமல் தவிர்க்க முடியவில்லை. ஹோஜாவின் கேள்விகளையும், அவனது புரிந்துகொள்ள முடியாத கோபவெறியையும் கண்டு கிராமத்தார்கள் பயத்தில் உறைந்து போயிருந்தனர். அவர்களிடம் உண்மையில் கேட்கப்படுவது என்ன, அவர்களிடமிருந்து எதிர்பார்க்கப்படுவது என்ன என்று அவர்களுக்குப் புரிந்திருந்தால் அவர்கள் திருப்திகரமாக ஒத்துழைத்திருக்கக்கூடும்: பல்விழந்த, களைத்து வதங்கியிருந்த கிழவர்களைக் கிராமத்திலிருந்து ஓட்டிக்கொண்டு வந்து சதுக்கத்தில் நிற்க வைப்பதைப் பார்த்தேன்; தங்களுடைய குற்றச் செயல்களை, உண்மையோ கற்பனையோ திக்கித் திணறி சொல்வதற்கு முன்பாக சுற்றியிருப்பவர்களிடம், எங்களிடம் உதவி கேட்டுக் கெஞ்சினார்கள். அப்போது அவர்கள் கண்களில் தெரிந்த அவநம்பிக்கை! இளைஞர்கள் சிலரை அடித்து உதைப்பதை, கீழே தள்ளி, மீண்டும் நிற்கவைத்து ஹோஜாவுக்குத் திருப்தியளிக்கும்படி அவர்கள் புரிந்த பாவங்களைச் சொல்லி ஒப்புக் கொள்ள வைப்பதைப் பார்த்தேன். ஒருமுறை மேசையில் ஒன்றாக அமர்ந்து எழுதும்போது, நான் எழுதியவற்றைப் படித்துவிட்டு, “அயோக்கியப்பயலே” என்று முதுகில் முஷ்டியால் அவன் குத்தியதும், நான் எப்படி அவற்றையெல்லாம் செய்திருக்கக்கூடுமென்று புலம்பிக் கொண்டிருந்ததும் நினைவுக்கு வந்தது. ஆனால் இப்போது எதை எதிர்பார்த்துத் தேடிக்கொண்டிருக்கிறான், அதை வைத்து என்ன முடிவுக்கு வரவேண்டும் என்பதில் அவனுக்குத் தெளிவு ஏற்பட்டுள்ளது. வேறுவகையான வழிமுறைகளையும் பிரயோகித்தான்: பாதி நேரத்துக்கு ஒருவனை விசாரித்து, அவன் சொல்வதெல்லாம் பொய்யென்று மிரட்டிக்கொண்டிருப்பான். பின் எங்கள் ஆட்கள் அவனை அடித்துத் துவைப்பார்கள். அவன் கையாளும் மற்றொரு யுக்தி, விசாரிக்கும்போதே அந்த கிராமத்தானின் நண்பர்களில் ஒருவன் இவனைப்பற்றிய உண்மையைச் சொல்லிவிட்டான் என்று குழப்புவது. அப்புறம் இரண்டிரண்டு பேராக விசாரணைக்குக் கூப்பிடத்தொடங்கினான். அவர்கள் மேலெழுந்தவாரியாக சொல்லிக் கொண்டிருந்தால், மற்றவனுக்கு முன்பே அவனை அசிங்கப்படுத்துவதுபோல அடிப்பது, வாய்க்கு வந்தபடி திட்டுவது என்று அந்த விசாரணை தொடர்ந்தது.

சில நாட்களிலேயே மழை தொடங்கியது. விடாமல் பெய்யும் கனத்த மழை. இதற்குள் இங்கே நடப்பவற்றிற்கு நானும் ஏறக்குறைய என்னை பழக்கிக் கொண்டிருந்தேன். இந்த கிராமத்தார்கள் மிகக் குறைவாகவே பேசினார்கள். அதிகமாகப் பேச யாருக்கும் விருப்பமில்லை. அவர்களை அடித்ததும், மழையில் மணிக்கணக்காக அந்தச் சேற்றுத்தரையில் நிற்க வைத்ததும் எந்தப் பலனையும் அளிக்கவில்லை. நாளாக ஆக, வேட்டை மீதான கவர்ச்சி மங்கியது. எங்கள் சாகச உலாக்கள் வெட்டி சுருக்கப்பட்டன. எப்போதாவது சோகமான கண்களைக் கொண்ட ஒரு

கஸல் மானையோ, கொழுத்த காட்டுப்பன்றியையோ வேட்டையாடினோம். கொன்ற பிறகு அவற்றைப்பார்த்து மன்னர் துக்கப்படுவார். ஆனால் இப்போதெல்லாம் வேட்டையைப் பற்றி எங்களிடையே பேச்சு நடப்பதில்லை, அடுத்த கட்ட விசாரணைக்காகத் திட்டமிடுதல்தான் நடந்தது. இந்தத் திட்டமிடல்கள் வேட்டையைப்போல முன்கூட்டியே தீர்மானிக்கப்பட்டு விவாதிக்கப்பட்டன. விசாரணையில் பகல்முழுக்க நடந்து கொண்ட விதத்துக்காக இரவில் ஹோஜா துக்கப்பட்டு என்னிடம் புலம்பித்தீர்ப்பான். வன்முறை கொண்டு விசாரணை செய்வதில் அவனுக்கும் விருப்பம் இல்லையென்றாலும், நம்மெல்லோருக்கும் பலனளிக்கக்கூடிய வொன்றை இதன்மூலம் நிரூபிப்பதுதான் அவன் நோக்கம் என்றான். அதை சுல்தானுக்கும் நிரூபித்துக்காட்ட வேண்டும். இந்த கிராமத்தார்கள் ஏன் உண்மையை மறைக்கிறார்கள்? இதைப்போன்ற விசாரணையை ஒரு முஸ்லிம் கிராமத்தில் ஒப்பீட்டுக்காக நடத்தவேண்டும், என்றான். ஆனால் அவன் எதிர்பார்த்ததைப்போல முடிவுகள் வரவில்லை. அவர்களை வல்லந்தப்படுத்தி விசாரித்தாலும் கிருத்துவ கிராமங்களில் கிடைத்த பதில்களேதாம் இங்கும் வந்தன. அன்றைய தினம் ஒரு மோசமான தினம். மழை நிற்கவேயில்லை. அவர்களெல்லாம் உண்மையான முஸ்லிம்கள் இல்லையென்று கூட ஹோஜா சொல்லிப்பார்த்தான். அன்றைய தின நிகழ்வுகளை மாலை சுல்தானோடு விவாதிக்கும்போது இந்த உண்மை மாமன்னரின் கவனத்திலிருந்தும் தப்பியிருக்கவில்லையென்பதை அவனும் உணர்ந்து கொண்டான் என்றறிந்தேன்.

இக்கண்டுபிடிப்பு அவன் கோபத்தை மேலும் அதிகமாக்கி, அடுத்த விசாரணைகளில் வன்முறையை அதிகரித்தது. சுல்தான் அவர்களுக்கே கூட அவற்றைச் சகிக்க முடியாததுபோலத்தான் காணப்பட்டார். அவர்கூட இதுவரை ஒரு குரூர சந்தோஷத்துக்காகத்தான் பார்த்து வந்தாரோ என்று நினைத்தேன். வடக்கு நோக்கி மேலும் மேலும் நகர்ந்து செல்ல, ஒரு பெரிய வனப்பகுதியை அடைந்தோம். அங்கிருந்த கிராமங்களில் ஸ்லாவிய திசைவழக்கில் பேசினர். பழம்பாணியிலான ஒரு சிறிய கிராமத்தில், அழகான இளைஞன் ஒருவன் விசாரணையில் சிறுவயதில் சொன்ன குழந்தைத் தனமான ஒரு பொய்யைத்தவிர வேறு எதையும் சொல்லவில்லையென்று சாதித்தபோது ஹோஜா முஷ்டியினாலேயே அவனைக் குத்தினான். அன்று மாலை இதுபோல இனியொருமுறை செய்யமாட்டேன் என்று புலம்பலோடு சத்தியம் செய்தான். இந்தக் குற்றவுணர்வுப் புலம்பல்கள் கூட மிகையாக இருப்பதாகவே எனக்குத் தோன்றியது. இன்னொரு நாள் மஞ்சள் மழை பெய்து கொண்டிருந்தபோது தூரத்தில் ஒரு பெண் அவளுடைய கிராமத்து ஆண்களுக்கு நடந்துவரும் கொடுமைகளுக்காக அழுதுகொண்டிருந்ததைப் பார்த்தேன். விசாரணையில் உதவிக்கொண்டிருந்த ராணுவ வீரர்களுக்குக்கூட நடப்பவற்றை சகிக்க முடியவில்லை. சில நேரங்களில் அடுத்ததாக விசாரிக்கப்பட வேண்டியவனை அவர்களே தேர்ந்தெடுத்து நாங்கள் கேட்பதற்கு முன்பே எல்லாவற்றையும் ஒப்புக்கொண்டுவிடு என்று சொல்லி அழைத்து வருவார்கள். தொடர்ந்து கோபத்திலேயே இருப்பதால் களைத்திருந்த ஹோஜாவுக்கு பதிலாக மொழிபெயர்ப்பாளனே கேள்விகள் கேட்டுக்கொண்டிருந்தான். தங்களுடைய பாவப்பட்டியல்களை நீளமாகவே ஒப்பித்தவர்களும்

இருந்தனர். பல வருடங்களாக இப்படிப்பட்டதொரு ஆன்ம விசாரணையில் பங்கேற்கக் காத்திருந்தார்கள் போல. அல்லது எங்களுடைய விசாரணை முறைகளைப்பற்றி உலவி வந்த கதைகளில் மிரண்டுவிட்டார்களோ என்னவோ. ஆனால் இந்த விசாரணையால் எங்கள் புகழ் வரிசையாக எல்லா கிராமங்களுக்கும் பரவிக்கொண்டிருந்தது என்பது மட்டும் உறுதி. அவர்களால் ஊடுருவிக் காணமுடியாத பரிபூரண நீதியின் மர்மம் உருவாக்கிய ஆவியுருவால் அவர்கள் திகைப்படைந்திருக்கலாம். ஹோஜாவுக்கு இப்போதெல்லாம் கணவன் மனைவி துரோகங்கள், பணக்கார அண்டைவீட்டான் மீதான ஏழைகளின் பொறாமை போன்ற பாவ ஒப்புதல்களில் ஆர்வம் குறைந்துவிட்டது. ஆழத்தில் வேறு உண்மைகள் இருப்பதாகவே தொடர்ந்து நம்பிக் கொண்டிருந்தான். ஆனால் அதனை உண்மையில் கண்டெடுக்க முடியுமாவென்று எங்களைப் போலவே அவனுக்கும் அவ்வப்போது சந்தேகம் வரத் தொடங்கிவிட்டது. எங்களுடைய ஐயத்தை உணர்ந்து கோபத்தில் வெடிப்பான். ஆனால் அவனுக்கு இதனை அப்படியே கைவிடுவதில் மட்டும் உடன்பாடு இல்லை என்று நாங்களும் சுல்தானும் தெளிவாகவே அறிந்திருந்தோம். அதனாலேயே எந்த எதிர்ப்பும் காட்டாத வெற்றுப் பார்வையாளர்களாகவே இருந்தோம். ஒருநாள் நல்ல மழையில் ஒரு கூரையின் கீழ் ஒதுங்கி நின்று, ஹோஜா இளைஞன் ஒருவனை விசாரிப்பதைப் பார்த்துக் கொண்டிருந்தோம். ஹோஜா மழையில் தொப்பலாக நனைந்திருந்தான். உடைகள் உடம்போடு ஒட்டிக் கொண்டிருந்தன. அந்தப்பையன் அவனுடைய அம்மாவை, வளர்ப்புத் தந்தையும் ஒன்றுவிட்ட சகோதரர்களும் ஒழுங்காகக் கவனிக்காமல், கொடுமைப்படுத்தியதைச் சொல்லி அவர்களைத் தீவிரமாக வெறுப்பதாகச் சொல்லிக் கொண்டிருந்தான். ஹோஜா இதில் திருப்தி கொள்வான் என்று நம்பிக்கையோடு இருந்தோம். அன்று மாலை, இதுகூட சாதாரண இளம்பருவப் புலம்பல்தான் என்று நிராகரித்துவிட்டான்.

வடக்கு நோக்கி மேலும் நகர்ந்தோம். உயர்ந்த மலைகளுக்கிடையே வளைந்து நெளிந்து செல்லும் சேறு மண்டிய பாதையில் மிக மெதுவாக முன்னேறினோம். சுற்றிலும் கரும்பச்சையில் அடர்ந்த காடுகள். பைன், பீச் மரங்கள் நிறைந்த கானகத்திலிருந்து வீசும் சில்லென்ற கருங்காற்று சுகமாக இருந்தது. மூடுபனியின் நிசப்தம் ஐயங்களைக் கிளப்ப, அனைத்தும் தெளிவற்றிருந்தன. யாரும் அந்தப் பெயரில் குறிப்பிடாவிட்டாலும் நாங்கள் இருப்பது கார்பேத்தியன் மலைத்தொடரின் அடிவாரத்தில் என ஊகித்தேன். சிறு வயதில் ஏதோ ஒரு சுமாரான ஓவியன் மான்களையும், கோத்திக் காட்டு மாளிகையின் சித்திரத்தையும் அலங்காரமாக விளிம்பில் வரைந்து அப்பாவிடம் கொடுத்த வரைபடத்தில் இந்த மலைத்தொடாரைப் பார்த்த நினைவிருக்கிறது. மழையில் ஹோஜாவுக்கு ஜலதோஷம் பிடித்துக் காய்ச்சலும் வந்துவிட்டது. ஆனாலும் அணிவகுப்பிலிருந்து பிரிந்து ஒவ்வொரு நாள் காலையிலும் காட்டுக்குள் சென்று வந்தோம். இலக்கை எளிதில் அடைந்து விடக் கூடாதென்பதற்காகவே அந்தத் திருகுவழிப்பாதையில் எங்கள் படைகள் மெதுவாக ஊர்ந்தன. வேட்டைக்குச் செல்வதை தற்போதைக்கு நாங்கள் மறந்துவிட்டது போலிருந்தது. ஏரிக்கரைகளிலும், செங்குத்துப் பாறை விளிம்புகளிலும் மெதுவாக சுற்றித் திரிந்து காலம் தாழ்த்துவோம் – மான் வேட்டைக்காக அல்ல; எங்களை எதிர்பார்த்திருந்த

கிராமத்தினரைக் மேலும் காக்க வைக்க! பிறகு அக்கிராமத்திற்குள் நுழைவோம். வழக்கமான கேள்விகள். அடுத்ததாக மற்றொரு கிராமத்துக்கு நகர்தல். அவன் எதிர்பார்த்த புதையல் கிடைக்காத எரிச்சலில் ஆட்களை அவனே அடித்தான், பிறகு அவர்களை மறந்தான், விரக்தியில் பின்பு புழுங்கினான். ஒருமுறை ஒரு புதிய சோதனையை முன்றான்: சுல்தானின் மெய்க்காப்பாளர்களான இருபது ஜானிஸரிகளை இந்தச் சோதனைக்காக வரவழைத்தான் (சுல்தானின் பொறுமை என்னை பிரமிக்க வைத்தது). அவர்களிடம் அதே கேள்விகளைக் கேட்டான். பின்பு, வீடுகளின் முன் பிரமித்து நின்று கொண்டிருந்த கிராமத்தினரை அழைத்து அவர்களிடமும் அந்தக் கேள்விகளைக் கேட்டான். இன்னொருமுறை கிராமத்தினரை படை அணிவகுப்புக்கருகே அழைத்து வந்து எங்கள் மகத்தான ஆயுதத்தைக் காட்டி அவர்களின் கருத்தைக் கேட்டான்.அவர்கள் சொல்பவை குறித்துக் கொள்ளப்பட்டன. ஆனால் அவன் சோர்ந்துவிட்டிருந்தான். உண்மையைப் பற்றி அறிந்துகொள்ள முடியாததாலோ, அர்த்தமற்ற வன்முறையால் அவனே அச்சமுற்றிருந்ததாலோ, இரவில் அவனைத் துன்புறுத்தும் குற்றவுணர்வாலோ, ராணுவத்தினரும் பாஷாக்களும் ஆயுதத்தைப்பற்றியும் காட்டில் நடக்கும் கூத்துகளைப் பற்றியும் ஏற்றுக் கொள்ளாமல் முணுமுணுப்பதாலோ, அல்லது அவனுக்கு உடல் நலமற்றிருப்பதாலோ அவன் உற்சாகமிழந்திருக்கலாம், எனக்கு சரியாகத் தெரியவில்லை. அவனது கரகரப்புக்குரல் முன்பைப்போல உரத்து முழங்கவில்லை. விசாரணையில் சுரத்தில்லாமல் கேள்வி கேட்டான். வருகின்ற பதில்கள் அவனுக்கு மனப்பாடமாகியிருந்தன. மாலை நேரங்களில் அவன் வெற்றிவாகை சூடுவதைப் பற்றியும், எதிர்காலத்தைப் பற்றியும், எப்படி நாம் வீறு கொண்டெழுந்து நம்மைக் காத்துக் கொள்ள வேண்டும் என்பது பற்றியும் உரையாற்றும்போது போகப்போக அவன் குரல் கம்மிக்கொண்டே சென்றது. அவன் சொல்வதில் அவனுக்கே நம்பிக்கை இல்லாதது போலத்தோன்றியது அவனை நினைக்கும்போது எனக்கு நினைவில் வரும் கடைசி பிம்பத்தில் சில ஸ்லாவிய கிராமத்தினரை அவன் சுரத்தில்லாமல் விசாரணை செய்து கொண்டிருந்தான். கந்தகப்புகை நிறத்தில் மஞ்சள் மழை ஆரம்பித்திருந்தது. நாங்கள் யாரும் அந்த விசாரணையைக் கேட்க விரும்பாமல் தூரத்தில் ஒதுங்கியிருந்தோம். மழையினால் மழுங்கடிக்கப்பட்டிருந்த கனவு ஒளியில் அவர்களிடம் ஹோஜா ஒரு பெரிய பொன்சட்டமிட்ட முகம் பார்க்கும் கண்ணாடியைத் தருவது தெரிந்தது. அதில் ஒவ்வொருவரும் தமது முகங்களை வெறித்துப் பார்த்துவிட்டு அடுத்தவனிடம் கைமாற்றிக் கொண்டிருந்தனர்.

இந்த ‘வேட்டை’ சாகசங்களுக்கு நாங்கள் மீண்டும் செல்லவில்லை. ச் சிரமப்பட்டு ஆற்றைக் கடந்து போலந்தின் நிலப்பகுதியை அடைந்தோம். தொடர்ந்த மழையால் சேறும் சகதியுமாகிவிட்டிருந்த சாலையில் எங்கள் பிரமாண்ட அயுதம் நகர மறுத்தது. அதைப் பெரும்பாடு பட்டுத் தள்ளித்தள்ளி நகர்த்துவது நாளுக்குநாள் கடினமாகிக்கொண்டே வர, வேகமாக முன்னேறவேண்டிய எங்கள் படையெடுப்புக்கு இது கால்கட்டு போட்டதைப் போலாகி நாங்களும் மெதுவாக ஊர்ந்து செல்லவேண்டியிருந்தது. அப்போதுதான் அந்த வதந்தி அதிகரிக்கத் தொடங்கியது. எங்கள் பேராயுதத்தை ‘முற்றுகை நாயகன்’ என்று

பிரஸ்தாபப்படுத்தி வந்தோம். ஆனால் பாஷாக்கள் எல்லோருக்கும் இந்த ஆயுதத்தின் மீது ஆரம்பத்திலிருந்தே இருந்துவந்த எரிச்சல் இப்போது அதிகரித்துவிட்டது. 'முற்றுகைக்கெல்லாம் பயப்படப் போவதில்லை; இது பெரிய துரதிர்ஷ்டத்தைத்தான் கொண்டு வரப்போகிறது' என்றும் 'இது நமக்களிக்கப்பட்ட சாபம்' என்றும் அவர்கள் இப்போதெல்லாம் வெளிப்படையாகவே பேசத்தொடங்கிவிட்டனர். ஹோஜா விசாரணை என்ற பெயரில் நடத்திய 'சோதனைகளில்' பங்கெடுத்த ஜானிஸரிகளும் இதில் சேர்ந்துகொண்டனர். வழக்கம்போல, இந்தச் சிக்கல்களுக் கெல்லாம் அடிப்படையான காரணம், ஹோஜா அல்ல, மிலேச்சனான நான்தான் என்று அவர்கள் தீர்மானித்தார்கள். சாயங்காலங்களில் ஹோஜா கவிதைகள் கலந்து தனது ஆரவாரப் பேருரை ஆற்றும்போது, இப்போதெல்லாம் மாமன்னரே அவற்றை ரசிப்பதில்லை என்று தோன்றியது. அந்த ஆயுதத்தின் இன்றியமையாமை, எதிரியின் பலம், எப்படி நாம் வீறுகொண்டெழுந்து அவர்களை துவம்சம் செய்வது என்றெல்லாம் அவன் பேசப்பேச, மன்னரின் கூடாரத்தில் அவரோடு இருந்த பாஷாக்கள் எங்களை 'போலி விஞ்ஞானிகள்' என்றதும் 'இந்த ஆயுதம் துரதிருஷ்டத்தைத்தான் கொண்டு வரப்போகிறது' என்றதும் சுல்தானின் காதில் விழுந்திருக்குமென்றே நினைத்தேன். ஹோஜாவை அவர்கள் சற்று மனநலம் பாதிக்கப்பட்டவனாகவே பார்த்தார்கள். 'ஆனால் அவனைக் காப்பாற்றிவிடலாம். உண்மையில் பயங்கரமானவன், இந்தக் குழப்பங்களுக்கெல்லாம் காரணமானவன் யாரென்றால்...' அது நான்தான். நான்தான் இத்தகைய உருப்படாத, தீவினை யோசனைகளைச் சொல்லி, சுல்தான், ஹோஜா ஆகியோரை ஏமாற்றியிருக்கிறேனாம். இரவு, கூடாரத்துக்கு நாங்கள் திரும்பியதும், முன்பு 'மூடர்களை'ப் பற்றி ஆத்திரத்துடன் கொதித்த அதே குரலில் பாஷாக்களைப் பற்றி திட்டித்தீர்த்தான். ஆனால் அந்நாட்களில் இவ்வளவு கொதிப்புகளுக்கும் அடியில் எங்களுக்கு இருந்த மகிழ்ச்சியும் நம்பிக்கையும் இப்போது தீர்ந்துவிட்டிருந்தது.

ஆனாலும் அவன் அவ்வளவு எளிதாக விட்டுக்கொடுத்துவிட மாட்டான் என்று எனக்குத் தெரியும். இரண்டு நாட்கள் கழித்து எங்கள் ஆயுதம் அணிவகுப்பின் நட்டநடுவில் சேற்றில் புதைந்து மாட்டிக் கொண்டபோது நான் எல்லா நம்பிக்கையையும் இழந்தேன். ஆனால் உடல் நலமில்லாவிட்டாலும் ஹோஜா தொடர்ந்து முயன்றான். அவனுக்கு உதவியாக ஒரேஒரு வீரன், ஒரேயொரு குதிரையைக்கூட, கொடுக்க யாரும் முன்வரவில்லை. நேராக சுல்தானிடம் சென்று முறையிட்டு நாற்பது குதிரைகளை பீரங்கிகளிலிருந்து விடுவித்துக் கொண்டு வந்தான். சில ஆட்களையும் எப்படியோ சம்பாதித்துவிட்டான். மற்றவர்களெல்லோரும் அம் மகத்தான ஆயுதம் அப்படியே சேற்றில் முற்றிலுமாகப் புதைந்து அமிழ்ந்துவிடாதா என்று வேண்டிக்கொண்டிருக்க, குதிரைகளை வெறித்தனமாகச் சாட்டையால் அடித்து, அப்பிரமாண்ட அரக்கனை சேற்றிலிருந்து வெளியே தள்ளிக்கொண்டு வந்துவிட்டான். அன்று மாலை அவனுக்கும் பாஷாக்களுக்கும் இடையே பெரிய விவாதம் ஆரம்பித்தது. இந்த ஆயுதத்தை நகர்த்திக் கொண்டு வருவதிலேயே நமது வீரர்களின் சக்தியெல்லாம் செலவழிந்துவிடுகிறது, அதுமட்டுமில்லாமல் இது நமக்கு

துரதிர்ஷ்டத்தைத்தான் கொண்டு வந்திருக்கிறது என்று பாஷாக்கள் வாதிட, ஹோஜா தொடர்ந்து நியாயப்படுத்திப் பேசினாலும் அவனுக்கும் வெற்றிபெறுவதில் நம்பிக்கை போய்விட்டதாகவே தோன்றியது.

அன்றிரவு, நான் கையோடு கொண்டு வந்திருந்த யூத் இசைக்கருவியை வெளியில் எடுத்து மீட்டத் தொடங்கினேன். ஹோஜா எரிச்சலோடு அதைப்பிடுங்கி தூர எறிந்தான்.

"எல்லோரும் உன் தலையை வெட்டவேண்டுமென்று கொதித்துக் கொண்டிருக்கிறார்கள். உனக்குத் தெரியுமா?" என்று கத்தினான். 'தெரியும்' என்றேன்.

"உனக்குப் பதிலாக என்னை சிரச்சேதம் செய்வதாக இருந்தால் மகிழ்வேன்," என்றான்.

நான் எதுவும் பேசவில்லை.

யூத்தை எடுத்து மீண்டும் வாசிக்க முயன்றேன் ஹோஜா என்னைத் தடுத்து, "உன் ஊரைப்பற்றி, உன் நாட்டைப்பற்றி விளக்கமாகச் சொல்," என்றான். மாமன்னரிடம் சொன்னதைப்போல சில கட்டுக்கதைகளைச் சொன்னேன். அவற்றை எளிதாகக் கண்டுபிடித்து, கோபப்பட்டான். "உண்மையைச் சொல். உன் நாட்டைப் பற்றிய நிஜமான விவரங்களைச் சொல். உன் அம்மா, உன் காதலி, உன் சகோதர சகோதரிகளைப் பற்றி எல்லா விவரங்களையும் சொல்," என்றான். 'உண்மைகளை' நான் சொல்லச்சொல்ல, எனக்கே சரியாகப் புரியாத, என்னிடமிருந்து அவன் கற்றுக் கொண்டிருந்த இத்தாலிய கெட்ட வார்த்தைகளை, முழுமைபெறாத வாக்கியங்களை எதற்காகவோ கூடவே சொல்லிக்கொண்டு வந்தான்.

அடுத்து வந்த நாட்களில், முன்னேறிச் சென்ற எங்கள் படைகள் தாக்கி அழித்த, கைப்பற்றிய கோட்டைகளைப் பார்த்துக்கொண்டே வரும்போது, ஏதோ விளங்கிக் கொள்ள முடியாத, வினோதமான, தீ எண்ணங்களால் அவன் பீடிக்கப்பட்டிருப்பதைப் போலவே எனக்குப்பட்டது. எங்கள் பீரங்கி வீச்சில் நாசமுற்றிருந்த ஒரு கிராமத்தை மெதுவாகத் தாண்டி வரும்போது, சுவரினடியில் காயமுற்றிருந்த சிலர் வீழ்ந்து கிடப்பதைப்பார்த்து குதிரையிலிருந்து இறங்கி ஓடினான். தூரத்திலிருந்து பார்த்துக் கொண்டிருந்த எனக்கு, அவன் உதவி செய்வதற்காகச் சென்றிருப்பதைப் போல முதலில் தோன்றியது. மொழிபெயர்ப்பாளன் கூட இருந்திருந்தால் காயங்களைப் பற்றிக் கேட்டிருப்பான் என்று நினைத்துக்கொண்டிருந்த எனக்கு அவனிடம் தென்பட்ட அதீத உற்சாகம் சந்தேகத்தைக் கிளப்பியது: இல்லை, இவன் வேறு எதையோ விசாரிப்பதற்காகச் செல்கிறான். அடுத்தநாள் சிதைக்கப்பட்ட அக்கோட்டை, சாலையின் இருபுறங்களிலுமிருந்த சிறு மடங்களைப் பற்றி மாமன்னரிடம் மதிப்பாய்வு செய்வதற்காக நாங்கள் செல்லும்போதும் அவன் அதே கிளர்ச்சியடைந்த மனநிலையில் இருந்தான். சாலையோரத்தில் ஒருவன் கழுத்தில் வெட்டுப்பட்டு – இன்னும் துண்டிக்கப்படாமல் – விழுந்திருந்தான். சுற்றிலும் பீரங்கிக்குண்டில் இடிந்து வீழ்ந்திருந்த கட்டிடங்களின் கல்லும், மண்ணும், மரக்கட்டைகளும். ஹோஜா அவனிடம் ஓடினான். கிறுக்குத்தனமாக ஏதாவது செய்வானோவென்ற

பயத்தில் அவனைத் தடுப்பதற்காக நானும் பின்னால் ஓடினேன். நான்தான் அவனைத் தூண்டிவிட்டிருக்கிறேன் என்று மற்றவர்கள் நினைத்துக் கொள்வார்களோ என்றும் பயமாக இருந்தது. குண்டுகளால் துளைக்கப்பட்டு உயிருக்குப் பேராடிக் கொண்டிருப்பவர்கள் மரணப்படுக்கையில் அவன் எதிர்பார்க்கும்படியாக ஏதாவது உண்மையைச் சொல்லிவிடுவார்கள் என்று நினைத்தான் போலிருக்கிறது. ஆனால் குற்றுயிராகக் கிடப்பவர்களின் முகங்களில் தெரியும் நிராசையும், கசப்புணர்வும் ஹோஜாவின் சொந்த நிராசையாக, கசப்பாக மாறுவதை உணர்ந்து, பேச்சிழந்து திரும்பிக் கொண்டிருந்தான்.

அன்றிரவு மாமன்னர் கடும் கோபத்தில் இருந்தார். டோப்பியோ கோட்டை எவ்வளவோ பிரயத்தனங்களுக்குப் பிறகும் கைப்பற்ற முடியாமல் இருப்பதில் அவருக்கு அதீத ஏமாற்றம். ஹோஜா அதேபோன்ற உற்சாகத்தோடு சுல்தானைப் பார்க்கச் சென்றான். திரும்பி வரும்போது குழம்பியிருந்தான். அவனுக்கே காரணம் தெரியவில்லை. மாமன்னரிடம் அவனது பேராயுதத்தைப் போரில் அறிமுகப்படுத்த அதுதான் உரிய சந்தர்ப்பம் என்று சொல்லியிருக்கிறான் அவன். அவ்வளவு வருடங்களாகக் உழைத்து உருவாக்கியதே இத்தகைய தருணத்துக்காகத்தான் என்றானாம். சுல்தான் ஒப்புக்கொள்ளமாட்டார் என்று நினைத்திருந்தேன். ஆனால் ஹோஜாவின் கருத்துக்கு உடன்பட்டிருக்கிறார். மேலும் கோட்டையைக் கைப்பற்றும் பொறுப்பு ஏற்கனவே பொன்னிறக் கேசம் கொண்ட ஹுசைன் பாஷா வசம் ஒப்படைத்திருப்பதால் சற்று அவகாசம் தருவோம் என்றும் கூறியிருக்கிறார். "மாமன்னர் ஏன் அப்படிச் சொன்னார்?" இதற்கு முந்தைய வருடங்களில் ஹோஜா என்னிடமோ, அல்லது தன்னிடமோ இந்தக் கேள்வியைக் கேட்டிருக்கிறானா என்று எனக்கு உறுதியாகத் தெரியவில்லை. எந்த காரணத்தாலோ அவன் என்னைவிட்டு இப்போது விலகிவிட்டிருப்பதைப்போல உணர்ந்தேன். இதற்காகவெல்லாம் ஏங்கிக்கொண்டிருந்து எனக்கு சலித்துவிட்டது. அந்தக் கேள்விக்கு ஹோஜாவே இப்போது பதில் சொன்னான்: "வெற்றியில் எனக்கு ஒரு பங்கு கிடைத்துவிடும் என்று அவர்கள் பயப்படுகிறார்கள்."

அடுத்தநாள் பிற்பகல்வரை பொன்னிறக் கேசன் ஹுசைன் பாஷா கோட்டையைக் கைப்பற்றவில்லையென்று தெரிந்ததும் தனது சக்தியனைத்தையும் செலவிட்டு தான் நினைத்தது சரி என்று தன்னையே சமாதானப்படுத்திக் கொண்டான். எனக்கு ஒற்றன் என்றொரு பழிச்சொல் சேர்ந்திருந்ததால் நான் சுல்தானின் கூடாரத்துக்குச் செல்லவில்லை. சுல்தானிடம் வெற்றி பெறுவதன் நிச்சயத்தன்மை, அதிர்ஷ்டத்தின் சாத்தியக்கூறுகள் பற்றியெல்லாம் பிரஸ்தாபித்ததை அவரும் நம்பியதாகவே வந்து சொன்னான். சாத்தானின் கால்களை முறிக்கப் போகிறவனுடைய தன்னம்பிக்கை அவனிடம் தெரிந்தது. அவனது நேர்மறையான சிந்தனை, நன்னம்பிக்கையின் அளவுக்குச் செயல்பாடுகள் வலிமைபொருந்தியதாக இருக்குமாவென்று எனக்குத் தெரியவில்லை.

பழையபடியே 'அவர்கள்' 'நாம்' என்றும், வரப்போகும் வெற்றியைப் பற்றியும் அவன் பேசிக்கொண்டிருந்தாலும் துயரக் கதைகளைச் சொல்லும்போது இருக்கும் தொனியைப்போல, இதற்கு முன் நான்

கேட்டிராத சோகம் அவன் குரலில் இருந்தது. நாங்கள் இருவரும் ஒன்றாக வாழ்ந்திருந்தால் எங்களுடைய இளமைக்காலத்தைப் பற்றி எவ்வளவு நன்றாக அறிந்திருப்போமோ, அந்நாட்களின் ஞாபகத்தைப் பற்றிப் பேசுவதைப் போல இருந்தது அவன் பேச்சு. யூத் கருவியை எடுத்து அதன் தந்திகளை நான் அபஸ்வரமாக மீட்டியபோதும் அவன் ஆட்சேபிக்கவில்லை. எதிர்காலத்தைப் பற்றி, நாங்கள் எதிர்பார்க்கும் திசையில் நீரோட்டத்தைத் திருப்பிவிட்டால் வாய்க்கக்கூடிய அற்புதமான தினங்களைப் பற்றிப் பேசிக் கொண்டிருந்தான். ஆனால் கடந்த காலத்தைப் பற்றித்தான் பேசிக் கொண்டிருக்கிறான் என்று நாங்கள் இருவருமே அறிந்திருந்தோம்: என் கண்களின் முன்னே உலைவற்ற சாந்தி தரிசனம் பிரசன்னமாயிற்று. ஒரு வீட்டின் பின்னால் ஒதுக்கமாக இருக்கும் தோட்டத்தின் அழகான மரங்கள் காற்றில் அசைந்தன. கதகதப்பான அறைகளில் வெளிச்சம் நிரம்பியிருந்தது. உணவு மேசையில் ஒரு மகிழ்ச்சியான குடும்பம் அமர்ந்திருந்தது. அவனது பேச்சில் பல வருடங்களாக நான் அடைந்திராத அமைதி கிட்டியது. இங்கிருந்து கிளம்பிச் செல்வது எவ்வளவு துக்ககரமானதென்றும், எந்தளவுக்கு இங்கிருக்கும் மனிதர்களை அவன் நேசிக்கிறான் என்றும் சொல்லும்போது அவன் உணர்வதை என்னால் புரிந்துகொள்ள முடிந்தது. இந்த மனிதர்களைப் பற்றிப் பேசிக்கொண்டிருக்கும் போதே, அவனுக்கு மூடர்களைப் பற்றியும் நினைவுக்கு வர, கோபப்பட்டான். அவன் பக்கத்து நியாயத்தை இப்போது நான் புரிந்துகொண்டேன். அவனது நன்னம்பிக்கை வெறுமனே பாசாங்கு அல்லவென்று உணர்ந்தேன். ஒரு புதிய வாழ்க்கை தொடங்கப்போகிறது என்ற நம்பிக்கை எங்கள் இருவருக்குமே இருந்ததனால் இந்த உணர்வு ஏற்பட்டிருக்கலாம். அல்லது, அவன் இடத்தில் நான் இருந்திருந்தால் இதைப்போலவேதான் நடந்து கொண்டிருப்பேன் என்று நினைத்ததால் இருக்கலாம், எனக்குத் தெரியவில்லை.

அடுத்த நாள் எங்கள் ஆயுதத்தைக் களத்தில் இறக்கினோம். எதிரிகளின் ஒரு சிறிய அரணுக்கெதிராக சோதித்துப் பார்த்தோம். இருவருக்குமே இதுவொன்றும் வெற்றிகரமாக அமையப்போவதில்லை என்று தோன்றிக்கொண்டிருந்தது. ஆயுதத்தின் முதல் தாக்குதலின்போது, மாமன்னர் அளித்திருந்த ஏறக்குறைய நூறு வீரர்களும் அதன் பேருருவம் அசைந்து நகரத் தொடங்கியவுடனேயே, படைவரிசையிலிருந்து கலைந்து சிதறியோடத் தொடங்கினர். அதைவிடக் கொடுமையாக சில வீரர்கள் இந்த ஆயுதத்தின் அடியில் சிக்கிக் கூழாக அரைபட்டு மாண்டனர். எங்கள் ஆயுதம் பலனில்லாமல் எங்கெங்கோ வெடிக்க, சில வீரர்கள் அந்தக் குண்டுச் சிதறல்களிலும் தாக்கப்பட்டுப் பரிதாபமாக உயிரை விட்டனர். அதன்பின் எங்கள் ஆயுதம் சேற்றில் சிக்கிய கழுதையைப்போல வழியிலிருந்த சகதிக்குட்டையில் புதைந்தது. எங்கள் வீரர்களில் பெரும்பாலோர் பயத்தில் ஓடிவிட, புதிய தாக்குதலுக்கு அவர்களை ஒருங்கிணைக்க முடியாமற்போயிற்று. அப்போது எங்கள் இருவரின் உள்ளங்களிலும் ஓடிக்கொண்டிருந்தது ஒரே விஷயமாகத்தான் இருந்திருக்க வேண்டும்.

பின்னர், கட்டுமஸ்தான ஹாஸன் பாஷா ஒரே மணிநேரத்தில் எந்தவொரு உயிர்ச்சேதமும் எங்கள் தரப்பில் இல்லாமல் அரணை

முறியடித்துவிட்டதும், ஹோஜா மீண்டும் ஒருமுறை அம்மகத்தான அறிவியல் சாதனையை சோதித்துப்பார்க்க விரும்பினான். இம்முறை அவனுக்கு இருந்த நம்பிக்கையை என்னாலும் புரிந்துகொள்ள முடிந்தது. அரணில் இருந்த எல்லா மிலேச்ச வீரர்களும் கத்திக்கு இரையாயினர். தடுப்பு அரண்கள் பற்றியெரிய ஒரேயொரு மனித உயிர்கூட அத்தரப்பில் எஞ்சியிருக்கவில்லை. வெட்டப்பட்ட தலைகள் மாமன்னரிடம் கொண்டு செல்லப்படுவதற்காகக் குவித்து வைக்கப்பட்டிருந்தன. அவன் மனதில் என்ன ஓடிக்கொண்டிருக்கிறது என்று உடனே எனக்குத் தெரிந்தது. அவனது மோகம்கூட நியாயமாகவே பட்டது. ஆனால் இந்தளவுக்கு அதனை நீட்டிச்செல்வது என்னால் சகிக்க முடியாமல், திரும்பி நின்று கொண்டேன். கொஞ்சநேரம் கழித்து ஆர்வமிகுதியில் திரும்பிப் பார்த்தபோது, அவன் தலைகளின் குவியலிலிருந்து விலகிச் சென்று கொண்டிருந்தான். அவன் எவ்வளவு தூரத்துக்குத் தனது சோதனைகளை முயற்சி செய்து பார்த்தான் என்று ஒருபோதும் என்னால் அறிந்திருக்க முடியவில்லை.

நண்பகல் அணிவகுப்புக்குத் திரும்பி வந்தபோது டோப்பியோ கோட்டை இன்னமும் கைப்பற்றப்படவில்லையென்று அறிந்தோம். சுல்தான் கோபத்தின் உச்சத்தில் இருந்தார். பொன்னிறக் கேசன் ஹுசைன் பாஷாவைத் தண்டிக்கப் போவதாகச் சொல்லிக் கொண்டிருந்தார். எங்கள் அனைவரையும், மொத்த ராணுவத்தையும் முற்றுகைக்குப் பயன்படுத்தப் போவதாக அறிவித்தார்! ஹோஜாவிடம் கோட்டை மாலைக்குள் கைப்பற்றப்படாவிட்டால் எங்கள் ஆயுதம் காலைத் தாக்குதலில் பயன்படுத்தப்படும் என்றார். நாள் முழுக்கப் போராடியும் ஒரேயொரு சிறிய அரணைக்கூட முறியடிக்காத திறமையற்ற படைத்தலைவனை சிரச்சேதம் செய்யவேண்டும் என்று ஆணையிட்டார். அரணை முறியடிப்பதில் எங்கள் ஆயுதம் அடைந்த தோல்வியை சுல்தான் பெரிதாக எடுத்துக்கொள்ளவில்லை. படைவீரர்களுக்கு அதன் மீதிருக்கும் வெறுப்பையும், அதனைக் கெட்டசகுனமாகப் பலர் கருதுவதையும் அவர் பொருட்படுத்தியதாகத் தெரியவில்லை. இப்போது வெற்றியில் பங்கெடுத்துக் கொள்வதைப் பற்றி ஹோஜா பேசவில்லை. ஆனாலும் முன்னாள் அரசவை சோதிடரின் மரணத்தைப் பற்றி அவன் பேசாவிட்டாலும் யோசித்துக் கொண்டிருக்கிறான் என்பதை உணர்ந்தேன். எனது இளமைக்காலத்தின் காட்சிகளையும், எங்கள் தோட்டத்து விலங்குகளையும் கனாக் கண்டுகொண்டிருக்கும்போது, அதே விஷயங்கள் அவன் மனதிலும் ஓடிக்கொண்டிருக்கின்றன என்பதை என்னால் உணரமுடிந்தது. கோட்டையை வெற்றிகொள்ளும் செய்தி மட்டுமே எங்களுக்குக் கடைசி வாய்ப்பாக இருக்கும் என்று அவனுக்கும் தெரியும். ஆனால் அந்த வாய்ப்பு கிடைக்காது என்பதும் அவனுக்குத் தெரியும். அந்த வெற்றியை அவன் விரும்பவில்லை என்பதும் எனக்குத் தெரியும். கோட்டையைக் கைப்பற்ற முடியாத வெறியில், வழியில் இருந்த ஒரு கிருத்துவ தேவாலயத்தை எங்கள் வீரர்கள் தாக்கி, தீயிட்டனர். தேவாலயத்தின் உச்சியில் இருந்த மணிக்கோபுரம் வரை தீ கொழுந்துவிட்டு எரிந்துகொண்டிருந்தது. உள்ளேயிருந்த பாதிரியார், சூழ்ந்துவரும் தீயைப் பொருட்படுத்தாமல் சங்கீதமாக ஜெபித்துக்கொண்டிருந்தார். எங்களை மனம்திருந்தி புதிய

வாழ்க்கைத்தடத்துக்கு மாறவேண்டி இறைஞ்சிக்கொண்டிருந்தார். தீ நாக்குகளின் சடசடப்பை மீறி பாதிரியாரின் அன்பார்ந்த அழைப்பு உரக்கக் கேட்டது. கானகத்தின் மலைகளுக்குப் பின்னே அஸ்தமித்துக்கொண்டிருந்த சூரியனின் கதிர்கள் என்னைப்போலவே ஹோஜாவிடமும் எதையோ உசுப்பி எழச் செய்துகொண்டிருப்பதை உணர முடிந்தது. வடக்கு நோக்கி எங்கள் அணிவகுப்பு முன்னேற, ஒரு பரிபூரணத்துவ உணர்வு, அமைதியாக, முழு கவனத்தோடு முழுமைப் பெற்றுக்கொண்டிருந்தது.

ஞாயிறு அஸ்தமித்ததும், பொன்னிறக் கேசன் ஹுசைன் பாஷா தோற்றார் என்பதை மட்டுமல்ல, ஆஸ்திரியர்கள், ஹங்கேரியர்கள், கஸாக்குகள்கூட டோப்பியோ முற்றுகையில் போலந்தியர்களோடு சேர்ந்துவிட்டார்கள் என்று அறிந்து கொண்டதற்குப் பின்பு அந்தக் கோட்டையை இறுதியில் கண்களால் பார்த்தேவிட்டோம்! அது உயரமான குன்றின் உச்சியில் இருந்தது. அதன் கோபுரங்களில் பறந்து கொண்டிருந்த கொடிகள் அஸ்தமச் சூரியனின் வெளிர் சிவப்பில் ஜொலித்துக் கொண்டிருந்தன. அந்தக் கோட்டை அழகான வெண்ணிறத்தில் இருந்தது. வெண்மையிலும் வெண்மையான, மிகத் தூயவெண்மை. ஸ்தம்பிக்க வைக்கும் பளீரென்ற வெண்மை. இதைப்போன்றதொரு அழகான, எட்டவே முடியாத பிரம்மாண்டத்தைக் கனவில்தான் பார்க்க முடியும் என்று ஏன் தோன்றியதென்று தெரியவில்லை. அந்தக் கனவில், ஓர் இருண்ட கானகத்துக்குள் வளைந்து நெளிந்து செல்லும் ஒற்றையடிப் பாதையில் ஓடிக்கொண்டிருக்கிறீர்கள். மலையுச்சியில் இருக்கும் அந்தத் தந்த மாளிகையில் நடைபெறும் பெரும் நடன விருந்தில் கலந்து கொள்ள, அந்த மகிழ்ச்சிக் கொண்டாட்டத்தைத் தவறவிடக்கூடாதென்று துடித்துக்கொண்டிருக்கிறீர்கள். எந்தக் கணத்திலும் அப்பாதை மலையடிவாரத்தில் சென்று முடியும் என்று தோன்றினாலும் முடிவற்று பின்னிப்பின்னி நீண்டுகொண்டே செல்கிறது.

ஆற்று வெள்ளம் அந்த அடர்ந்த காட்டுக்கும் மலையடிவாரத்துக்கும் இடையிலிருந்த பகுதியை நாற்றமடிக்கும் சதுப்பாக்கிவிட்டிருந்தது. எங்கள் காலாட்படையினரால் அந்த சதுப்பைத் தாண்டிச் செல்ல முடிந்தாலும் மலைமீது ஏறமுடியவில்லை. இதுவரை வந்துசேர்ந்த பாதையை நினைத்துப் பார்த்தேன். முதல் பார்வைக்கு, கோபுரங்களின் மேல் பறவைகள் பறக்க அந்தத் தூய்மையான வெண்ணிறக் கோட்டை கரிய மலையுச்சியில், நெடிதுயர்ந்து நிற்பதும், பின்னணியாக கரும்பச்சைக் காடுகள் இருபுறமும் விரிந்து செல்வதும் எவ்வளவு பரிபூரணத் தோற்றமாகத் தெரிந்ததோ அப்படித்தான் நாங்கள் வந்த சாலையும் தெரிந்தது. இவ்வளவு வருடங்களில் நான் அனுபவித்திருந்த பல விஷயங்களைத் தவிர்க்க முடியாத தற்செயல் நிகழ்வுகள் என்றுதான் நினைத்து வந்திருக்கிறேன். எங்கள் வீரர்களால் இந்த வெண்ணிறக் கோட்டையின் கோபுரங்களை ஒருபோதும் அடையமுடியப் போவதில்லை என்று நான் நினைத்ததையேதான் என்னருகே ஸ்தம்பித்து நின்றிருந்த ஹோஜாவும் நினைத்துக் கொண்டிருக்கிறான் என்பது புலப்பட்டது. காலையில் முற்றுகையில் நாங்கள் சேர்ந்துகொண்டபோது, எங்கள் ஆயுதம் சதுப்பில் சிக்கிக்கொள்ளப் போகிறது என்று முதலிலேயே மனதில் தோன்றியது. அதற்குள்ளும் வெளியிலும் இருந்த எங்கள் வீரர்கள்

இறந்து போகப் போகிறார்களென்றும் தோன்றியது. அதன் விளைவாக எழுந்த சாபம், அச்சம், வீரர்களின் எதிர்ப்பு என்பவற்றை அடக்குவதற்காக என்னை பலியிடுவதற்குக் குரல்கள் எழப்போகிறதென்றும் ஹோஜாவைப் போலவே நானும் கிளம்பும்போதே தோன்றிக்கொண்டிருந்தது. பல வருடங்களுக்கு முன் ஹோஜாவைப் பேச வைப்பதற்காக, சிறுவயதில் என் நண்பனைப் போலவே ஒரே விஷயத்தை ஒரே நேரத்தில் சிந்திக்கும் திறமையை வளர்த்துக் கொண்டதைப்பற்றிச் சொன்னது நினைவுக்கு வந்தது. அவனும் அதே விஷயங்களைத்தான் இப்போது நினைத்துக் கொண்டிருக்கிறான் என்பதில் எனக்குச் சந்தேகமில்லை.

அன்று பின்னிரவில் ஹோஜா சுல்தானின் கூடாரத்துக்குச் சென்றான். அவன் திரும்பி வரவே போவதில்லையென்று தோன்றியது எனக்கு. மாமன்னரிடம் அவன் என்ன சொல்லப் போகிறான் என்பதை என்னால் எளிதாக ஊகிக்க முடிந்தது. அன்றைய சம்பவங்களுக்கும் எதிர்காலத்துக்கும் பாஷாக்களிடம் பொருள் விளக்கம் சொல்லுமாறு மாமன்னர் அவனைக் கேட்பார். அவன் அந்த இடத்திலேயே கொல்லப்படுவதற்கும், கொலையாட்கள் அடுத்ததாக என்னைத் தேடிக்கொண்டு வருவதற்கும் எந்தளவுக்கு சாத்தியங்கள் இருக்கின்றன என்றும் சிந்தித்துக்கொண்டிருந்தேன். பின்னர், அவன் என்னிடம் சொல்லிக் கொள்ளாமலேயே கிளம்பிச் சென்றுவிட்டிருப்பானென்றும், இருட்டில் ஜொலித்துக்கொண்டிருக்கும் வெண்ணிறக் கோட்டைக்குக் காவலர்களை ஏமாற்றிவிட்டு, சதுப்பையும், வனப்பகுதியையும் தாண்டிச் சென்றுவிட்டிருப்பானென்றும் எனக்குக் கற்பனைகள் வளர்ந்தன. எனது புதிய வாழ்க்கைக்காக எவ்வித உற்சாகமுமின்றி விடிவதற்காகக் காத்திருந்தபோது அவன் வந்தான். அதன் பிறகுதான், வருடங்கள் பல கழிந்த பிறகுதான், சுல்தானின் கூடாரத்தில் அப்போது இருந்தவர்களுடன் விரிவாகப் பேசியதற்குப் பிறகு, ஹோஜா சொன்னது என்ன என்பதை அறிந்து கொண்டேன். அவன் என்ன சொல்லியிருப்பான் என்று ஊகித்திருந்தேனோ அதைத்தான் அவனும் சொல்லியிருக்கிறான். ஆனால் அன்று திரும்பி வந்தபோது என்னிடம் எதையும் அவன் விளக்கவில்லை. அவசரப்பயணமாகக் கிளம்பிக் கொண்டிருக்கும் ஒருவனைப்போலக் காணப்பட்டான். வெளியே பனிமூட்டம் அடர்ந்திருப்பதாகச் சொன்னான். நான் புரிந்து கொண்டேன்.

பொழுது புலரும் வரை அவனிடம் எனது நாட்டில் நான் விட்டு வந்திருப்பவைகளைப்பற்றி சொல்லிக்கொண்டிருந்தேன். என் வீட்டை அவன் எப்படிக் கண்டுபிடிப்பது என்று சொன்னேன். என் தாயைப் பற்றி, என் தந்தையைப் பற்றி, என் சகோதர சகோதரிகளைப் பற்றி, எம்போலியிலும் ஃபிளாரென்ஸிலும் எங்களுக்கு இருக்கும் மதிப்பைப் பற்றிச் சொன்னேன். ஒருவரிலிருந்து மற்றவரை வேறுபடுத்தி அடையாளம் காண்பதற்காகச் சில சின்னச்சின்ன, விசேஷ அம்சங்களைச் சொன்னேன். இவற்றைச் சொல்லும்போது இவையெல்லாவற்றையும் – என் தம்பியின் முதுகில் இருக்கும் பெரிய மச்சம் வரை – அவனிடம் ஏற்கனவே சொல்லியிருக்கிறேன் என்பதும் நினைவுக்கு வந்தது. மாமன்னரோடு அளவளாவிக் கொண்டிருக்கும்போதும், அல்லது இப்போது இந்நூலை

எழுதிக்கொண்டிருக்கும்போதும், அவ்வப்போது இந்தக் கதைகள் எல்லாமே எனது கற்பனையின் பிரதிபலிப்புகள்தானென்றும், உண்மைகள் அல்லவென்றும் தோன்றும். ஆனால் அவற்றை நிஜமென்று நம்பினேன்: என் சகோதரியின் திக்குவாய் நிஜம். எங்கள் உடைகளில் ஏராளமான பொத்தான்கள் இருந்ததும், என் வீட்டின் பின்பக்கச் சன்னல் வழியே தோட்டத்தைப் பார்க்கும்போது தெரிகின்ற விஷயங்களும் நிஜம். காலை நெருங்கும் சமயத்தில் இந்தக் கதைகள் என்னை மதிமயக்கிக் கிறங்கச் செய்திருந்தன. வருடங்கள் கழித்தாவது இவை விட்ட இடத்திலிருந்து தொடரப் போகின்றன என்ற நம்பிக்கையால் ஏற்பட்ட மயக்கம். ஹோஜாவும் இதையேதான் நினைத்துக்கொண்டிருக்கிறான் என்று உணர்ந்தேன். அவனுடைய கதையை சந்தோஷத்துடன் நம்புவதால் உண்டான மயக்கம் அவனுக்கும்.

எதுவும் பேசாமல், அவசரமில்லாமல் எங்கள் உடைகளைப் பரிமாறிக்கொண்டோம். இவ்வளவு வருடங்களாக அவனிடமிருந்து மறைத்து வைத்திருந்த மோதிரத்தையும் பதக்கத்தையும் கொடுத்தேன். அந்தப் பதக்கத்திற்குள் என் பாட்டியின் அம்மா படமும், என் காதலியின் ரோமக்கற்றையும் (இப்போது அது வெளுத்துவிட்டிருந்தது) இருந்தன. அவன் கழுத்தில் அணிந்துகொண்டான். அவனுக்கும் பிடித்திருக்கிறது போல. கூடாரத்திலிருந்து கிளம்பிச் சென்றான். மௌனமாகக் கவிந்திருந்த பனிமூட்டத்துக்குள் அவன் உருவம் மெதுவாக மறைவதை பார்த்துக்கொண்டு நின்றேன். விடியலின் ஒளி பரவிக்கொண்டு வந்தது. களைப்பு மேலிட படுக்கையில் சாய்ந்தேன். உடனே நிம்மதியான உறக்கத்தில் ஆழ்ந்து போனேன்.

11

இப்போது என் புத்தகத்தின் இறுதிக்கு வந்து விட்டேன். தீர்க்கமான வாசகர்கள் எனது கதை உண்மையில் வெகுகாலத்துக்கு முன்பே முடிந்துவிட்டதாக முடிவெடுத்து புத்தகத்தை எப்போதோ தூக்கிப்போட்டுவிட்டிருப்பார்கள். அதைப்போலவே நானும் நினைத்திருந்த காலம் ஒன்று இருந்தது. பல வருடங்களுக்கு முன்பு இந்தப் பக்கங்களை இனி மீண்டும் படிக்கவே கூடாதென்று இழுப்பறை ஒன்றில் போட்டுவிட்டிருந்தேன். அந்த நாட்களில் வேறு கதைகள் எழுதுவதில்தான் எனக்கு விருப்பம் இருந்தது. சுல்தானுக்காக அல்லாமல் என் சொந்த விருப்பத்துக்காக உருவாக்கியவைகள் அவை. நான் பார்த்திராத நாடுகளில், பாழடைந்த நகரங்களில், பனி உறைந்த காடுகளில் ஓநாயைப் போலச் சுற்றியலையும் சூதுவாது நிரம்பிய வணிகன் ஒருவனின் காதல் கதைகளைப் போன்றவை அவை. நீங்கள் கையில் வைத்திருக்கும் இந்தப் புத்தகத்தை, இந்தக் கதையை மறந்துபோக எண்ணினேன். நான் கேட்டவையும் அனுபவித்தவையும் மலைபோல் குவிந்திருக்க, அவற்றை எழுதாமல் இருப்பது எளிதான காரியமல்ல என்று அறிவேன். ஆனாலும் இரண்டு வாரங்களுக்கு முன் என்னை வந்து சந்தித்த அந்த அந்நியன் இந்தப் புத்தகத்தை எழுதி முடிக்குமாறு வலியுறுத்திச் சொல்லியிருக்காவிட்டால் இதை நான் மீண்டும் கையில் எடுத்திருக்கவே மாட்டேன். கடைசியில் இன்றுதான் எனக்குப் புரிந்தது; எனது புத்தகங்களிலேயே நான் மிகவும் நேசிக்கும் புத்தகம் இதுதான். இதை எப்படி நிறைவு செய்யவேண்டுமோ, எப்படி முடிக்க வேண்டுமென்று விரும்பினேனோ, கனவு கண்டுகொண்டிருந்தேனோ அப்படித்தான் முடிக்கப்போகிறேன்.

எனது புத்தகத்தை எழுதிக் கொண்டிருக்கும் இந்தப் பழைய மேசையிலிருந்து பார்க்கும்போது ஒரு சிறிய படகு ஜென்னிதிஸாரிலிருந்து இஸ்தான்புல்லுக்கு மெதுவாக போய்க்கொண்டிருப்பது தெரிகிறது, தூரத்தில் ஆலிவ் மரங்களுக்கு நடுவே காற்றாலை ஒன்று சுழன்று கொண் டிருக்கிறது. தோட்டத்து அத்தி மரங்களுக்கடியில் சிறுவர்கள்

ஒருவரையொருவர் இடித்துத்தள்ளி விளையாடிக் கொண்டிருந்தனர். இஸ்தான்புல்—கெப்ஸியின் புழுதி மண்டிய சாலை தெரிந்தது. பனிப் பொழிவுகளின்போது இந்த வழியே ஒரு சிலரே பயணிப்பார்கள். வசந்தத்திலும் கோடையிலும் கிழக்கு நோக்கியும், அனதோலியா, பாக்தாத், டமாஸ்கஸ்ஸிற்குக் கூட செல்லும் கூண்டு வண்டிகளைக் காணலாம். ஓட்டை உடைசலான மாட்டுவண்டிகள் நத்தையின் வேகத்தில் ஊர்வதை ஆர்வமாக வேடிக்கை பார்த்துக் கொண்டிருப்பதுதான் என் பொழுதுபோக்கு. சில நேரங்களில் குதிரையில் யாரோ இந்த இடத்தை நோக்கி வருவதைப் பார்க்கும்போது என் இதயத்துடிப்பு அதிகரிக்கும். அவன் அணிந்திருக்கும் உடையைக்கூட என்னால் அடையாளம் கண்டுகொள்ள முடியாது. ஆனால் நெருங்கி வந்த பிறகுதான் அவன் என்னைப் பார்க்க வரவில்லையென்பது தெரியும். இப்போதெல்லாம் யாரும் வருவதில்லை. யாரும் வரமாட்டார்கள் என்பது இப்போது எனக்குத் தெரிகிறது.

ஆனால் எனக்கு எந்தப்புகாரும் இல்லை. நானும் தனிமையில் இல்லை. அரசவைச் சோதிடராகப் பணியாற்றிய வருடங்களில் ஈட்டிய ஏராளமான பணத்தைச் சேமித்து வைத்திருந்தேன். திருமணம் செய்து கொண்டேன். நான்கு குழந்தைகள். வரப்போகும் பிரச்சனைகளை அறிந்து என் பதவியை சரியான நேரத்தில் ராஜினாமா செய்திருந்தேன். சுல்தானின் ராணுவம் வியன்னாவுக்குப் படையெடுத்துச் செல்வதற்கும், தொடர்ந்து வந்த தோல்விகளால் அரசரைச் சூழ்ந்திருந்த கோமாளிகளையும் எனக்குப் பின் வந்த அரசவைச் சோதிடரையும் சிரச்சேதம் செய்ததற்கும், விலங்குகளை அதிகமாக நேசித்த எங்கள் சுல்தான் பதவியிலிருந்து அகற்றப்பட்டதற்கும் முன்பாகவே நான் இங்கே கெப்ஸிக்கு ஓடிவந்துவிட்டேன். இந்த வீட்டைக் கட்டி முடித்து என் அபிமான நூல்கள், என் பிள்ளைகள், மனைவியோடும் இரண்டு பணியாட்களோடும் இங்குக் குடிபெயர்ந்தாயிற்று. அரசவைச் சோதிடராக இருந்தபோதே மணம் புரிந்துகொண்டிருந்தேன். அவள் என்னைவிடப் பல வருடங்கள் இளையவள். வீட்டை நன்றாகப் பார்த்துக் கொள்கிறாள். அவ்வப்போதைய எனது தேவைகளை அக்கறையோடு கவனித்துக் கொண்டு, என்னை நிம்மதியாக எழுதவும் கனவு காணவும் விடுகிறாள். நானும் எழுபதை நெருங்கிக் கொண்டிருக்கிறேன். நாள் முழுக்க இந்த அறையில் தனியாகவே கழித்துக்கொண்டிருக்கிறேன். எனவே என் கதைக்கும் வாழ்க்கைக்கும் ஒரு பொருத்தமான முடிவைக் கண்டடைவதற்காக இப்போது என் இதயம் முழுதும் ***அவனை*** நிரப்பி வாழ்ந்துகொண்டிருக்கிறேன்.

ஆனாலும் ஆரம்ப வருடங்களில் ***அவனை*** என் ஞாபகத்துக்குக் கொண்டுவர முயன்றதே கிடையாது. ஓரிருமுறை மாமன்னர் ***அவனைப்*** பற்றி என்னிடம் பேசமுற்பட்டபோது அதில் நான் ஆர்வம் காட்ட வில்லை என்பதை உணர்ந்துகொண்டார். அவர் அதோடு விட்டுவிட்டார் என்றாலும் இதை அறிந்துகொள்ளும் ஆர்வம் மட்டும் அவருக்கு இருந்தது. குறிப்பாக எதைத் தெரிந்துகொள்வதில், எந்தளவுக்குத் தெரிந்துகொள்வதில் அவருக்கு ஆர்வம் என்பதை என்னால் ஒருபோதும் கண்டுபிடிக்க இயலவில்லை. முதலில், ***அவன்*** என்மீது செல்வாக்குச்

செலுத்தியிருப்பதற்காகவோ, ***அவனி***டமிருந்து பற்பல விஷயங்களை நான் கற்றுக் கொண்டிருப்பதற்காகவோ நான் அவமானப்பட வேண்டியதில்லை என்றுதான் கூறினார். இவ்வளவு வருடங்களாக நாங்கள் அவருக்கு அளித்த நூல்கள், ஆண்டு விவரக்குறிப்புகள், கணிப்புக் கட்டுரைகள் போன்றவற்றை ***அவன்***தான் உண்மையில் எழுதியிருக்கிறான் என்று முதலிலிருந்தே அவருக்குத் தெரியும் என்று மன்னர் கூறினார். சதுப்பில் சிக்கி செயலிழந்துபோன எங்கள் ஆயுதத்தை உருவாக்க வீட்டில் அடைபட்டு நான் உழைத்துக் கொண்டிருந்த காலத்தில், அரண்மனைக்கு வந்துகொண்டிருந்த ***அவனி***டம் இதைச் சொல்லியிருப்பதாகவும் தெரிவித்தார். நான் ***அவனி***டம் எல்லாவற்றையும் சொல்லியிருப்பதைப் போலவே ***அவனும்*** மன்னர் சொன்னதை என்னிடம் சொல்லிருப்பான் என்று தெரியும் என்றார். இந்த உரையாடல் தீர்வு காணமுடியாத விவாத நிலைக்குச் செல்லவில்லையென்பதால் பேச்சு அந்த அளவிலேயே நின்றது. என்னைவிட சுல்தான் தெளிவாக இருக்கிறார் என்று உணர்ந்து கொண்டேன். அந்த நாட்களில் மாமன்னர் என்னைவிட அறிவுக்கூர்மை யானவரென்றும், அறிந்திருக்க வேண்டிய அனைத்தையும் அறிந் திருப்பவரென்றும், என்னை அவரது கட்டுப்பாட்டுக்குள்ளேயே வைத் திருக்கவேண்டுமென்பதற்காக சீண்டி விளையாடிக் கொண்டிருக்கிறார் என்றும் எண்ணிக்கொண்டிருந்தேன். மேலும் அந்தத் தோல்வியின் வித்து சதுப்பில் புதைந்து, வீரர்கள் அனைவரும் சாபத்தை முன்வைத்து என்னைக் கண்டந்துண்டமாக வெட்டிப்போடும் வெறியில் இருந்தபோது, என்னைக் காப்பாற்றி ஆறுதல் தந்தவர் என்பதால் அவருக்கு நான் நன்றிக்கடன் பட்டிருந்தேன். அந்த மிலேச்சன் தப்பியோடிவிட்டான் என்பது தெரிந்ததுமே, சில வீரர்கள் என் தலையைக் கொய்ய வந்தனர். அந்த முதல் வருடங்களில் என்னை அவர் வெளிப்படையாக விசாரித்திருந்தால் சுல்தானிடம் எல்லாவற்றையும் சொல்லிவிட்டிருப்பேனென்றே நினைக்கிறேன். அந்த நாட்களில் நான், நானில்லை என்ற வதந்தி புறப்பட்டிருக்கவில்லை. என்ன நடந்தது என்று யாரிடமாவது பேச விரும்பினேன். ***அவன்*** இல்லாதது பெரும் குறை.

அவ்வளவு வருடங்கள் நாங்கள் இருவரும் ஒன்றாகத் தங்கியிருந்த அந்த வீட்டில் தனியாக இருப்பது என்னை மேலும் குலைவித்தது. என் பை நிறைய பணம் இருந்தது. கால்கள் என்னை அடிமை அங்காடிக்குக் கூட்டிச் சென்றன. சில மாதங்கள் தேடியபிறகு நான் விரும்பியதைக் கண்டேன். என்னையோ ***அவனை***யோ உருவத்தில் ஒத்திராத ஒரு பரிதாப ஜீவனை விலைகொடுத்து வாங்கி, வீட்டுக்கு அழைத்து வந்தேன். அன்றிரவு அவனுக்குத் தெரிந்த எல்லாவற்றையும் எனக்குக் கற்றுத்தரச் சொல்லிக் கேட்டேன், அவனது நாட்டைப்பற்றி சொல்லச் சொன்னேன், அவனது கடந்த காலத்தைப்பற்றியும் அவன் புரிந்த பாவச் செயல்களையும் ஒன்றுவிடாமல் சொல்லச் சொன்னேன். அவனைக் கண்ணாடியின் முன் கொண்டுவந்து நிறுத்தியதும் மிரண்டு போனான். அந்த இரவு மோசமானதாக இருந்தது. அந்தப் பாவமானவனைப் பார்த்து இரக்கப்பட்டேன். அடுத்தநாள் காலை அவனுக்கு விடுதலையளித்துவிடவேண்டுமென்று நினைத்தேன். ஆனால் விடிந்ததும் என் கருமித்தனம் அனுமதிக்காமல் மீண்டும் அவனை அடிமை அங்காடிக்குக் கூட்டிச்சென்று விற்றுவிட்டு வந்தேன். அதன்பின்

திருமணம் செய்துகொள்ள முடிவெடுத்தேன். கேள்விப்பட்டுப் பலரும் வந்தார்கள். நான் திருமணம் செய்துகொண்டால் தெருவில் அமைதி திரும்பும் என்று எல்லோருக்கும் நம்பிக்கை. நானும் அவர்களில் ஒருவனாக ஆகிவிடுவேன். வதந்திகளும் நின்றுவிடும், வருடந்தோறும் மாமன்னருக்குப் புதிய கதைகளை உருவாக்கலாம், நிம்மதியாக வாழலாம் என்று நிதானமாக என் மனைவியைத் தேர்ந்தெடுத்தேன். மாலை நேரங்களில் எனக்காக யூத் வாசித்துக்காட்டுபவளாகவும் ஒருத்தி கிடைத்தாள்.

வதந்திகள் மீண்டும் ஆரம்பித்தபோது, அவையெல்லாம் சுல்தானின் விளையாட்டாகத்தான் இருக்குமென்று முதலில் தோன்றிற்று. எனது முகவாட்டத்தை உன்னிப்பாகக் கவனிப்பதிலும், என்னை நிலைகுலைய வைப்பதைப் போலக் கேள்விகள் கேட்பதிலும் அவருக்கு இருந்த ஆர்வம்தான் அப்படி நினைக்கத் தூண்டியது. திடீரென்று "நம்மை நமக்கே தெரிந்திருக்கிறதா? ஒரு மனிதன் தான் யாரென்று அறிந்து கொள்ளவேண்டும்," என்பார். முதலில் இதைப்போன்ற வசனங்கள் என்னைக் கலவரப்படுத்தவில்லை. இந்தக் குழப்பமான தத்துவார்த்த விசாரங்களைப்பற்றி அவரைச் சுற்றிலும் மீண்டும் சேரத்தொடங்கிவிட்ட முகஸ்துதி கும்பலிடமிருந்து கற்றுக்கொண்டதாக இருக்குமென்று நினைத்தேன். கிரேக்கத் தத்துவங்களைக் கரைத்துக் குடித்திருப்பதாகப் பீற்றிக் கொண்டிருந்த சில எல்லாம் தெரிந்த மேதாவிகள் அந்த அண்டிப்பிழைக்கும் கும்பலில் இருந்தனர். அரசர் இந்தத் 'தன்னையறிதல் தத்துவத்தைப் பற்றி எழுதித்தரச் சொல்லிக் கேட்டார். கஸல் மான்களைப் பற்றியும் சிட்டுக்குருவிகளைப் பற்றியும் நான் எழுதியிருந்த எனது சமீபத்திய புத்தகத்தை அவருக்குத் தந்தேன். மான்களும் குருவிகளும் தன்னிறைவோடு இருப்பதற்குக் காரணம் அவை தன்னைப்பற்றி நினைத்துக் கொள்வதில்லை; அவற்றிற்கு தாம் யாராக இருக்கிறோம் என்பதே தெரிவதில்லை, என்று அந்நூலில் எழுதியிருந்தேன். அவர் அந்நூலைத் தீவிரமாக எடுத்துக்கொண்டு சந்தோஷத்துடன் படிப்பதைக் கண்டு சற்று இலகுவானேன். ஆனால் வதந்திகள் தொடர்ந்து வந்துகொண்டிருந்தன: நான் சுல்தானை முட்டாளைப் போல நடத்துவதாக சிலர் சொல்வது கேட்டது. யாருடைய இடத்தை இப்போது நிரப்பியிருக்கிறேனோ, ***அவனைப்*** போல சற்றும் ஒத்திருப்பதாக நான் இல்லை என்றார்கள். '***அவன்*** அப்போது ஒல்லியாக, இனிமையானவனாக இருந்தான், இப்போது இவன் குண்டாக இருக்கிறான்' என்ற சந்தேகக்குரல்கள் அங்கொன்றும் இங்கொன்றுமாக எழுந்தன. ***அவனுக்குத்*** தெரிந்தவை எல்லாம் எனக்குத் தெரிந்திருக்க வாய்ப்பில்லை என்று நான் சொன்னது பொய் என்று தெரிந்துகொண்டார்கள். இன்னொரு யுத்தம் வந்தால் நானும் அரசருக்கு துரதிருஷ்டத்தைக் கொண்டுவந்து சேர்த்துவிட்டு, ***அவனைப்*** போலவே ஓடிவிடுவேன், எதிரி ராணுவத்திடம் நமது ரகசியங்களைச் சொல்லி துரோகம் இழைப்பேன் என்றெல்லாம் பேசிக்கொண்டிருப்பது என் செவிகளை எட்டின. இந்த வம்புப்பேச்சுகள், வதந்திகள் எல்லாவற்றையும் சுல்தான்தான் ஆரம்பித்து வைத்திருக்கக் கூடுமென்று நினைத்தேன். என்னைக் காப்பாற்றிக் கொள்வதற்காக விழாக்கள், விருந்துகளுக்குச் செல்வதை நிறுத்திக் கொண்டேன். வெளியே அதிகம் தலைகாட்டவில்லை.

எடையைக் கணிசமாகக் குறைத்தேன். அந்தக் கடைசி இரவில் சுல்தானின் கூடாரத்துக்குள் என்ன விவாதிக்கப்பட்டது என்று ஜாக்கிரதையாக விசாரித்தேன். என் மனைவிக்கு அடுத்தடுத்து குழந்தைகள் பிறந்து கொண்டிருந்தன. என் வருவாயும் திருப்திகரமாக இருந்தது. இந்த வம்பு வதந்திகளை, ***அவனை***, கடந்த காலத்தை என எல்லாவற்றையும் மறந்து அமைதியாக எழுதுவதில் ஈடுபட முயன்றேன்.

ஏழாண்டுகளுக்கு விடாமுயற்சியுடன் உழைத்தேன். எனது நரம்புகள் இன்னும் வலுவானதாக இருந்திருந்தால், அல்லது அதைவிட முக்கியமாக, சுல்தானைச் சுற்றி இன்னொரு கும்பல் சேர்ந்திருப்பதை உணர்ந்திராதிருந்தால், அப்படியே இறுதிவரைத் தொடர்ந்திருப்பேன்; மாமன்னர் எனக்காகத் திறந்த வாசல்களின் வழியே சென்று நான் மறக்க விரும்பும் எனது கடந்த காலத்தை அவரிடம் கொட்டிவிட்டு வந்திருப்பேன். எனது அடையாளத்தைப் பற்றிக் கேட்கும் கேள்விகளுக்கு முன்னைப்போல சர்வ ஜாக்கிரதையாகத் தவிர்த்துவிட்டு தப்பிச் செல்வதில்லை. “ஒருவன் யாரென்று அறிந்துகொள்வதில் என்ன முக்கியத்துவம் இருக்கிறது?” என்று பதிலளிப்பேன், “நாம் என்ன செய்திருக்கிறோம், என்ன செய்யப் போகிறோம், என்பதுதான் முக்கியம்.” இங்கிருக்கும் இந்த அலமாரியின் கதவு வழியாகத்தான் சுல்தான் என் மனதுக்குள் நுழைந்துவிட்டார் என்று நினைக்கிறேன்! ***அவன்*** தப்பித்துச் சென்ற இத்தாலியைப்பற்றி சொல்லச் சொல்லிக் கேட்டபோது எனக்குத் தெரியாதென்றேன். அவருக்குக் கோபம் வந்தது: ***அவன்*** என்னிடம் எல்லாவற்றையும் சொல்லியிருக்கிறான் என்பது அவருக்குத் தெரியும், நான் ஏன் பயப்படவேண்டும், ***அவன்*** சொல்லியிருப்பவையெல்லாம் எனக்கு ஞாபகம் இருக்கும்தானே, என்றார். எனவே சுல்தானிடம் ***அவனது*** குழந்தைப் பருவம், *அவனுடைய* அழகான ஞாபகங்கள் (அவற்றில் சிலவற்றை இந்தப் புத்தகத்தில் சேர்த்திருக்கிறேன்) போன்றவற்றை மீண்டும் விவரித்தேன். முதலில் அவரது நடத்தை சிக்கல் எதையும் உண்டாக்காமல்தான் இருந்தது. யாரிடமிருந்தோ கேட்டதை ஒருவர் சொல்வதைப்போலத்தான் கேட்டுக்கொண்டிருந்தார் – அதுவே எனக்கு சௌகரியமாக இருந்தது. ஆனால் அடுத்து வந்த வருடங்களில் ஆழமாகச் செல்லத் தொடங்கினார். நான் சொல்வதெல்லாம் *அவன்* பேசுவது என்பதைப் போலக் கேட்க ஆரம்பித்தார். *அவனுக்கு* மட்டுமே தெரிந்திருக்கக்கூடிய விவரங்களைக் கேட்பார். என்னை எதற்கும் பயப்படவேண்டாம் என்று சொல்லி, உன் மனதுக்கு முதலில் தோன்றும் பதிலைச் சொல் என்பார்: *அவனுடைய* சகோதரிக்குத் திக்குவாய்ப் பிரச்சனை ஏற்படக் காரணமாக இருந்த சம்பவம் எது? பாடுவா பல்கலைக்கழகத்தில் *அவனுக்கு* இடம் கிடைக்காததற்குக் காரணம் என்ன? வெனிஸ் நகரில் *அவன்* முதன்முதலாகக் கண்டுகளித்த வாணவேடிக்கை நிகழ்ச்சியின்போது *அவனுடைய* சகோதரன் அணிந்திருந்த உடையின் நிறம் என்ன? *அவனும்* அவரும் ஒன்றாகக் கழித்த இடங்களுக்கெல்லாம் என்னைக் கூட்டிச்சென்று அந்த இடங்களில் இந்த விவரங்களை எனக்கு நடந்தவைபோலச் சொல்லச் சொல்லிக் கேட்டார். படகுப் பயணங்களிலும், தவளைகளும் அல்லிப் பூக்களும் நிறைந்த குளக்கரையிலும், கூண்டுகளில் அடைபட்டிருக்கும் குரங்குகளைப் பார்த்தபடியே செல்லும் தோட்டத்து

உலாக்களிலும் நான் சொன்ன கதைகளைக் கேட்டு மாமன்னர் மகிழ்ந்தார். எங்களிடையே நட்பு அத்தோட்டத்து மலர்கள்போல அகல விரிந்து மலர்ந்தது. எங்களுக்கு துரோகமிழைத்துவிட்டுத் தப்பிச் சென்றுவிட்ட ஒரு பழைய நண்பனைப் பற்றிப் பேசுவதைப்போல *அவனை* நினைவுகூர்வார். ஒருமுறை *அவன்* ஓடிப்போனதே ஒரு வகையில் நல்லதுதான் என்றார். "*அவன்* சுவாரஸ்யமானவன்தான், ஆனால் ஆணவம் அதிகம் *அவனுக்கு*. என்னையே அவமதிப்பதைப்போலப் பேசும்போது பொறுமையிழந்துவிடுவேன். கொன்றுவிடலாமா என்றுகூட நினைத்தேன்," என்றார். அவர் வெளிப்படையாகச் சொன்ன சில விஷயங்களைக் கேட்கும்போது, அவர் எங்களில் யாரைப்பற்றிப் பேசுகிறார் என்று தெரியாமல் பயந்து நடுங்கினேன். ஆனால் அன்பாகத்தான் பேசினார், கோபம் தெரியவில்லை: "சில நேரங்களில் ***அவனது*** சுய – அறியாமையைத் தாங்க முடியாமல், கொலையாட்களைக் கூப்பிட்டுவிடலாமா என்று தோன்றும். அந்தக் கடைசிநாள் இரவு அப்படித்தான் எனக்குத் தோன்றியது!" என்றார். பிறகு பேசும்போது, "ஆனால் நீ மரியாதைக் குறைவாக நடந்துகொள்பவன் அல்ல," என்றார். உலகத்திலேயே நான்தான் அறிவாளி, திறமைசாலி என்ற எண்ணம் எனக்கு இருந்ததில்லை; பிளேக் ஏற்படுத்திய பீதியை எனது சொந்த ஆதாயத்துக்காக உருமாற்றி வேறு அர்த்தங்கள் கற்பிக்கவில்லை; குழந்தை அரசர்களைக் கழுவில் ஏற்றிய பயங்கரக் கதைகளைச் சொல்லி இரவு முழுக்க எல்லோரையும் தூங்கவிடாமல் செய்திருக்கவில்லை; சுல்தான் இரவில் கண்ட கனவுகளைச் சொல்லச் சொல்லிக் கேட்டுவிட்டு வீட்டுக்கு ஓடிப்போய் அங்கு அவரை எள்ளி நகையாட, கிண்டல் அடிக்க இப்போது எனக்கு யாருமில்லை. சுல்தானை வழிதவறி நடத்துவதற்கு அபத்தமான கதைகளைக் கூட்டாக இட்டுக்கட்டுவதற்கு இப்போது எனக்கு யாருமில்லை. இதையெல்லாம் அவர் சொல்வதைக் கேட்கும்போது, நானே இரண்டு பிளவாகப் பிரிந்து இருப்பதைப்போல, வெளியிலிருந்து கனவுக்குள் பார்ப்பதைப்போல உணர்ந்தேன். இனி இதற்குமேல் இதனை விவாதத்தில் இழுத்துக்கொண்டிருக்க முடியாதென்று தெரிந்தது. கடைசியாகச் சில மாதங்களில், என்னைப் பைத்தியமாக அடிப்பதற்கென்றே, சுல்தான் மேலும் இதை இழுத்துக்கொண்டிருந்தார். நான் *அவனைப்* போல இல்லை என்பார். *அவனைப்* போல 'நாம்' 'அவர்கள்' என்று பிரித்து குதர்க்கவாதம் செய்வதில்லை, என்பார்! சுல்தான் எங்களை சந்திப்பதற்கு முன் எட்டு வயது மன்னராக, மறுகரையிலிருந்து நாங்கள் நிகழ்த்திய வாணவேடிக்கைகளின்போது எனது **பிசாசு**, *அவனுக்காக* இருளில் அந்த இன்னொரு பிசாசுக்கு வெற்றி தேடித்தந்தது. இப்போது அது *அவனோடு* சேர்ந்து போயுள்ள நாட்டில் அமைதியைக் காணும், என்பார். என்னை அழைத்துக்கொண்டு அவர் செல்லும் சோலை உலாக்கள் ஒவ்வொரு முறையும் ஒன்றுபோலவே இருக்கும். மாமன்னர் ஒவ்வொரு முறையும் ஒரே மாதிரியாக சிந்தனைவயப்பட்டு இந்தக் கேள்வியைக் கேட்பார்: "உலகின் நான்கு திசைகளிலும், அதன் ஏழு தேசங்களிலும் வாழும் மனிதர்கள் எல்லோரும் ஒருவரையொருவர் ஒத்திருக்கின்றனர் என்பதைப் புரிந்துகொள்ள ஒருவன் சுல்தானாகத்தான் இருக்க வேண்டுமா?" பயத்தில், நான் எதுவும் பதிலளித்ததில்லை.

என் வாயைத் திறக்க வைக்கும் கடைசி முயற்சியாக, மீண்டும் முயல்வார்: "எல்லா இடங்களிலும் உள்ள மனிதர்கள் ஒருவரையொருவர் ஒத்திருப்பதால்தான் அவர்கள் தத்தமது இடங்களை மாற்றிக் கொள்ள இயல்கிறது, இல்லையா?"

சுல்தானும் நானும் *அவனை* ஒருநாள் மறந்துவிடுவோம் என்று நான் நம்பியதாலும், முன்னெச்சரிக்கையாக நான் நிறையவே பணம் சேர்த்து வைத்திருந்ததாலும், இந்தச் சித்திரவதையைப் பொறுமையாகத் தாங்கிக் கொண்டிருந்தேன் போலிருக்கிறது. இருபொருள் தன்மை கொண்டுவரும் அச்சத்துக்கு நான் பழகிவிட்டிருந்தேன். திசையறியாக் காட்டுக்குள் முயலைத் துரத்திக்கொண்டு ஓடுவதைப்போல என் மனதின் கதவுகளை இரக்கமின்றி திறந்து மூடியும் புகுந்தும் சுல்தான் சென்று கொண்டிருந்தார். இப்போது மீண்டும் அவரைச் சுற்றிக் குழுமத்தொடங்கிவிட்டிருந்த முகஸ்துதி மூடர்கள் எல்லோருடைய முன்னிலையிலும் இதனை அவர் செய்துகொண்டிருந்தது இன்னும் கொடுமை. ஆட்குறைப்பு, துப்புரவாக்கல் என்ற பெயரில் வேண்டாதவர்களிடமிருந்து சொத்துக்களைக் கையகப்படுத்திக் கொண்டு நாட்டைவிட்டு விரட்டி விடுவதற்கான சாத்தியங்கள் இருப்பதாகவே எண்ணி பயந்துகொண்டும் இருந்தேன். வெனிஸ் நகரத்தின் பாலங்களைப் பற்றியும், *அவன்* சிறுவனாக இருந்தபோது காலை உணவுண்ட சாப்பாட்டு மேசையின் சரிகை விரிப்பைப் பற்றியும், இஸ்லாமிற்கு மதம் மாற மறுத்ததால் *அவனை* சிரச்சேதம் செய்ய முற்பட்டபோது *அவன்* ஞாபகத்திற்கு வந்த அவன் வீட்டின் தோட்டம் தெரியும் பின்கட்டு சன்னலைப் பற்றியும், எனக்கு நேர்ந்த சொந்த அனுபவமாகவே கருதி அவரிடம் திரும்ப வர்ணிக்க வேண்டும் என்றும், இந்தக் கதைகளை ஒரு நூலில் எழுதவேண்டும் என்றும் சுல்தான் எனக்கு உத்தரவிட்ட அன்று இஸ்தான்புல்லிருந்து உடனடியாக தப்பிச் சென்றாக வேண்டுமென்றும் முடிவெடுத்தேன்.

அவனை மறக்கவேண்டுமென்பதற்காக கெப்ஸியில் வேறொரு வீட்டுக்கு இடம் பெயர்ந்தேன். அரண்மனைக் காவலர்கள் என்னைத் தேடிக்கொண்டு வரப்போகிறார்கள் என்ற பயம் முதலில் இருந்தது. யாரும் வராதது மட்டுமல்ல, என் சொத்திலும் அரசாங்கம் கை வைக்கவில்லை. என்னை மறந்துவிட்டார்களோ, அல்லது ரகசியமாகக் கண்காணிக்க உத்தரவிட்டிருப்பார்களோ தெரியவில்லை. இதைப்பற்றி மேலும் விசனப்பட்டுக் கொண்டிருக்காமல் என் வேலையைத் தொடங்கினேன். இந்த வீட்டைக் கட்டி முடித்தேன். வீட்டுக்குப் பின்னால் தோட்டத்தை என் ரசனைப்படி உருவாக்கினேன். புத்தகங்களை வாசித்துக்கொண்டும், சுய திருப்திக்காகக் கதைகள் எழுதிக்கொண்டும் பொழுதைக் கழித்தேன். முன்னாள் சோதிடர் என்றறிந்து பல வாடிக்கையாளர்கள் சேர்ந்துவிட்டனர். பணத்துக்காக இல்லாவிட்டாலும் பொழுது போவதற்காக சோதிடம் பார்த்துக்கொண்டிருந்தேன். அவர்களிடமிருந்துதான் நான் சிறுவயதிலிருந்து வளர்ந்த எனது நாட்டைப் பற்றித் தெரிந்துகொண்டேன் என்று சொல்லலாம். முடவர்கள், மகனை சகோதரனை இழந்தவர்கள், நோய்வாய்ப்பட்டிருப்பவர்கள், திருமணம் முடியாத பெண்களின் தகப்பனார்கள், வளர்ச்சிக் குறைபாடு கொண்ட வர்கள், பொறாமை பீடித்த

கணவர்கள், குருடர்கள், கடலோடிகள், நம்பிக்கையிழந்த காதலர்கள் எனப் பலதரப்பட்டோரும் என்னிடம் சோதிடம் கேட்க வரும்போது அவர்களுடைய வாழ்க்கையைப்பற்றி முதலில் விரிவாக சொல்லச் சொல்லிக் கேட்பேன். அவர்களிடம் கேட்பவை எல்லாவற்றையும் இரவில் குறிப்பேடுகளில் எழுதிக்கொண்டு, பின்னர் எழுதும் கதைகளில் பயன்படுத்திக்கொள்வேன். இந்தப் புத்தகத்திலும் அவற்றைக் காணலாம்.

இந்த காலகட்டத்தில்தான் அந்த முதியவரையும் சந்தித்தேன். தன்னோடு அளவிடமுடியா பெரும் துயரத்தைச் சுமந்தபடி என் அறைக்குள் நுழைந்தார் அவர். என்னைவிட அவருக்குப் பத்து, பதினைந்து வருடங்கள் அதிகம் இருக்கலாம். எவ்லியா* என்ற அம்மனிதரின் முகத்தில் தெரிந்த சோகத்தைப் பார்த்தவுடனேயே, தனிமைதான் இவரது துயருக்குக் காரணம் என்று புரிந்துகொண்டேன். ஆனால் அதை அவர் தன் வாயால் சொல்லவில்லை. தன் வாழ்நாள் முழுவதையும் பயணம் செய்வதிலேயே கழித்தவர் என்று தெரிந்தது. பத்து தொகுதிகள் கொண்ட அவரது பயண நூலை முடிக்கும் தறுவாயில் இருந்தார். இறந்து போவதற்கு முன் இறைவனுக்கு அருகில் இருக்கும் மெக்காவுக்கும் மதினாவுக்கும் சென்று, அதைப்பற்றியும் எழுதவேண்டும் என்பதுதான் முக்கிய லட்சியம் என்றார். ஆனால் அவரது நூலில் விடுபட்டிருக்கும் ஒரு விஷயம் அவரைத் தொல்லை படுத்திக்கொண்டிருந்தது. அவருடைய வாசகர்களுக்கு இத்தாலி நாட்டின் நீரூற்றுகளைப் பற்றியும் பாலங்களைப் பற்றியும், அவர் கேள்விப்பட்டிருந்த அந்நாட்டின் அழகுகளைப் பற்றியும் சொல்லவேண்டும் என்பதுதான் அவரது விருப்பம் என்றார். எனவே இவற்றைப்பற்றி என்னால் சொல்லமுடியுமா என்பதைத் தெரிந்து கொள்வதற்காகத் தான் வந்திருப்பதாகச் சொன்னார். இது தொடர்பாக இஸ்தான்புல் முழுக்கப் பரவியிருக்கும் என் புகழைக் கேள்விப்பட்டிருப்பதாகவும் கூறினார். நான் இத்தாலிக்குச் சென்றதேயில்லை என்றவுடன், அது அவருக்கும் எல்லோருக்கும் தெரிந்த விஷயம்தானே என்றார். ஆனால் அங்கிருந்து வந்த அடிமை ஒருவன் என்னோடு பல ஆண்டுகள் தங்கி யிருந்ததையும், அவன் அந்நாட்டைப் பற்றி எல்லாவற்றையும் என்னிடம் விவரித்திருப்பதையும் அவர் கேள்விப்பட்டிருப்பதாகச் சொன்னார். நான் அவருக்கு அவையெல்லாவற்றையும் சொன்னால், பதிலுக்குச் சுவையான தகவல்களை அவர் எனக்குச் சொல்வாராம்: “நம் மனதை திசை திருப்பும் கதைகளைக் கண்டுபிடிப்பதும், கேட்பதும்தானே வாழ்வின் சுவையான அம்சம்?” அவர் பெட்டியிலிருந்து இத்தாலி நாட்டு வரைபடத்தை வெளியே எடுத்தார். நான் பார்த்ததிலேயே மோசமான தேசப்படம் அதுதான். தளர்ந்து போயிருந்த அம்முதியவரைப் பார்த்தேன். சுருக்கம் விழுந்த முகத்தில் ஒளி வீசும் கண்கள். அவர் கேட்கவிரும்புவதைச் சொல்வதென்று முடிவுசெய்தேன்.

அவரது கட்டைகுட்டையான, குழந்தைத்தனமான விரல்களால் தேசப்படத்தில் இருந்த நகரங்களைச் சுட்டிக்காட்டி, அவற்றின் பெயர்களை ஒவ்வோர் அசையாகக் கேட்டு, அவைகுறித்த தகவல்களோடு கவனமாக எழுதிக்கொண்டார். ஒவ்வொரு நகரைப்பற்றியும்

* எவ்லியா செலெபி (*C.* 1611 – 82) *seyahatname* என்ற பிரசித்தி பெற்ற பயண நூலின் ஆசிரியர்.

சுவையான கதைகளைக் கேட்டார். இந்த வகையில் பதிமூன்று நகரங்களை பதிமூன்று நாட்களில் வடக்கிலிருந்து தெற்குவரை இந்த நாட்டை என் வாழ்க்கையில் முதன்முதலாகப் பார்த்தபடி கடந்து, பின் சிசிலியிலிருந்து இஸ்தான்புல்லுக்குப் படகில் வந்தடைந்தோம். இவ்வாறாகக் காலைப்பொழுது எங்களுக்குக் கழிந்தது. நான் சொன்ன கதைகளில் அவர் பெரிதும் மகிழ்ந்து, என்னையும் மகிழ்விப்பதற்காக, அவர் கண்ட வினோதக் கதைகளைக் கூறினார்: யேக்கெர் நகரில் மேகத்துக்கு மேல் உயர்ந்து நிற்கும் கட்டிடங்களில் கயிறுகட்டி அவற்றின் மேல் நடக்கும் கழைக் கூத்தாடிகள், கோன்யாவில் ஒரு பெண்ணுக்கு யானைக்குட்டி பிறந்தது, நைல்நதிக் கரையில் காணப்படும் நீல நிற சிறகுகளைக் கொண்ட காளைகள், இளஞ்சிவப்பு நிறப்பூனைகள், வியன்னாவின் மணிக்கோபுரம், அந்நகரில் தனக்குப் பொருத்திக்கொண்ட முன்வரிசை பொய்ப்பல் (சிரித்துக் காட்டினார்!), அஸோவ் கடற்கரையில் உள்ள பேசும் குகை, அமெரிக்காவின் சிவப்பெறும்புகள். விளங்கிக் கொள்ளமுடியாத ஏதோவொரு காரணத்திற்காக இந்தக் கதைகள் என்னிடம் ஒரு விநோதமான சோகத்தை எழுப்பின. அழவேண்டும் போலிருந்தது. அஸ்தமிக்கும் சூரியனின் செவ்வொளி என் அறையை நிரப்பியது. “இவற்றைப் போன்ற வியப்பூட்டும் கதைகள் உன்னிடம் உண்டா?” என்று கேட்டார் எவ்லியா. அந்தக் கிழவரை ஏறிட்டுப் பார்த்தேன். நான் சொல்லத் தொடங்கினால் அவர் உண்மையிலேயே வியப்பிலாழ்ந்துவிடுவார் என்று நினைத்தேன். அவரையும், உடன் வந்த வேலையாட்களையும் அன்றிரவு தங்கச் சொன்னேன். “உங்களைப் பெரும் மகிழ்ச்சியிலும் வியப்பிலும் ஆழ்த்தக்கூடிய ஒரு கதை என்னிடம் இருக்கிறது. இரண்டு பேர் தமது வாழ்க்கைகளைப் பரிமாற்றம் செய்து கொண்ட கதை.”

அன்றிரவு எல்லோரும் அவர்கள் அறைக்குச் சென்று உறங்கிய பிறகு, நாங்கள் இருவரும் எதிர்பார்த்துக் காத்திருந்த மௌனம் வீட்டில் கவிந்த பிறகு, எனது அறைக்கு மீண்டும் திரும்பினோம். அப்போதுதான் நீங்கள் படித்து முடிக்கப் போகிற இக்கதையை முதன்முதலாகக் கற்பனை செய்தேன்! நான் சொன்ன கதை கற்பனையாகவே தோன்றாமல், உண்மையில் வாழ்ந்து முடித்ததாகவே தோன்றியது. யாரோ மென்குரலில் இந்தச் சொற்களை என் செவிகளில் கிசுகிசுத்துக் கொண்டிருந்ததைப் போலவும், வாக்கியங்கள் மெதுவாக ஒன்றன் பின்னால் மற்றது தொடராக உருவாகி வருவதைப் போலவும் இருந்தது. “வெனிஸ் நகரிலிருந்து நேப்பிள்ஸுக்கு எங்கள் கப்பல் பணித்துக்கொண்டிருந்தபோது, அந்தத் துருக்கியக் கப்பற் படைவரிசை குறுக்கிட்டது...”

பின்னிரவில் கதை முடிந்ததும் உண்டான மௌனம் வெகுநேரம் நீண்டிருந்தது. நாங்கள் இருவருமே *அவனைப்* பற்றித்தான் சிந்தித்துக் கொண்டிருந்தோம் என்று உணர்ந்தேன். ஆனால் எவ்லியாவின் மனதில் இருந்த *அவன்* என் மனதில் இருந்தவனிடமிருந்து முற்றிலுமாக வேறுபட்டவனாகத்தான் இருந்திருப்பான். அவர், உண்மையில் அவரது சொந்த வாழ்க்கையைப் பற்றித்தான் யோசித்துக்கொண்டிருந்தார் என்று சந்தேகமின்றிச் சொல்வேன்! நானும் எனது சொந்த வாழ்க்கையைப் பற்றி,

அவனைப் பற்றி, நான் உருவாக்கிய இக்கதையை எந்தளவுக்கு நேசிக்கிறேன் என்பதைப் பற்றி யோசித்துக்கொண்டிருந்தேன். நான் வாழ்ந்த, கனவு கண்ட எல்லாவற்றையும் குறித்துப் பெருமையாக உணர்ந்தேன்: நாங்கள் இருவரும் ஒரு காலத்தில் என்னவாக ஆகவிரும்பினோம், இறுதியில் என்னவாக ஆகியிருக்கிறோம் என்று யோசிக்க நேர்ந்ததால் உண்டான துயர நினைவுகள் நாங்கள் அமர்ந்திருந்த அறையை நிரப்பி வழிந்து கொண்டிருந்தன. அப்போதுதான் முதன்முறையாகச் சில விஷயங்கள் தெளிவாகப் புரிந்துகொண்ட என்னால் அவனை இனி ஒருபோதும் மறக்கமுடியாது; இனி என் வாழ்வு முடியும் வரை இது என்னைத் துயரத்திலேயேதான் வைத்திருக்கப் போகிறது. இது புரிந்ததும் வேறொன்றும் கூடவே தெளிவாகியது: இனி ஒருபோதும் தனியனாக என்னால் வாழமுடியப் போவதில்லை. இரவின் கும்மிருட்டில், என் கதையோடு சேர்ந்து கவர்ச்சிகரமான பிசாசு ஒன்று அறைக்குள் பரவி, எங்கள் ஆர்வத்தையும் எச்சரிக்கையுணர்வையும் ஒருசேர தூண்டிவிட்டிருப்பதைப் போலிருந்தது. விடியும் நேரம் நெருங்கும் சமயத்தில் என் விருந்தினர் மௌனத்தை உடைத்து, என் கதையை வெகுவாக ரசித்ததாகச் சொன்னார். அதே நேரத்தில் சில குறிப்பிட்ட விஷயங்களோடு அவர் உடன்படவில்லை என்றார். என்னைக் குலைவித்துக் கொண்டிருக்கும் எனது இரட்டையனின் நினைவுகளிலிருந்து தப்பிக்க வேண்டுமென்பதற்காகவோ, என் புதிய வாழ்க்கைக்கு விரைவில் திரும்பியாக வேண்டுமென்பதற்காகவோ, முழு கவனத்துடன் அவர் சொல்வதைக் கேட்கத் தொடங்கினேன்:

வினோதமும் வியப்பும் கொண்ட விஷயங்களை – என் கதையில் உள்ளவைபோல – நாம் தேடிச் செல்லத்தான் வேண்டும்; அவைதான் இவ்வுலகம் நமக்குண்டாக்கும் மனச்சலிப்பை ஒழிப்பதற்கு மருந்து என்றார்.

"என்னுடைய குழந்தைப் பருவத்தையே எடுத்துக்கொண்டால், அது மிகவும் சலிப்பூட்டக் கூடியதாக, சுவையற்றதாகவே இருந்தது. அதனால்தான் நான்கு சுவர்களுக்குள் என் வாழ்வை முடக்கிக் கொள்ளப் போவதில்லை என அப்போதே முடிவெடுத்துவிட்டேன். அதன்பின் வாழ்க்கையே பயணம் செய்து கொண்டிருப்பது என்று ஆகிவிட்டது. வினோத அனுபவங்களைத் தேடிச் சென்றுகொண்டே இருக்கிறேன். இந்தத் தேடலுக்கு முடிவென்பதே கிடையாது. ஆனால் நமது தேடல்கள் நமக்கு வெளியே இருக்கும் உலகில் உள்ள வினோதங்களும் வியப்பானவைகளும் சார்ந்ததாக இருக்கவேண்டும், நமக்குள்ளேயே தேடிச் செல்வதாக இருக்கக்கூடாது! நமக்குள்ளேயே தேடிக்கொண்டிருப்பதும், நம்மைப் பற்றியே ஆழமாக, தீர்க்கமாக சிந்தித்துக்கொண்டிருப்பதும் நம்மை மீளாத்துயரில் ஆழ்த்திவிடும். உன் கதையில் இருக்கும் பாத்திரங்களுக்கு நிகழ்ந்தது அதுதான். இந்தக் காரணத்திற்காகத்தான் நாயகர்களுக்கு அவர்கள் அவர்களாகவே இருப்பதைத் தாங்கிக்கொள்ள முடிவதில்லை. இதே காரணத்துக்காகத்தான் அவர்கள் வேறு யாராகவோ இருக்கவேண்டுமென்று எப்போதும் விரும்புகிறார்கள். உன் கதையில் நிகழ்ந்தவை அனைத்தும் உண்மை என்று வைத்துக்கொள்வோம். அப்படி இருக்கும் பட்சத்தில், இந்தக் கதை முடிந்ததற்குப்பிறகு நிஜவாழ்வில் – அவர்களுடைய புது வாழ்க்கையில் சந்தோஷமாக இருப்பார்கள் என்று நீ நினைக்கிறாயா?"

நான் அமைதியாக இருந்தேன்.

சற்று நேரம் கழித்து என் கதையில் இருந்த ஒரு சிறு விஷயத்தை எந்த காரணத்திற்காகவோ குறிப்பிட்டுச் சொன்னார்: "ஒற்றைக் கை கொண்ட ஸ்பானிய அடிமையை நம்பி நமது வாழ்வை வழிதவறி நடத்திவிடக்கூடாது! அப்படிச் செய்தோமானால், இந்த வகையான கதைகளை எழுதி எழுதி, நமக்குள்ளிருக்கும் வினோதங்களைத் தேடித்தேடி நாமும் வேறு யாராகவோ மாறிவிடுவோம்; இறைவன் நம்மைக் காப்பாற்றுவாராக – நம்முடைய வாசகர்களும் மாறிவிடுவார்கள். மனிதர்கள் எப்போதுமே தம்மைப் பற்றியும், தமது தனித்துவங்களைப் பற்றியும் மட்டுமே பேசிக் கொண்டிருந்தால், அவர்கள் எழுதும் நூல்களும் அவர்களைப் பற்றியே அலசுவதாக இருந்தால், உலகம் எவ்வளவு கொடுமையானதாக மாறிவிடும் என்று நினைத்துப்பார்! என்னால் யோசிக்கவே முடியவில்லை!"

ஆனால் எனக்கு அந்த விருப்பம் இருந்தது! ஒரே நாளில் என் உள்ளம் கவர்ந்துவிட்ட இக்கிழவர் தன்னுடைய உதவியாட்களோடு விடியற்காலையில் மெக்காவுக்கு சாலைப் பயணமாகவே செல்லப் போவதாகக் கிளம்பியதும், உடனடியாக என் கதையை எழுத உட்கார்ந்தேன். வரப்போகிற அந்தப் பயங்கர உலகத்தின் வாசகர்களுக்காக என்னால் இயன்றவரை என்னையும், என்னோடு பிரிக்கமுடியாதபடிக்குக் கலந்துவிட்டிருந்த *அவனையும்* இக்கதையில் உயிரோடு கொண்டுவர முயன்றேன். ஆனால் பதினாறு வருடங்களுக்கு முன் தூக்கிப் போட்டுவிட்டதை சமீபத்தில் எடுத்து படித்தபோது, அதில் அந்தளவுக்கு நான் வெற்றி பெற்றிருப்பதாகத் தோன்றவில்லை. எனவே இத்தகைய குழப்பமான உணர்வுச்சிக்கலில் மாட்டிக் கொண்டிருக்கும் ஒருவன் தன்னைப் பற்றியே பேசிக்கொண்டிருப்பது வாசகர்களுக்குப் பிடிக்காவிட்டால் அவர்களிடம் மன்னிப்பு கேட்டுக்கொண்டு, இந்தப் பக்கங்களை எனது நூலோடு சேர்த்துக்கொள்கிறேன்.

நான் ***அவனை*** நேசித்தேன். என் கனவுகளில் வருகின்ற என் ஆன்மாவின் அநாதரவான, துயரார்ந்த பிசாசினை நேசிப்பது போலவே ***அவனையும்*** நேசித்தேன். அந்தப் பிசாசின் அவமானமும், வெறியும், பாதகமும், சோகமும் என்னைத் திணறடிப்பது போலவும், காட்டு மிருகம் ஒன்று வலியில் துடித்தபடி இறந்து கொண்டிருப்பதை வெறுமனே பார்த்துக் கொண்டிருக்கும் நம் இயலாமையை, அவமானத்தை பொறுத்துக் கொண்டிருப்பது போலவும், மோசமான பழக்கங்களால் கெட்டுப்போன மகனின் சுயநலத்தால் ஒரு தந்தை கோபமுற்றிருப்பது போலவும் இருந்தது, ***அவன்*** மீதான என் நேசம். எல்லாவற்றையும்விட என்னை நானே அறிந்துகொள்ளும் மூடத்தனமான அருவருப்போடும் மூடத்தனமான பரவசத்தோடும் ***அவனை*** நேசித்தேன்.

அற்பப் பூச்சி ஒன்றின் வீணான அசைவுகளைப்போல இயங்கும் என் கை கால்களுக்கு நான் பழக்கப்பட்டிருப்பதைப்போல, ஒவ்வொரு நாளும் என் மனதின் சுவர்களில் மோதி வீழ்கின்ற எண்ணங்களை அறிந்திருப்பதைப் போல, எனது சோர்வுற்ற உடம்பிலிருந்து வரும் வியர்வையையும், அருகிவரும் என் கேசத்தையும், அசிங்கமான

வெண்ணிறக் கோட்டை ❧ 167 ❧

வாயையும், பேனாவைப் பிடித்திருக்கும் இளஞ்சிவப்புக் கரத்தையும் அடையாளம் கண்டுகொள்வதைப்போல, *அவன்* மீதான எனது நேசம் இருந்தது. இந்தக் காரணத்தால்தான் அவற்றால் என்னை ஏமாற்ற முடியாமல் இருந்தது. எனது புத்தகத்தை எழுதி முடித்தபின், ***அவனை*** என் மனதிலிருந்து அகற்றிவிடுவேன் என்ற நம்பிக்கையில் அதனைத் தூக்கிப் போட்டுவிட்டேன். என்னைச் சுற்றி வலம் வந்து கொண்டிருந்த வதந்திகளால் பாதிக்கப்படாமல் இருந்தேன். அவையெல்லாம் எங்களுடைய புகழைக் கேள்விப்பட்டு அதன்மூலம் அனுகூலம் அடையலாம் என்பதற்காகச் செய்கின்ற உத்திகள் என அறிவேன். என்னென்ன வதந்திகள்! கெய்ரோவில் ஏதோ ஒரு பாஷா ***அவனைத்*** தன்னோடு சேர்த்துக்கொண்டிருக்கிறார்; ***அவன்*** அவருக்காக ஒரு புதிய ஆயுதத்தை உருவாக்கிக் கொண்டிருக்கிறான்! வியன்னாவின் மதிற்சுவருக்கு வெளியே தோல்வியில் முடிந்த அந்த முற்றுகையின்போது ***அவன்*** உள்ளேதான் இருந்தான்; நம்மை எப்படி தோற்கடிப்பது என்று எதிரிக்கு ஆலோசனை சொல்லிக்கொண்டிருந்தான்! எதிர்னேவில் பிச்சைக்காரனைப் போல மாறுவேடம் அணிந்து சுற்றிக்கொண்டிருந்தான்; வணிகர்களோடு ***அவனே*** கிளப்பிய வம்புச்சண்டையில் மெத்தை தைப்பவர் ஒருவரைக் கத்தியால் குத்திவிட்டு மறைந்துவிட்டான்! இங்கிருந்து வெகுதூரத்தில் உள்ள அனடோலிய கிராமம் ஒன்றின் மசூதியில் *அவன்* இமாமாக இருந்தான்; அங்கே ஒரு நேரக் கண்காணிப்பறையை நிர்மானித்தான், (இந்தக் கதையைச் சொன்னவர்கள் இது உண்மையான கதை என்று சத்தியம் செய்தார்கள்) கடிகாரக்கோபுரம் ஒன்றைக் கட்டுவதற்கு *அவன்* பணம் வசூலிக்கவும் தொடங்கியிருந்தான்! பிளேக்கிற்குப் பிறகு ஸ்பெயினுக்குச் சென்றுவிட்டான்; அங்கே புத்தகங்கள் எழுதி செல்வந்தனாகிவிட்டான்! நம்முடைய அப்பாவி மாமன்னரைப் பதவியிலிருந்து கவிழ்த்ததே *அவனுடைய* சதி வேலைதான்! ஸ்லாவிய கிராமங்களில் வலிப்புநோய் கொண்ட பாதிரியாராகப் பெரும் புகழோடு இருக்கிறான்; கடைசியில் *அவன்* விரும்பியவாறே உண்மையான பாவ ஒப்புதல்களைக் கேட்டுக் கொண்டிருக்கிறான்! அவற்றை வைத்து சோகம் நிரம்பிய புத்தகங்களை எழுதிக்கொண்டிருக்கிறான். இன்னும் அனடோலியாவில்தான் சுற்றிக்கொண்டிருக்கிறான், சுல்தான்களைச் சுற்றியுள்ள முட்டாள்களைத் தூக்கியெறிந்துவிடுவோம் என்று சிலரைத் தனது சோதிடத்தால், கவிதைகளால் கவர்ந்து சீடர்களாக வைத்துக்கொண்டு, என்னையும் *அவனோடு* சேரச்சொல்லி தூதுவிட்டுக் கொண்டிருக்கிறான்! *அவனை* மறந்து போவதற்காகவும், அச்சமூட்டுகிற மனிதர்களிடமிருந்தும் அவர்களின் அச்சமூட்டும் எதிர்கால உலகங்களிலிருந்தும் ஒதுங்கியிருப்பதற்காகவும், எனது கற்பனைகளின் சுகத்தில் முற்றாகத் திளைத்திருப்பதற்காகவும் கதைகள் எழுதிக்கொண்டிருந்த அந்தப் பதினாறு வருடங்களில் இந்த வதந்திகளின் பல்வேறு வடிவங்கள் என் காதில் விழுந்துகொணடிருந்தன, ஆனால் எவற்றையும் நம்பவில்லை.

இதெல்லாம் மற்றவர்களுக்கும் நிகழ்கிறதாவென்று எனக்குத் தெரியவில்லை: அல்டீன் பொய்நூஸ் என்ற தங்கக்கொம்பு ஜலசந்தியின் கோடியில் இருக்கும் அந்த நான்கு சுவர்களுக்குள் சிறைப்பட்டிருப்பதாக

சில சமயங்களில் எங்களுக்குத் தோன்றும்போது, பாஷாக்களின் மாளிகையிலிருந்தோ அரண்மனையிலிருந்தோ அழைப்பு வருமென்று காத்திருக்கும்போது, எங்களுடைய பரஸ்பர வெறுப்பை ரசித்துக் கொண்டிருக்கும்போது, மாமன்னருக்காக ஏதோ ஆய்வுக் கட்டுரை தயாரித்துக் கொண்டிருக்கையில் திடீரென ஒருவரையொருவர் நிமிர்ந்து பார்த்துப் புன்னகைத்துக் கொள்ளும்போது, அன்றாட வாழ்வில் சின்னச்சின்ன சம்பவங்கள் நிகழும்போது நாங்கள் இருவரும் ஒரே சமயத்தில் ஒரே விஷயத்தைக் குறிப்பிட்டுச் சொல்வோம்: அன்று காலை மழையில் நனைந்து கொண்டிருந்த நாய்; இரு மரங்களுக்கிடையே கொடியில் கட்டப்பட்டு தொங்கிக் கொண்டிருக்கும் துவைத்த துணிகளின் வரிசையில், அவற்றின் நிறங்களில், வடிவங்களில் புதைந்திருக்கும் தகவுப்பொருத்தம்; வாய்தவறி வரும் வார்த்தைகளில் வெளிப்படும் வாழ்வின் ஒத்திசைவு! இந்தத் தருணங்களைத்தான் நான் வெகுவாக இழந்திருக்கிறேன்! இந்தக் காரணத்திற்காகவே என் நிழலின் நூலுக்கு நான் திரும்பியிருக்கிறேன். பல வருடங்கள் கழித்து, ஒருவேளை ***அவன்*** மரணமடைந்து பலநூறு வருடங்கள் கழித்து, ஏதோவோர் ஆர்வமிக்க வாசகன் இதைப்படிப்பான், எங்கள் வாழ்க்கையை அல்ல, அவனுடைய வாழ்க்கையை இதில் காண்பான் என்று நம்பிக்கொண்டிருக்கிறேன். யாருமே இந்தப் புத்தகத்தைப் படிக்கமுடியாமற் போனாலும்கூட அதிகம் கவலைப்படமாட்டேன் என்றுதான் தோன்றுகிறது. இந்தப் புத்தகத்தில் ***அவன்*** பெயரை ஒளித்து, வெகு ஆழத்தில் இல்லாவிட்டாலும், புதைத்து வைத்திருப்பது மீண்டும் ஒருமுறை பிளேக் தினங்களின் இரவுகளை, எதிர்னேவில் என் பிள்ளைப் பருவத்தை, சுல்தானின் சோலைவனங்களில் கழித்த அற்புத நேரங்களை, பாஷாவின் அறை வாசலில் தாடியில்லா முகத்தோடு ***அவனைப்*** பார்த்ததை, அப்போது என் தண்டுவடத்தில் ஓடிய சில்லிப்பை மனக்கண்களில் அரங்கேற்றிப் பார்ப்பதற்காகத்தான். நாங்கள் தொலைத்துவிட்ட வாழ்வையும் கனவுகளையும் அசைபோடுவதன் காரணம் எல்லோருக்கும் புரிந்திருக்கிறது: என் கதையில் எனக்கு நம்பிக்கை இருந்தது!

இந்தப் புத்தகத்தை முடிப்பதென்று முடிவெடுத்த தினத்தைப் பற்றி எழுதிவிட்டு நிறைவு செய்யலாம் என்றிருக்கிறேன்: இரண்டு வாரங்களுக்கு முன், வேறொரு வித்தியாசமான கதையை எழுதலாமென்று மேசையில் அமர்ந்திருந்தபோது, இஸ்தான்புல் சாலையிலிருந்து ஒருவன் குதிரையில் என்னை நோக்கி வருவதை கவனித்தேன். ***அவனைப்*** பற்றிய செய்திகளை இப்போது யாரும் கொண்டுவருவதில்லை. என்னைப் பார்க்க வருபவர்களிடம் நான் சுமுகமாக நடந்து கொள்ளாதிருப்பதுகூட காரணமாக இருக்கலாம். ஆனால் அவன் தோள் அணியாடை அணிந்து கையில் குடையைப் பிடித்தபடி வருவதைப் பார்த்தபோது எனக்காகத்தான் வருகிறான் என்று தெரிந்தது. அறைக்குள் நுழைவதற்கு முன்பாகவே அவன் குரல் கேட்டது. ***அவனைப்*** போலவே தப்புத்தப்பாகத் துருக்கிய மொழியில் பேசினான், ஆனால் ***அவன்*** அளவுக்குத் தப்பு செய்யவில்லை. ஆனால் அறைக்குள் நுழைந்ததும் இத்தாலிய மொழிக்கு மாறினான். என் முகம் மாறுவதையும், பதில் பேசாமல் இருப்பதையும் கண்டு அவனது

உடைந்த துருக்கிய மொழியில் எனக்குக் கொஞ்சம் இத்தாலி மொழி தெரியுமென்று நினைத்ததாகச் சொன்னான். சிறிது நேரம் கழித்து, எனது பெயரையும், நான் யார் என்பதையும் ***அவனிடமி***ருந்து அறிந்துகொண்டதாக விளக்கினான். ***அவனது*** நாட்டுக்குத் திரும்பியதும், துருக்கியர்களிடம் தனக்கு நேர்ந்த நம்பமுடியாத அனுபவங்களைப் பற்றியும், விலங்கு நேசரான கடைசி சுல்தான் அவர்களைப் பற்றியும், அவரது கனவுகளைப் பற்றியும், பிளேக் தினங்கள், துருக்கியர்களின் பழக்க வழக்கங்கள், அரசவை நியதிகள், போர்க்கள உத்திகளைப் பற்றியும் எண்ணற்ற நூல்களை ***அவன்*** எழுதியிருப்பதாகத் தெரிவித்தான். கீழைத்தேய கதைகளைப் பற்றி சமீபகாலமாக பிரபுக்களிடமும், உயர்குடிப் பெண்களிடமும் எழுந்துள்ள ஆர்வத்தால் ***அவனது*** எழுத்துக்களுக்குப் பெரும் வரவேற்பு கிடைத்ததாம். ***அவன்*** புத்தகங்கள் பரவலாகப் படிக்கப்பட்டு, பல கல்வி நிலையங்களில் உரையாற்ற அழைக்கப்பட்டானாம். இவ்வாறாக ***அவன்*** பெரும் செல்வந்தனாகிவிட்டான் என்று வந்தவன் கூறினான். மேலும், *அவனது* காதல் கதைகளால் கவரப்பட்ட ஒரு பெண், தனது வயதையும், சமீபத்தில் கணவனை இழந்த துக்கத்தையும் பொருட்படுத்தாமல் திரண்ட செல்வத்தோடு *அவனை* மணந்து கொண்டாளாம். முன்பு விற்கப்பட்டு, இடித்துக் கட்டப்பட்டிருந்த *அவனது* பழைய வீட்டைத் திரும்ப வாங்கி, முன்னைப் போலவே வீட்டையும் தோட்டத்தையும் கட்டி அங்கேயே குடிபெயர்ந்திருக்கிறானாம். *அவனது* எழுத்துக்களால் ஈர்க்கப்பட்டு *அவனை* வீட்டில் சென்று சந்தித்திருப்பதால் இந்தத் தகவல்கள் எல்லாம் அவனுக்குத் தெரியவந்ததாக வந்தவன் கூறினான். *அவன்* மிகவும் வினயத்தோடு இவனிடம் நடந்துகொண்டானாம். இவன் கேட்ட கேள்விகளுக்கு ஒரு நாள் முழுவதையும் செலவழித்துப் பொறுமையாக பதிலளித்தானாம். *அவனது* நூல்களில் எழுதியிருந்த சாகச அனுபவங்களை மீண்டும் இவனிடம் விளக்கமாக எடுத்துரைத்தானாம். அதன் பிறகுதான் *அவன்* என்னைப்பற்றிப் பேசியிருக்கிறான்: "*அவர்* உங்களைப் பற்றி 'என் துருக்கியத் தோழன்' என்ற தலைப்பில் ஒரு புத்தகம் எழுதிக் கொண்டிருந்தார். உங்களுடைய வாழ்க்கை முழுவதையும் இத்தாலிய வாசகர்களுக்குத் தரப்போகிறார். எதிர்னேவில் கழித்த உங்கள் இளம்பருவத்திலிருந்து, *அவர்* இங்கிருந்து கிளம்பிச் சென்ற நாள் வரையிலான உங்கள் வாழ்க்கையை, துருக்கியர்களின் தனித்துவ அம்சங்கள் என்று *அவர்* கருதும் அனைத்தையும் உள்ளடக்கி எழுதிக்கொண்டிருக்கிறார். உங்களைப் பற்றி *அவரிடம்* எல்லாவற்றையும் சொல்லியிருக்கிறீர்கள் என்று சொன்னார்," என்றான் எனது விருந்தினன். *அவன்* எழுதிக்கொண்டிருந்த அந்தப் புத்தகத்திலிருந்து சில பகுதிகளை வாசித்திருப்பதாகவும் சொன்னான்: என் அண்டை வீட்டிலிருந்த பால்யகால நண்பன் ஒருவனை ஒருமுறை இரக்கமில்லாமல் அடித்துவிட்டேன். இச்செய்கையில் அவமானமுற்று குற்ற உணர்வில் அன்று இரவு அழுது தீர்த்தேன். நான் மிகவும் அறிவாளி; ஆறே மாதங்களில் *அவன்* எனக்குப் பயிற்றுவித்த வானியல் சாத்திரங்களைக் கற்றுக் கொண்டேன். என் சகோதரியை மிகவும் நேசித்தேன். எனது மதத்தை உயர்வாக மதித்தேன், தவறாமல் தொழுதேன். செர்ரி பதனங்கள் எனக்குப் பிடித்தமானவை. என் தாயின் கணவருடைய தொழிலான மெத்தை தைப்பதில் எனக்கு விசேஷமான ஆர்வம் உண்டு. துருக்கியர்கள்

எல்லோரைப் போலவும் நான் மனிதர்களை நேசித்தேன். இத்தியாதி, இத்தியாதி . . .

என்மீது இவ்வளவு ஆர்வத்தைக் காட்டியபிறகு இந்த முட்டாளைச் சரிவர விருந்தோம்பாவிட்டால் நல்லதல்ல என்று முடிவெடுத்தேன். இவனைப் போன்ற ஒரு யாத்ரீகனுக்கு ஊக்கம் அளித்தாக வேண்டும். எனவே அவனுக்கு என் வீட்டை, ஒவ்வோர் அறையாகச் சுற்றிக்காட்டினேன். தோட்டத்தில் என்னுடைய மகன்கள் விளையாடிக் கொண்டிருப்பதைக் கண்டு அவன் ஆர்வம் கூடியது. அவர்கள் விளையாடும் விளையாட்டைப் பற்றி என் மகன்களிடம் கேட்டுத் தெரிந்து கொண்டான். ‘டிப் கேட்’ ‘குருடன் சொன்ன பொய்’ விளையாட்டுகளுக்கான விதிமுறைகளை ஒரு நோட்டுப்புத்தகத்தில் எழுதிக் கொண்டான். என் மகன்களிடம் அவற்றை விளக்கிக் காட்டச் சொன்னான். தவளைத் தாவல் விளையாட்டு அவனுக்குப் பிடிக்கவில்லை. இந்தச் சமயத்தில்தான் *அவனுக்குத்* துருக்கியர்கள் மீது ஆழ்ந்த நேசம் இருந்ததாகச் சொன்னான்.

தோட்டத்தைச் சுற்றிக்காட்டினேன். வேறு எந்த வேலையும் செய்வதற்கு இல்லையென்பதால் கெப்ஸி என்ற இந்த வறிய நகரத்தையும், *அவனோடு* பல வருடங்களுக்கு முன் தங்கியிருந்த வீட்டையும் காட்டியபோது, மீண்டும் அதையே சொன்னான். எங்கள் வீட்டுச் சமையலறையில் இருந்த பதனங்கள், ஊறுகாய்கள், ஆலிவ் எண்ணெய், வினிகர் ஜாடிகள் ஆகியவற்றை வியப்போடு பார்த்தான். பல வருடங்களுக்கு முன் ஒரு வெனிஸ் நகர ஓவியனை அமர்த்தி வரைந்து கொண்ட எனது உருவப்படத்தைப் பார்த்துத் திகைத்தான். பின் ஒரு மிகப்பெரிய, சொல்லக்கூடாத ரகசியத்தைச் சொல்வது போல, “உண்மையைச் சொல்லப்போனால் அவர் துருக்கியர்களின் உண்மையான நண்பரே அல்ல; அவர்களைப் பற்றி பல மோசமான விஷயங்களை எழுதியிருக்கிறார்,” என்றான். “உங்கள் இனம் வீழ்ந்து கொண்டிருக்கிறது, உங்கள் மனம் என்பது கழிசடைப் பொருட்களை அடைத்து வைத்திருக்கும் அழுக்கான நிலையடுக்கு போன்றது என்று அவரது நூலில் குறிப்பிட்டிருக்கிறார். உங்களை சீர்திருத்தவே முடியாது என்றும், தப்பிப் பிழைத்திருக்க வேண்டுமென்றால் உங்களுக்கு இருக்கும் ஒரே தேர்வு முற்றிலுமாகச் சரணாகதி அடைவதுதான் என்றும் எழுதியிருக்கிறார். ஆனால் அவ்வாறு சரணாகதி அடைந்தபிறகு, யாரிடம் சரணடைந்தீர்களோ அவர்களைப் பல நூற்றாண்டுகளுக்கு வெறுமனே போலி செய்தபடி வாழ்ந்திருப்பீர்கள், என்று எழுதியிருக்கிறார்,” என்றான்.

அவன் பேச்சை நிறுத்த வேண்டுமென்பதற்காக, “ஆனால் *அவன்* எங்களைக் காப்பாற்ற விரும்பினான்,” என்றேன்.

“ஆம், உண்மைதான்,” என்று ஒப்புக் கொண்டான். “உங்கள் நலனுக்காக ஒரு பேராயுதத்தை உருவாக்கினார். ஆனால் நீங்கள் யாருமே *அவரைப்* புரிந்து கொள்ளவில்லை. புயலில் சிக்கி அமிழ்ந்த கடற்கொள்ளையர்களின் கப்பலைப்போல அம்மகத்தான ஆயுதம் சதுப்பில் புதைந்து போனதற்காக ***அவரைக்*** குற்றம் சாட்டினீர்கள்.” சற்றுநேர மௌனத்துக்குப்பின், “ஆம், உங்களைக் காப்பாற்றவே *அவர்* பெருமுயற்சி எடுத்து செயல்பட்டார்.

ஆனால், அதை மட்டும் வைத்துக்கொண்டு *அவரிடத்தில்* பொல்லாங்கு எண்ணங்கள் இல்லையென்று சொல்லிவிடவும் முடியாது. ஆனால் இது எல்லா மேதைகளுக்கும் பொருந்தும் தானே!" என்றான்.

எனது உருவப்படத்தை உற்றுப்பார்த்துக்கொண்டே, அந்த மேதையின் சிறப்பியல்புகளைப் பற்றி மேலும் சில கருத்துக்களை உதிர்த்துக்கொண்டிருந்தான்: "*அவர்* மட்டும் அடிமையாகப் பிடிக்கப்படாமல் இருந்திருந்தால் *அவரது* நாட்டிலேயே சிறப்போடு வாழ்ந்து, பதினேழாம் நூற்றாண்டின் லியானார்டோவாகத் திகழ்ந்திருப்பார்," என்றான். பின்னர் அவனது அபிமான விஷயமான பொல்லாங்கைப் பற்றிப் பேசத் தொடங்கினான். *அவனைப்* பற்றிய மோசமான ஓரிரு வதந்திகளைச் சொல்லிவிட்டு, நான் முன்பு கேள்விப்பட்டு, பின் மறந்துபோன பண விவகாரத்தையும் குறிப்பிட்டான்.

"ஆச்சரியம் என்னவென்றால், நீங்கள் *அவரால்* சற்றும் பாதிக்கப் படாமலேயே இருந்திருக்கிறீர்கள்!" என்றான். என்னைப் பற்றிக் கேள்வி பட்டதும் என்னை மிகவும் பிடித்துப் போனதால் பார்க்க வந்ததாய்ச் சொல்லிவிட்டு, தன் வியப்பை வெளிப்படுத்தினான்: "எப்படி இரண்டு பேர் ஒன்றாகவே அவ்வளவு வருடங்கள் வாழ்ந்த பிறகும், ஒருவரையொருவர் சற்றும் ஒத்திருக்காமல், முற்றிலும் வேறுபட்டவர்களாக இருக்கமுடியும் என்று எனக்குப் புரியவில்லை."

அவன் எனது உருவப்படத்தை வேண்டுமென்று கேட்பான் என பயந்தேன், கேட்கவில்லை, அதைப் பழைய இடத்திலேயே மாட்டிவிட்டு, "மெத்தைகளைப் பார்க்கலாமா" என்று கேட்டான்.

திகைத்து, "என்ன மெத்தைகள்?" என்றேன்.

அவன் வியப்படைந்தான்: "மெத்தைகள் தைப்பது உங்கள் பொழுது போக்கு அல்லவா?"

அப்போதுதான் அவனுக்கு நான் பதினாறு வருடங்களாகத் தீண்டியிருக்காத புத்தகத்தைக் காட்டுவது என்று முடிவெடுத்தேன்.

என் புத்தகத்தைப் படிக்கத்தருகிறேன் என்றதும் பதற்றமடைந்தான். துருக்கிய மொழியில் தன்னால் படிக்கமுடியும், அதுவும் *அவனைப்* பற்றிய புத்தகமென்றால் தனக்கு மிகவும் பிடிக்கும் என்றான். தோட்டத்தைப் பார்த்தபடியிருந்த எனது வாசிப்பறைக்குச் சென்றோம். எங்களுடைய மேசையில் அவன் அமர்ந்தான் பதினாறு வருடங்களுக்கு முன் எந்த இடத்தில் வைத்திருந்தேனோ, அதே இடத்தில் நேற்றுத்தான் வைத்ததுபோல என் புத்தகம் இருந்தது. அதை எடுத்து அவன் முன்னால் விரித்து வைத்தேன். துருக்கிய மொழியில் அவனால் மெதுவாகத்தான் படிக்க முடிந்தது. அவன் புத்தகத்தில் ஆழ்ந்தான். படிக்கும் புத்தகத்தில் எவ்வளவுதான் மூழ்கிப் போனாலும் தனது பிரக்ஞையை விட்டு விலகாமல், பூமியில் நன்றாகக் காலூன்றியபடிதான் இருக்கிறான் என்பதை உணரமுடிந்தது. எல்லா ஊர்சுற்றிகளிடமும் நான் பார்த்து, பிடிக்காமல் போயிருக்கும் குணம் இது. அவனைத் தனியாக விட்டுவிட்டு, தோட்டத்துக்கு வந்து, வைக்கோற் பாயிட்ட மெத்தையிருக்கையில் அமர்ந்தேன். இங்கிருந்து

அவனை அந்தச் சன்னல் வழியே பார்க்க முடிந்தது. முதலில் அவன் முகத்தில் முறுவல் பூக்க வாசித்துக்கொண்டிருந்தான். அங்கிருந்தே என்னைக் கூப்பிட்டு, "இத்தாலிக்கு நீங்கள் சென்றதேயில்லை என்பது வெளிப்படையாகத் தெரிகிறது!" என்று சிரித்தான். பிறகு என்னை மறந்து போனான். தோட்டத்தில் மூன்று மணி நேரத்துக்கு அவ்வப்போது ஓரக்கண்ணால் அவனை நோட்டமிட்டபடி, புத்தகத்தை எப்போது முடிப்பான் என்று காத்துக்கொண்டு உட்கார்ந்திருந்தேன். இப்போது எதையோ புரிந்துகொண்டுவிட்டான். ஆனாலும் அவன் முகத்தில் குழப்பம் இருந்தது. எங்கள் ஆயுதத்தை விழுங்கிய அந்தச் சதுப்பின் பின்னாலிருந்த வெண்ணிறக் கோட்டையின் பெயரை அவன் ஓரிரு முறை உரக்க உச்சரிப்பது கேட்டது. என்னோடு இத்தாலிய மொழியில்கூட எதையோ சொல்ல முயன்று தோற்றான். பின் முகத்தைத் திருப்பி சன்னலுக்கு வெளியே வெறித்தான். ஆசுவாசப்படுத்திக் கொண்டு, அவன் படித்ததை மெதுவாக ஜீரணிக்க முயன்றுகொண்டிருந்தான். இதைப்போன்ற தருணங்களில் எல்லோரையும் போல வெற்றிடத்தில் இருக்கும் ஏதோவோர் முடிவற்ற புள்ளியை, இல்லாத ஒரு குவிமையத்தை அவன் உற்றுப் பார்த்துக் கொண்டிருப்பதைக் கவனித்து மகிழ்ந்தேன். பின் நான் எதிர்பார்த்ததைப் போலவே ஒரு கட்டத்தில் அவன் சுதாரித்துக் கொள்வது தெரிந்தது. அவன் பார்வை குவிந்தது: இப்போது சன்னல் சட்டகத்தின் ஊடே காட்சிகளைப் பார்த்துக் கொண்டிருந்தான். என்னுடைய புத்திசாலி வாசகர்கள் நிச்சயமாகப் புரிந்துகொண்டிருப்பார்கள்: நான் நினைத்திருந்தளவுக்கு அவன் முட்டாளாக இல்லை. நான் எதிர்பார்த்ததைப் போலவே என் புத்தகத்தின் பக்கங்களைப் பேராவலோடு திருப்பி, எதையோ பரபரப்பாகத் தேடினான். நானும் மூச்சையடக்கிக் கொண்டு பதற்றத்தோடு அவனை கவனித்துக்கொண்டிருந்தேன். கடைசியில் அவன் தேடிக்கொண்டிருந்த பக்கத்தைக் கண்டுபிடித்துப் படிக்கத் தொடங்கினான். தலையை உயர்த்தி, அந்தச் சன்னல் வழியாக என் வீட்டின் பின்னால் இருக்கும் தோட்டத்தைப் பார்த்தான். அவன் குறிப்பாக எதைப் பார்த்தான் என்று எனக்குத் தெரியும்: மேசை மேலிருக்கும் ஆணிமுத்துப் பதித்த தட்டில் பீச், செர்ரிப் பழங்கள் அடுக்கியிருக்கின்றன; மேசைக்குப் பக்கத்தில் இருந்த நாற்காலியின் வைக்கோலும் பறவையிறகும் சேர்ந்த மெத்தை, சன்னல் சட்டத்தின் பச்சை நிறத்தோடு இயைந்திருக்கிறது; இப்போது ஏறக்குறைய எழுபது வயதாகும் நான் அங்கே உட்கார்ந்திருந்தேன். தோட்டத்தின் கோடியில் கிணற்றுச்சுவர் மீது அமர்ந்திருக்கும் சிட்டுக்குருவி ஆலிவ், செர்ரி மரக்கிளைகளின் ஊடாகத் தெரிகிறது. வால்நட் மரத்தின் உயரமான கிளையில் நீளமான கயிற்றால் கட்டப்பட்டிருந்த ஊஞ்சல் மென்காற்றில் இலேசாக அசைந்து கொண்டிருக்கிறது...

• • •

வந்தனம்

எனது கைப்பிரதியை ஆங்கிலப் பதிப்புடன் சொல் லுக்குச் சொல் ஒப்பிட்டு, திருத்தங்கள் செய்துதவிய என் மதிப்பிற்குரிய ஆசான் ஆர். சிவகுமார் அவர்களுக்கும், மேலாய்வு செய்து செப்பனிட்ட அன்புச் சகோதரர் கவிஞர் சுகுமாரனுக்கும், பிழை திருத்தம் செய்த கிருஷ்ண பிரபுவுக்கும், அட்டைப் படத்தை அழகுற வடிவமைத்த என் நண்பர் ஓவியர் சீனிவாசன் நடராஜனுக்கும், காலச்சுவடு அலுவலகத் தோழர்கள் பா. கலா, மணிகண்டன், மஞ்சு, ஷாலினி ஆகியோருக்கும், என்னை ஓரான் பாமுக்கோடு தொடர்ந்து இயங்க வைத்துக்கொண்டிருக்கும் காலச்சுவடு கண்ணனுக்கும் என் மனமார்ந்த வந்தனங்கள்.

ஜி. குப்புசாமி